மன்மதன்

வந்தானடி

முதற்பதிப்பு: 2023
First Edition: 2023

Manmathan Vanthaanadi

மன்மதன் வந்தானடி

Pattukottai Prabakar

பட்டுக்கோட்டை பிரபாகர்

ISBN: 978-93-5695-785-5

Pustaka
EBooks | Audiobooks | Paperback

Pustaka Digital Media Pvt. Ltd.
#7-002, Mantri Residency,
Bannerghatta Main Road, Bengaluru - 560 076
Karnataka, India

+91 7418555884

மன்மதன் வந்தானடி

பட்டுக்கோட்டை பிரபாகர்

Pustaka
EBooks | Audiobooks | Paperback

1

வீடு முழுக்க நேற்றைக்கு வெள்ளையடித்த சுண்ணாம்பின் வாசனையும், பெயிண்ட்டின் வாசனையும் கலந்து வீசிக் கொண்டிருந்தது.

சிவப்பு கற்கள் பதித்த கூடத்தின் தரையில் அமர்ந்து, மனைப் பலகை மேல் வரிசையாக பத்திரிகைகளை அடுக்கி, மொத்தமாக மஞ்சள் தடவிக் கொண்டிருந்தாள் வைதேகி.

அவளைச் சுற்றிலும் ஏற்கனவே தடவி, காய்வதற்காக வைக்கப்பட்டிருந்த கல்யாணப் பத்திரிகைகளில் திரும்பத் திரும்ப 'வைதேகி WEDS ராமச்சந்திரன்' என்று அச்சாகியிருப்பதைப் பார்க்க வைதேகிக்கு சந்தோஷமாக இருந்தது.

இந்த கல்யாணப் பத்திரிகையை எத்தனை முறை படித்துப் பார்த்து விட்டாள்! என்றாலும், சுவாரஸ்யமான நாவலைப் போல மறுபடி மறுபடி படிக்க வேண்டும் போலிருந்தது அவளுக்கு.

வைதேகி ஒரு கவரில் இருந்து பத்திரிகையை வெளியே எடுத்தாள். வழவழப்பான, ஒரு புறம் ரோஸ் நிறத்திலும் ஒரு புறம் மஞ்சள் நிறத்திலும் இருந்த அதை, அதன் மடிப்பு கலையாமல் பிரித்துப் படித்தாள்.

திருமண அழைப்பு

ஸ்ரீ வெங்கடாஜலபதி துணை

நிகழும் பிரஜோத்பத்தி வருடம், ஆவணி மாதம் 13ம் தேதி (29-8-91) வியாழக்கிழமை சதுர்த்தி திதியும், ரேவதி நட்சத்திரமும், சித்த யோகமும் கூடிய சுபயோக சுபதினத்தில் காலை 9-30 மணிக்கு மேல் 10-00 மணிக்குள், துலா லக்னத்தில்...

எங்கள் கனிஷ்ட குமாரத்தி

செல்வி. வைதேகிக்கும்...

மதுரை எஸ். சோமசுந்தரம் (லேட்) அவர்களின் குமாரன்

செல்வன். எஸ். ராமச்சந்திரன் பி.ஏக்கும்...

திருமணம் செய்வதாய் பெரியவர்களால் நிச்சயிக்கப்பட்டு, மேற்படி சுபமுகூர்த்தம் சென்னை, தி.நகர், நெ.9, ஜவஹர்லால் நேரு தெருவில் உள்ள P.M.S. கல்யாண மஹாலில் நடைபெறுவதால், தாங்கள் தங்கள் இஷ்டமித்திர பந்துக்களுடன் முன்னதாகவே வந்திருந்து தம்பதிகளை ஆசீர்வதிக்க வேணுமாய் கேட்டுக் கொள்கிறோம்.

தங்கள்,

ஆர். விஸ்வநாதன் (ரிட்டையர்டு போஸ்ட் மாஸ்டர்)

திருமதி வி. நாகேஸ்வரி விஸ்வநாதன்.

தங்கள் நல்வரவை பெரிதும் விரும்பும்,
வி. சுதர்சனம்
(உதவி மானேஜர், R.A.T.C. கம்பெனி, பெங்களூர்),
திருமதி. எஸ். கௌசல்யா சுதர்சனம்
ஜி. ரேவதி கோபாலன் - எஸ். கோபாலன்
(இந்தியன் பேங்க், சேலம்),
எஸ். கல்பனா சந்தானம் - வி. சந்தானம்
(சென்ட்ரல் பேங்க், கோவை).

வைதேகி பத்திரிகையை பழையபடி மடித்து வைப்பதற்கு முன் மறுபடி ஒருமுறை தன் பெயரையும், மாப்பிள்ளையின் பெயரையும் மட்டும் பார்த்துக் கொண்டாள்.

'இதென்ன இப்படி அல்ப சந்தோஷம் இதில் என்று அவளுக்குப் புரியவில்லை. இது எனக்கு மட்டும் நேர்கிற விசித்திர ஆர்வமா? இல்லை, திருமணம் நிச்சயமான எல்லாப் பெண்களுக்குமே இப்படி இருக்குமா?

பெரியக்கா ரேவதிக்கும், சின்னக்கா கல்பனாவிற்கும் இதே போல உணர்வுகள் ஏற்பட்டிருக்குமா? அவர்களும் தங்கள் கல்யாணப் பத்திரிகைகளை என்னைப் போல சும்மா சும்மா படித்துப் பார்த்திருப்பார்களா?

இந்த திருமணம் நிச்சயமானதிலிருந்தே எனக்குள் புதிதாக ஒரு படபடப்பான ஆர்வம் நுழைந்து விட்டது. முகூர்த்தப் புடவையை பீரோவில் இருந்து ஏழு தரம் ரகசியமாக எடுத்து எடுத்துப் பார்த்தாகிவிட்டது. வெள்ளைக் கல் வைத்த நெக்லசையும், புதிய வளையல்களையும் அறைக் கதவை சாத்தி விட்டு மூன்று முறை அணிந்து பார்த்து விட்டேன்.'

"என்ன வைதேகி... உனக்கு நீயே சிரிச்சுக்கறே?" என்றபடி கையில் ஒரு பெரிய எவர்சில்வர் தூக்குடன் அம்மா வந்தாள் உள்ளிருந்து.

"ஒண்ணுமில்லைம்மா" என்று வைதேகி மீண்டும் பத்திரிகை கவர்களுக்கு மஞ்சள் தடவத் துவங்கினாள்.

"அப்பா எங்க போனாரு? மிஷினுக்குப் போய் அரைச்சிட்டு வரச் சொல்லிருந்தேன். தலையை ஆட்டினாரு. ஆளைக் காணோம்..."

"ஆமாம் ரெண்டு வயசுக் குழந்தை பாரு, காணாமப் போறதுக்கு" என்றவாறு வெளியிலிருந்து கையில் இரண்டு மூன்று தபால்களுடன் உள்ளே வந்தார் விஸ்வநாதன்.

''நேத்து வெளில போயிட்டு வந்தப்போ முள்ளோ, கல்லோ குத்தியிருக்கு போலிருக்கு. சைக்கிளை எடுத்தா டயர்ல காத்தில்லை. போய் பங்ச்சர் ஓட்டிட்டு வர்றேன்.''

விஸ்வநாதன் கைவைத்த நாற்காலியை இழுத்து முற்றத்திற்கு அருகில் வெளிச்சமான இடமாய் பார்த்து போட்டுக்கொண்டு, மேல் துண்டால் அதைத் தட்டிவிட்டு அமர்ந்தார். சட்டைப் பாக்கெட்டில் இருந்து கண்ணாடிக் கூடை எடுத்துத் திறந்து, கண்ணாடி எடுத்து வேட்டி முனையால் துடைத்து விட்டு அணிந்து கொண்டு அந்த கடிதங்களைப் பார்த்தார்.

அம்மா எவர்சில்வர் தூக்கை ஓரமாக வைத்துவிட்டு அருகில் வந்து, ''யாரு எழுதியிருக்காங்க? ரேவதி போட்ருக்காளா பாருங்க'' என்றாள் ஆர்வமாக.

''இரு... பார்க்கறேன்ல? ரேவதி எழுதிருக்கா'' என்று அந்த இன்லண்ட் கடிதத்தை ஆட்காட்டி விரலால் கிழித்து, பிரித்துப் படித்தார்.

''வாய் விட்டுப் படிங்களேன்...''

அன்புள்ள அப்பாவுக்கு ரேவதி அனேக நமஸ்காரங்களுடன் எழுதிக்கொண்டது. நலம். நலமறிய அவா. வைதேகியின் கல்யாணப் பத்திரிகை வந்து சேர்ந்தது எல்லா ஏற்பாடுகளும் மும்முரமாக நடந்து கொண்டிருக்கும் என்று நினைக்கிறேன். கல்பனாவின் கல்யாணத்திற்கு நேரில் வந்து பத்திரிகை வைத்தது போல இந்த கல்யாணத்திற்கும் நேரில் வந்து பத்திரிகை வைத்து அழைப்பீர்கள் என்று எதிர்பார்த்ததாக என் மாமியார் சொன்னார். உங்கள் உடல் நிலையைப் பற்றியும், பயணம் செய்தால் ரத்த அழுத்தம் அதிகமாகி தொந்தரவாகி விடுவதைப் பற்றியும் எடுத்துச் சொல்லி நான் அவர்களை சமாதானப்படுத்தினாலும்,

அவர்களுக்கு லேசான வருத்தம் தான். கல்யாணத்திற்கு ஒரு வாரம் முன்பாகவே வரவேண்டும் என்று ஆசைதான் என்றாலும், அவருக்கு லீவு கிடைக்கவில்லை என்பதால் முதல் நாள் காலையில் நாங்கள் வந்து விடுகிறோம். அம்மாவுக்கு என் நமஸ்காரங்கள். வைதேகியை நான் மிகவும் கேட்டதாகச் சொல்லுங்கள்.

இப்படிக்கு,
உங்கள் அன்பு மகள் ரேவதி கோபாலன்.

“என்னங்க இது? கல்பனா கைக்குழந்தையை வச்சிக்கிட்டு முன்னாடியே வந்து தங்கறதுக்கு வசதிப்படாதுன்னு எழுதிட்டா. இவளும் இப்படி எழுதிருக்கா. சம்பந்தியம்மா தான் முட்டுக்கட்டை போட்டுருக்கணும்ன்னு நினைக்கிறேன். கொஞ்சம் சிரமம் பார்க்காம ஒரு ரயிலுக்குப் போயிட்டு, மறு ரயிலுக்கு திரும்பிடறீங்களா?'' என்றாள் அம்மா கவலையுடன்.

“விளையாடறியா நீ? கல்யாணத்துக்கு இன்னும் ஒரு வாரம் தான் இருக்கு. சத்திரம் புக் பண்ணி, பத்திரிகை அடிச்சி வச்சிருக்கேன். அவ்வளவுதான். இன்னும் எவ்வளவு வேலை பாக்கியிருக்கு. உள்ளூர்ல பத்திரிகை வைக்கறதுக்கு மட்டும் மூணு நாளாகும். மளிகை சாமான், காய்கறி சாமான் லிஸ்ட் இன்னும் போட்டப்பாடில்லை. ஒண்ணு ஒண்ணுத்துக்கும் நான் தானே போக வேண்டியிருக்கு. உன் புள்ளை பெங்களூர்லேர்ந்து ஏதோ போனாப் போகுதுன்னு கல்யாணத்துக்கு ரெண்டுநாள் முன்னாடி வர்றேன்னு எழுதியிருக்கான். பக்கத்தில இருந்து பொறுப்பு எடுத்துக்க வேண்டிய புள்ளைங்க எல்லாம், மாப்பிள்ளை வீட்டுக்காரங்க மாதிரி கடைசி நேரத்தில வர்றாங்களாம். ஆள் ஆளுக்கு ஒரு சாக்கு சொந்த தங்கச்சியோட கல்யாணமாச்சேன்னு யாருக்காவது அக்கறை இருக்கா?''

விஸ்வநாதன் படபடப்பாக பேசிவிட்டு அருகில் இருந்த ஜக்கில் இருந்து தண்ணீரை டம்ளருக்கு ஊற்றாமல் அப்படியே வாயில் ஊற்றிக் குடித்துவிட்டு வைத்தார்.

வைதேகி ஒருமுறை அப்பாவை நிமிர்ந்து பார்த்துவிட்டு மறுபடி மஞ்சள் தடவும் வேலையைத் தொடர்ந்தாள். அப்பாவின் கோபம் அரை நிமிடம் கூடத் தாங்காது என்று அவளுக்குத் தெரியும். அவள் எதிர்பார்த்தது போலவே...

துண்டால் வாயை ஒற்றிக்கொண்ட அப்பா,

''அவங்களை சொல்லிக் குத்தமில்லை. இன்னொரு வீட்டுக்குப் போன பிள்ளைங்க. அங்கே உள்ள சௌகரியங்களைப் பார்க்க வேண்டியிருக்கு. அங்க புருஷங்க சொல்றதை, பெரியவங்க சொல்றதை கேக்கவேண்டியிருக்கு. ரேவதிக்கும் சரி, கல்பனாவுக்கும் சரி... வைதேகின்னா அவ்வளவு பிரியம். இவளுக்கு ரெண்டு, மூணு எடம் தட்டிப் போறப்ப எல்லாம் எவ்வளவு வருத்தப்பட்டாங்க! முன்னாடியே வரணுங்கற துடிப்பு இல்லாமலா இருக்கும்? நீ சொல்ற மாதிரி நான் வேணும்னா சேலம் போய் நேர்ல ஒரு தடவை பத்திரிகை வச்சிட்டு, வர்றப்ப ரேவதியைக் கூட்டிக்கிட்டு, வந்துடட்டுமா நாகு?'' என்றார்.

இப்போது அம்மா பின்வாங்கினாள்.

''நான் சொல்றேங்கிறதுக்காக முடிவு பண்ண வேணாம் உங்க உடம்பு இடம் கொடுக்குமான்னு பார்த்துக்கங்க. கடைத் தெருவுக்கு போய்ட்டு வந்தாலே அக்கடான்னு அரை மணி நேரம் படுத்துக்கறீங்க.''

''என்ன பண்ணச் சொல்றே? வயசாய்டுச்சில்ல? கொஞ்சமா? அறுபத்தி நாலுடி! பஸ்சுன்னாதான் கொஞ்சம் சிரமம். ராத்திரி ஏற்காட்டுல போய்ட்டு, காலைல அங்க புறப்பட்டுடறேன். என்ன சொல்றே?''

''இல்லை, வேணாங்க. சேலத்துக்கு மட்டும் நேர்ல போய் பத்திரிகை வச்சா, அப்புறம் கோயமுத்தூருக்கு வரலையேன்னு அவங்களுக்கு வருத்தம் வந்துடும். நீங்க இன்னைக்கே சம்பந்தியம்மாவுக்கு ஒரு கடுதாசி விபரமா எழுதிப் போட்டுடுங்க - நேர்ல வர முடியாததை தப்பா

எடுத்துக்காம மாப்பிள்ளையையும், பொண்ணையும் முன் கூட்டி அனுப்பிச்சி வைங்கன்னு அவங்க வர்றபடி வரட்டும்."

"ஆமாம்ப்பா. எனக்கும் அதான் சரின்னு படுது. இப்ப நீங்க நேர்ல போறதால மட்டும் அக்காவை உங்ககூட அனுப்பிச்சி வைப்பாங்கன்னு என்ன நிச்சயம்? அம்மா சொல்ற மாதிரி தபால் எழுதிப் போட்டுடுங்க" என்றாள் வைதேகி.

விஸ்வநாதன் பெருமூச்சுடன் தலையை ஆட்டிக்கொண்டு அடுத்த கவரைப் பார்த்து,

"அட! மதுரைலேர்ந்து மாப்பிள்ளை எழுதியிருக்கார். அந்த லெட்டரைப் பிரிக்காம இதைப் பத்தியே பேசிக்கிட்டிருக்கேன் பாரு" என்று அந்த கவரை ஓரம் கிழித்து உள்ளிருந்து கடிதத்தை எடுத்தார்.

மதுரையிலிருந்து கடிதம் என்றதுமே வைதேகிக்குள் பறவைகள் இறக்கையடித்தன. தடவுவதை நிறுத்தி நிமிர்ந்து பார்த்தாள். விஸ்வநாதன் அவராகவே வாய் விட்டுப் படித்தார்.

"மதிப்பிற்குரிய மாமனார் அவர்களுக்கு எஸ். ராமச்சந்திரன் நமஸ்காரத்துடன் எழுதிக்கொண்டது இங்கு யாவரும் நலம். அங்கு அனைவரின் நலமறிய ஆவல். திருமணத்திற்கு வருகின்ற எனது நண்பர்கள் ஆறு பேருக்கு அன்றைய தினம் பாண்டியன் எக்ஸ்பிரஸில் பர்த் டிக்கெட்டுகள் ரிசர்வ் செய்து வைக்க வேண்டுமென கோருகிறேன். அவர்களின் பெயர்களை பின்புறம் எழுதியுள்ளேன். மேலும் அவர்கள் தங்குவதற்கு மண்டபத்திற்கு சமீபமாக நல்ல ஹோட்டலில் சிரமம் பார்க்காமல் ரூம்கள் போட்டு வைக்கவும் கோருகிறேன். மேலும் இங்கே எனது நண்பர்களும், உறவினர்களும் வைதேகியின் புகைப்படத்தைப் பார்க்க வேண்டும் என்று

ஆர்வப்படுவதால் உடன் வைதேகியின் ஃபோட்டோ ஒன்றை எனக்கு இன்றே தபாலில் அனுப்பி வைக்கக் கோருகிறேன். அத்தைக்கு என் வணக்கங்கள். இத்துடன் இணைத்துள்ள கடிதத்தை வைதேகியிடம் கொடுத்து விடுங்கள்''

என்று படித்து முடித்த அப்பா, புன்சிரிப்புடன் கவருக்குள் இருந்த மற்றொரு சிறிய கவரை எடுத்து,

''வைதேகி... இந்தாம்மா. உனக்கு ஸ்பெஷலா எழுதிருக்கார் மாப்பிள்ளை. உன் போட்டோ எதுவும் வச்சிருக்கியா?'' என்றார்.

''ஒரு வாரத்தில் கல்யாணம். அதுக்குள்ளே என்னத்துக்கு போட்டோ, கீட்டோ எல்லாம்?'' என்று முணுமுணுத்தாள் அம்மா.

''நீ இன்னும் அந்த காலத்திலேயே இரு. இதில ஒண்ணும் தப்பில்லை. என்ன வைதேகி, போட்டோ எதுவும் வச்சிருக்கியா?''

''டென்த் படிக்கிறப்ப எடுத்த பாஸ்போர்ட் சைஸ் போட்டோ தான் இருக்குப்பா. நல்லா இருக்காது. கல்பனா அக்கா கல்யாணத்துல குரூப்பா எடுத்தது இருக்கு.''

''அது வேணாம். தனியா வேற எதுவும் இல்லைன்னா... ஒண்ணு செய். போய் முகம் கழுவிக்கிட்டு, டிரெஸ் பண்ணிக்க போய் பக்கத்து ஸ்டூடியோல எடுத்துட்டு வந்துடலாம். ஆசையா கேட்டு எழுதிருக்காரு. அனுப்பலைன்னா நல்லா இருக்காது'' என்றார் அப்பா.

வைதேகி தனக்கு மாப்பிள்ளை எழுதிய தனிக் கடிதத்துடன் எழுந்து உள் அறைக்குச் சென்றதும், ''நாகு... மாப்பிள்ளை கொஞ்சம் விபரமானவர்தான்'' என்றார்.

"எதுக்கு அப்படி சொல்றீங்க?"

"அவர் ஃப்ரெண்ட்ஸுக்கு டிக்கெட் இங்கே ரிசர்வ் பண்ணச் சொல்லியிருக்காரே, இந்த ரிசர்வேஷனை இப்ப மதுரையிலயே செய்யலாம். கம்ப்யூட்டர் சிஸ்டம் வந்துடிச்சி. கல்யாண செலவோட செலவா மாமனார் செய்யட்டும்ன்னு நினைச்சிட்டார் போலிருக்கு" என்று சிரித்தார்.

"சும்மா எதாச்சும் சொல்லாதீங்க. அங்கயே ரிசர்வ் பண்ணலாம்ன்னு அவருக்கு தெரியுமோ, தெரியாதோ? நல்லவேளை. வைதேகியை வச்சிக்கிட்டு சொல்லாம இருந்தீங்களே" என்றாள் நாகேஸ்வரி.

"இது ஒரு பெரிய விஷயம்ன்னு சொல்ல வரலை நாகு. ஆனா இப்படி ஒண்ணு ஒண்ணா சேருது. இந்த கல்யாணத்தை என் சக்திக்கு மீறி தான் ஒத்துக்கிட்டிருக்கேன்னு உனக்கே தெரியும். நல்ல ஜனங்கதான். இல்லைங்கலை. சீர் வரிசை, செலவுன்னு வர்றப்ப கொஞ்சம் அவங்களுக்கு சாதகமா சாதிச்சுக்கப் பார்க்கறாங்க. எப்படியோ, வைதேகி நல்லபடியா குடித்தனம் பண்ணி சந்தோஷமா இருந்தா போதும். அதான் வேணும் எனக்கு. மெஷினுக்கு போகணும்ன்னியே, கொண்டா" என்று எழுந்துகொண்டார் விஸ்வநாதன்.

தனியறைக்குள் வந்த வைதேகி, சப்தமில்லாமல் கதவைச் சார்த்தி விட்டு, கட்டிலில் குப்புற விழுந்து தலையணையை அணைத்தபடி அந்த கவரை பிரித்துப் பார்ப்பதற்கு முன்பாக முதலில் அதை முத்தமிட்டாள்!

✲ ✲ ✲

2

அந்த கடித உறையின் மேல் எழுதப்பட்டிருந்த 'என் இனிய வைதேகிக்கு' என்னும் ஒற்றை வரியை மீண்டும் மீண்டும் படித்தாள். மனம் தித்தித்தது. வைதேகிக்கு தன்னிச்சையாக புன்னகை வந்தது.

'என்!' அதற்குள் என்ன ஒரு உரிமை! 'இனிய!' நான் இனியவள் என்று இவருக்கு தெரியுமாக்கும்!

'என் இனிய வைதேகிக்கு...' மூன்றே வார்த்தைகள்! அவை இவ்வளவு சுகம் தருமா? அதன் அர்த்தமும், எழுதினவரின் உரிமையும் சேர்ந்து இந்த பரவசத்தை தருகின்றன.

வைதேகிக்கு அந்த கடித உறையைக் கசமுசாவென்று ஓரம் கிழிக்க விருப்பமில்லாமல், நகம் வெட்டும் சிறிய கத்தரிக்கோல் எடுத்து வந்து சீராக வெட்டினாள். வாய் ஊதி, அதன் வாயை உப்ப வைத்து, உள்ளே படபடத்த கடிதத்தை வெளியில் எடுத்தாள்.

சலசலக்கும் மெல்லிய காகிதத்தில் பால்பாயிண்ட் பேனாவால் கடிதம் எழுதப் பட்டிருந்தது. அதைப் பிரித்துக் கொண்டு மீண்டும் கட்டிலில் கவிழ்ந்து படுத்துக் கொண்டாள் வைதேகி.

மீண்டும் 'என் இனிய வைதேகிக்கு' என்று கடிதம் துவங்கியது.

'சுகமா? நான் உடலளவில் சுகம். ஆனால் மனதில் சுகமில்லை. காரணம் நீ. உன்னை பெண் பார்த்துவிட்டு வந்து இன்றோடு இருபத்தி மூன்று நாட்களாகின்றன. இந்த நாட்களில் என் இயல்பான உறக்கம் முழுக்க கெட்டுப் போய்விட்டது. எல்லாம் உன்னால் தான். படுக்கையில் படுத்து இமைகளை மூடினால், மனதிற்குள்ளே வந்து உட்கார்ந்து கொண்டு நீ சிரிக்கிறாய். தெற்றுப் பல் தெரிய நீ சிரிக்கும் அந்த சிரிப்பு என்னை பாடாய் படுத்தி விடுகிறது. அன்றைக்கு உன்னை பெண் பார்த்துவிட்டு, உன்னோடு தனிமையில் சில வார்த்தைகள் பேச விரும்பி, உன் அம்மா சம்மதிக்காமல், பிறகு உன் அப்பா அவர்களை சமாதானப்படுத்தி சந்திக்க அனுமதித்த பின்... அந்த நம் தனிமையான சந்திப்பை என் மனம் வரலாற்றுப் பொக்கிஷமாக பத்திரப்படுத்தி விட்டது. உன்னிடமிருந்து ஒவ்வொரு வார்த்தையையும் வரவழைப்பதற்குள் நான் என்ன பாடுபட்டேன்!'

கால்களை முன்னும், பின்னும் அசைத்துக் கொண்டே ஒரு கையால் தன் கழுத்துச் சங்கிலியை உயர்த்தி, அதை பல்லால் கடித்துக் கொண்டே கடிதத்தை படித்துக் கொண்டிருந்த வைதேகி, அந்த சந்திப்பை நினைத்துப் பார்த்தாள்.

உள் அறையில் இருந்த வைதேகி, ஊரிலிருந்து வந்திருந்த தன் அண்ணி கௌசல்யாவிடம் பேசிக் கொண்டிருக்க, அப்பா உள்ளே வந்தார்.

கௌசல்யா உடனே எழுந்து நின்றுகொள்ள, "என்ன சொல்றா வைதேகி? மாப்பிள்ளையை பிடிச்சிருக்கமா?" என்றார்.

"அவளுக்கு என்ன தெரியும் மாமா? நாம எல்லாம் பார்த்து, இது சரின்னு சொன்னா தலையாட்டப் போறா" என்றாள் மருமகள்.

"அது சரி. நாளைக்கு வாழப் போறது அவதானேம்மா! அவ சம்மதமும் இதில் முக்கியம் தான் வைதேகி, சொல்லும்மா. சும்மா தைரியமா சொல்லு. உனக்கு மாப்பிள்ளையை பிடிச்சிருந்தா பிடிச்சிருக்குன்னு சொல்லு பிடிக்கலைன்னா பிடிக்கலைன்னு மனசு விட்டு சொல்லிடு. வேற இடம் பார்க்கலாம்."

வைதேகியின், குனிந்திருந்த தலையை மோவாயைத் தொட்டு நிமிர்த்திய கௌசல்யா,

"எனக்கு இப்படி ஒரு அப்பா கிடைக்கலை வைதேகி! உங்க அண்ணனை நான் கல்யாணம் பண்ணிக்கிட்டப்போ உனக்கு பிடிச்சிருக்கான்னு யாராச்சும் என்னை ஒரு வார்த்தை கேட்டிருக்கணுமே. ம்கூம். மாமா கேக்கறாரில்லே பதில் சொல்லு" என்றாள்.

வைதேகிக்கு என்ன பதில் சொல்வதென்றே தெரியவில்லை. கூடத்திற்குப் போகும் முன்னால் ஒரு தடவை தூரத்தில் இருந்து பார்த்தது தான்.

வெள்ளை முழுக்கை சட்டையும், வெள்ளை வேட்டியும் கட்டியிருந்தார். தனது மாநிறத்தை மறைக்க முகத்தில் ரோஸ் பவுடர் போட்டிருந்தது பளீர் என்று தெரிந்தது. மிக அடர்த்தியான புருவங்களும், மீசையும் ஒரு முரட்டுத்தனத்தைக் கொடுத்திருந்தது.

விரிக்கப்பட்ட ஜமுக்காளத்தில் அமர்ந்து பாட்டு பாடியபோது ஒருமுறைகூட நிமிர்ந்து பார்க்கவில்லை. எல்லோரின் பார்வையும் தன் மேலேயே இருக்கும் என்பதை உணர்கிறபோது ஏற்பட்ட குறுகுறுப்பில் யாரையுமே நிமிர்ந்து பார்க்கத் தோன்றவில்லை.

அப்புறம் உள்ளே வந்து விட்டாள். அந்த ஒரே ஒருமுறை பார்த்ததை வைத்து என்ன சொல்வது என்பது அவளுக்குப் புரியவில்லை. அவரை நிச்சயமாக அழகானவர் என்று சொல்ல முடியாது. 'அய்யோ! என்ன மூஞ்சி இது?' என்று ஒதுக்கவும்

முடியாது. அந்த முகத்தில் ஒருவித களையும், கம்பீரமும் இருக்கத்தான் செய்தது.

"அவங்க என்ன சொன்னாங்கப்பா?" என்றாள் வைதேகி.

"மாப்பிள்ளை பையனுக்கும் சரி, கூட வந்தவங்களுக்கும் சரி, உன்னைப் பிடிச்சிப்போன மாதிரிதான் தெரியுது. ஆனா இன்னமும் வாய் விட்டுச் சொல்லலை."

"நான் சம்மதிச்சா மட்டும் நடந்துடுமாப்பா? ஏற்கனவே ரெண்டு பேர் வந்து பார்த்துட்டு போகலையா? என்னை கேட்டீங்க. பிடிச்சிருக்குன்னு சொன்னேன். வேற வேற பிரச்சனைகளால அமையாம போய்டுச்சி. அதனால உங்களுக்கு சரின்னுபட்டா எனக்கு சரிதான்ப்பா" என்றாள் வைதேகி.

"வைதேகி, நமக்குள்ளே உடைச்சிப் பேசிடறதில தப்பில்லைம்மா. இந்த மாப்பிள்ளையைப் பொறுத்தவரைக்கும் உன் நிறத்தை விட கொஞ்சம் கம்மிதான். சொந்த வீடு இருக்கு. ஃப்ரெண்ட்ஸோட சேர்ந்து கூட்டா ஜவுளி வியாபாரம் பண்றாரு. கடைக்கும் அழைச்சிட்டுப் போய் காட்டினாங்க. முக்கியமான தெருவில கடை நல்லா 'ஜே ஜே'ன்னு கூட்டம். இன்னும் ரெண்டு இடத்துல பிராஞ்ச் திறக்கப் போறாங்களாம். சம்பாதிக்கிற திறமை உள்ளவரு. உன் ரெண்டு அக்காவையும் வேலைக்குப் போற மாப்பிள்ளைகளா பார்த்து கொடுத்துட்டேன். இன்னும் ரெண்டு பேரும் சொந்த வீடு கட்டிக்கலை. வருமானத்துக்கும், செலவுக்கும் சரியாப் போய்டுதுன்னு வர்றப்பல்லாம் புலம்பறதை நீயே கேட்டிருக்க. இங்க அந்த பிரச்சனை இல்லை. நிம்மதியான இடம். மேலே மேலே முன்னேற்றம்தான். இதெல்லாம் யோசிச்சுதான் பையன் கொஞ்சம் சுமாரா இருந்தாலும் பரவாயில்லைன்னு அவங்களை வரச் சொன்னேன்" என்றார் விஸ்வநாதன்.

"மாமா, நீங்க இவ்வளவு தூரம் எதுக்காக சொல்றீங்கன்னு எனக்குப் புரியவே இல்லை. அவ உள்ளே வந்ததுமே

என்கிட்ட என்ன சொன்னா தெரியுமா? 'மீசைதான் கொஞ்சம் பெரிசா வச்சிருக்கார். கல்யாணத்துக்கப்புறம் ட்ரிம் பண்ணச் சொல்லணும்'ன்னு சொன்னா! பிடிக்காமலா இந்த வார்த்தை வருது?'' என்றாள் கௌசல்யா.

''அய்யோ! சும்மா இருங்கண்ணி'' சிணுங்கினாள் வைதேகி.

''அப்படியா? சரி. மாப்பிள்ளை உங்கூட கொஞ்சம் தனியா ஏதோ பேசணுமாம். உங்கம்மா வேணாம்னா. நான் அவளை சமாதானப்படுத்திட்டேன். கௌசல்யா, நீ கொஞ்சம் வந்துடும்மா வெளில. அவரை வரச் சொல்லலாம்'' என்றார் அப்பா.

''அப்பா! என்னப்பா இது, அதெல்லாம் எதுக்குப்பா?''

''அவ சும்மா சிணுங்கறா. நீங்க அனுப்பி வைங்க மாமா'' என்றாள் கௌசல்யா.

''வைதேகி, என்கிட்ட சொன்னதையே அவர்கிட்டயும் சொல்லிடு. மீசையை ட்ரிம் பண்ணிக்கிட்டு வந்தா தான் கல்யாண மேடையில உக்காருவேன்னு சொல்லிடு. என்ன?'' சிரித்துவிட்டு வெளியே நடக்க...

வைதேகிக்கு படபடப்பாகி, உடம்பெங்கும் வியர்த்துவிட்டது. சில நிமிடங்களில் ராமச்சந்திரன் அறையின் வாசலில் தொங்கிய திரையை விலக்கிக்கொண்டு உள்ளே வந்ததும், விருட்டென்று இவள் எழுந்துகொண்டாள்.

''பரவால்லை, உக்காரு'' என்று சொல்லிவிட்டு, ஒரு தனி நாற்காலியில் அமர்ந்து கொண்டு அவளைப் பார்த்தான். அவள் அமராமல் நின்று கொண்டேயிருந்தாள்.

வைதேகி அவனை நிமிர்ந்து பார்க்க, அவன் தன்னைப் பார்த்துக் கொண்டிருப்பதை பார்த்து, ஏதோ குற்றம் செய்துவிட்டதைப் போல தன் பார்வையை திருப்பிக்கொண்டாள்.

கை விரல்கள் அனாவசியமாக பின்னிக்கொண்டன.

"வைதேகி, ஏன் இவ்வளவு டென்ஷனா இருக்கே? ரிலாக்ஸ்டா இரு. சும்மா உக்காரு, சொல்றேன்."

"பரவால்லை" என்றாள் அவனைப் பார்க்காமல்.

"இது ஒண்ணும் இன்டர்வியூ இல்லை வைதேகி. சும்மா சாதாரணமா பேசலாம்ன்னுதான் நினைச்சேன். என்ன படிச்சிருக்கே நீ?"

"ப்ளஸ் டூ!"

"ஏன், மேல படிக்கலையா?"

"அப்பா போதும்ன்னு சொல்லிட்டாரு."

"மதுரைக்கு வந்திருக்கியா?"

"சின்ன வயசில வந்திருக்கேன்."

"கதை புஸ்தகம் எல்லாம் படிப்பியா?"

"ம்."

"சினிமா பார்ப்பியா?"

"கடைசியா என்ன சினிமா பார்த்தே?"

"உத்தம புத்திரன். பக்கத்து வீட்ல கேபிள் டி.வில போட்டாங்க."

"மதுரையில நம்ம வீட்ல டி.வி. இருக்கு. டெக் இனிமே தான் வாங்கணும். சரி. என்னை உனக்கு பிடிச்சிருக்கா?"

இதுவரை இயல்பாக பேசிக்கொண்டு வந்த வைதேகி, ஸ்விட்ச் போட்டது போல மௌனமானாள்.

"வைதேகி, உன்னை எனக்கு பிடிச்சிருக்கு. நான் சொல்லிட்டேன். அதுமாதிரி நீ என்ன நினைக்கறேன்னு நான் தெரிஞ்சுக்க வேணாமா? சொல்லு."

எச்சில் விழுங்கினாள். தர்மசங்கடமாக உணர்ந்தாள்.

"வெக்கமா இருக்கா சொல்றதுக்கு? சரி, சொல்ல வேணாம். தலையை மட்டும் ஆட்டு. உனக்கு என்னைப் பிடிச்சிருக்கா?"

வைதேகி மௌனமாக தலையை அசைத்தாள். ராமச்சந்திரன் எழுந்து கொண்டான்.

"ஒரு தடவை என் முகத்தை நேரா பார்த்து சிரிக்கக் கூடாதா?" என்றான்.

வைதேகி குனிந்த தலை நிமிரவே இல்லை. "சரி, சரி. டென்ஷனாக வேண்டாம். நீ சிரிச்சுட்டதா நான் நினைச்சுக்கறேன். உங்கப்பாகிட்ட சொல்லி முகூர்த்த தேதியை சீக்கிரத்துல வைக்கச் சொல்லு. என்ன?"

ராமச்சந்திரன் வெளியே சென்ற பிறகுதான் அவளுக்கு சீராக மூச்சு வந்தது. மனதிற்குள் ஒரு புதிய கிளுகிளுப்பு வந்து குடியேறியிருந்தது.

***

'அது சரி. நான் தெற்றுப்பல் தெரிய சிரித்ததை இவர் எப்போது பார்த்தார்? நான் அண்ணியிடம் எதையாவது சொல்லி சிரித்திருப்பேன். அப்போது ரகசியமாக பார்த்திருக்க வேண்டும்' என்று நினைத்துக் கொண்ட வைதேகி, மேற்கொண்டு கடிதத்தை படிக்கத் துவங்கினாள்.

'இந்த இன்ப அவஸ்தை உனக்கும் நிகழ்ந்து கொண்டிருக்கிறதா வைதேகி? வைதேகி, பகட்டில்லாத உன் எளிமையான அழகு என்னை மிகவும் கவர்ந்து விட்டது.

எவ்வளவு அடர்த்தியான கூந்தல் உனக்கு! என் அம்மா அது ஒரிஜினல்தானா என்று சந்தேகப்பட்டு உன் அண்ணியை விசாரித்தார்களாம். கூந்தல் சமாச்சாரம் என்பதால் என் அம்மா தன் சந்தேகத்தை தீர்த்துக்கொண்டு விட்டார்கள் அதேபோல எனக்கு ஏற்பட்ட ஒரு சந்தேகத்தை உன்னைத் தவிர வேறு யாரையும் கேட்டு தெளிவு பெற முடியாது! -

உன்னையும் இப்போது கேட்கவும் முடியாது. முதலிரவு போது தான்! புரிகிறதா?'

வைதேகிக்கு புரிந்து போய், "அய்யோ! ச்சீ!" என்று வாய் விட்டே சொல்லிவிட்டாள்.

வைதேகி, உன்னிடம் நான் பார்த்தவரை ஒரே ஒரு குறைதான் தென்பட்டது. பாட்டி போல முழுக் கழுத்தையும் மூடியது போல ஜாக்கெட் போட்டிருந்தாய். எத்தனை வகையான கழுத்து கட்டிங்க்ஸ் உள்ளது! திருமணத்திற்கு தைக்கும் ஜாக்கெட்டுகளை டிசைன் கழுத்துடன் தைத்துக்கொள்.

இந்த கடிதத்திற்கு நீ உடனே பதில் எழுத வேண்டும். அத்தோடு உன் புகைப்படமும் வேண்டும். அனுப்புகிறாயா? அப்புறம் ஒரு முக்கியமான விஷயம்.

உன் அப்பாவிடம் பேசும்போது மதுரையில் நாங்கள் வரவேற்பு வைப்பதாக இல்லை என்று சொல்லியிருந்தோம்.

ஆனால், ரிஸப்ஷன் வைத்தாக வேண்டும் என்று என் நண்பர்கள் வற்புறுத்துவதால், வீட்டின் வாசலிலேயே பந்தல் போட்டு ரிஸப்ஷன் வைப்பதாக தீர்மானித்துள்ளோம். ரிஸப்ஷனுக்காக எனக்கு சூட், கோட் தைக்க வேண்டியுள்ளது. அதற்காக ஆயிரம் ரூபாய் உன் அப்பா தர வேண்டியிருக்கும் என்று என் அம்மா எழுதச் சொன்னார்கள். நீ சொல்லி விடவும்.

இப்படிக்கு,
ஆசை முத்தங்களுடன்
எஸ். ராமச்சந்திரன்.

வைதேகிக்கு அந்த ஆசை முத்தங்களில் லேசான கசப்பு இருந்தது.

✲ ✲ ✲

3

சமையலறையில் காரியமாக இருந்த அம்மாவிடம் வந்தாள் வைதேகி. அம்மா அடுப்பில் கிளறிக் கொண்டே இவளை திரும்பிப் பார்த்தவள், “என்னம்மா, இன்னும் முகம் கழுவிக்கலையா? ஃபோட்டோ ஸ்டூடியோவுக்கு அழைச்சிட்டுப் போறேன்னாரே அப்பா...” என்றாள்.

“அப்படி அர்ஜெண்டா ஃபோட்டோ எடுக்கணுமாம்மா?”

“மாப்பிள்ளை ஆசையா கேட்டிருக்காரு. இதில ஒண்ணும் தப்பில்லைன்னு அப்பாவே சொல்லிட்டாரே. அப்புறம் என்ன?” கிளறிக் கொண்டிருக்கும் உப்புமாவில் இருந்து கொஞ்சம் எடுத்து ஒரு தட்டில் போட்டு அவளிடம் நீட்டி, “உப்பு சரியா இருக்கான்னு பாரு” என்றாள்.

கொஞ்சம் எடுத்து வாயால் ஊதி சூட்டை தணித்து சாப்பிட்டுப் பார்த்து, “இன்னும் ஒரு அரைக் கரண்டி போடும்மா” என்ற வைதேகி, “அம்மா, நான் தப்பு, தப்பில்லைங்கறதுக்காக சொல்லலை. ஃபோட்டோ அனுப்ப எனக்கு என்னவோ பிடிக்கலைம்மா” என்றாள்.

“ஏண்டி, அப்பா சொன்னப்ப கூட சரின்னு சந்தோஷமா தானே தலையை ஆட்டிட்டு ரூமுக்குள்ளே போனே... அதுக்குள்ள என்ன ஆச்சி?”

தனக்கு எழுதப்பட்ட அந்த கடிதத்தைக் கையில் பிடித்தபடி, அதையே குனிந்து பார்த்துக்கொண்டு மௌனமாக நின்றாள் வைதேகி.

"என்ன வைதேகி, மாப்பிள்ளை லெட்டர்ல நீ வருத்தப்படற மாதிரி ஏதாச்சும் எழுதியிருக்காரா?"

"அப்பாகிட்ட சொல்லச் சொல்லி ஒரு விஷயம் எழுதியிருக்கார். அதை எப்படி அப்பாகிட்ட சொல்றதுன்னு எனக்கு புரியலைம்மா."

"அப்படி என்ன எழுதிருக்கார்?"

"முதல்ல கல்யாண வரவேற்பு எதுவும் மதுரையில வைக்கப் போறதில்லைன்னு இங்கே சொன்னாங்க இல்லே... அவரோட ஃப்ரெண்ட்ஸ் எல்லாம் கட்டாயப்படுத்தறதால வீட்டு வாசல்லேயே பந்தல் போட்டு வரவேற்பு வச்சிடலாம்ன்னு முடிவு செஞ்சிருக்காங்களாம்."

"கல்யாணம் மெட்ராஸ்ல நடக்கறதால மதுரையிலேர்ந்து அவங்களுக்கு வேண்டிய எல்லாரும் செலவு பண்ணிக்கிட்டு வரமுடியாது அவங்களை எல்லாம் கூப்புட்டு, விருந்து கொடுக்கணும்ன்னு நினைச்சி முடிவு பண்ணிருக்காங்க போலிருக்கு. இதில் வருத்தப்பட்றதுக்கு என்ன இருக்கு வைதேகி?"

"அதில்லைம்மா. வரவேற்புக்காக அவர் சூட், கோட் தெச்சுக்கப் போறாராம். அதுக்காக தனியா ஒரு ஆயிரம் ரூபா அப்பா தரவேண்டியிருக்கும்ன்னு அவங்கம்மா எழுதச் சொன்னதா எழுதியிருக்கார்."

நாகேஸ்வரிக்கு அதிர்ச்சியாக இருந்தாலும், அதை தன் மகளிடம் காட்டிக்கொள்ளக் கூடாதென்று மிகவும் பிரயத்தனப்பட்டாள்.

"இவ்வளவுதானேம்மா? இதுக்கு போய்தானா இப்படி கலங்கினே? நம்ம மாப்பிள்ளைக்கு செய்யாம வேற யாருக்கு செய்யப் போறோம்? கொடுத்துட்டாப் போகுது!"

“ஏம்மா, என்னை என்ன எதுவுமே புரியாத சின்ன குழந்தைன்னு நினைச்சியா? எதை எதை அடகு வச்சி, யார் யார்கிட்ட பணம் புரட்டி இந்த கல்யாண ஏற்பாடுகளை அப்பா செஞ்சிட்டிருக்கார்ன்னு எனக்கு தெரியாதாம்மா? இதில திடீர்ன்னு இன்னொரு ஆயிரம் ரூபா செலவுன்னா சும்மாவா இருக்கு? இவங்களை வரவேற்பு வைக்கச் சொல்லி நாம எதுவும் கேட்டமா?” என்றாள் வைதேகி கோபமாக.

“எதுக்காக இப்ப அர்த்தமில்லாம கோபப்பட்றே நீ? உனக்கு ரொம்ப தெரியுமா? அப்பாகிட்ட சொல்லச் சொல்லி எழுதியிருந்தா, சொல்றதோட நிறுத்திக்கோ. அதை செய்ய முடியுமா, முடியாதான்னு நீ எதுக்கு கவலைப்பட்றே? இப்ப என்னத்தை அடகு வச்சிட்டாங்க? ஒவ்வொரு கல்யாணத் தப்பவும் செய்யறதுதான். ஒரு பெரிய செலவுன்னு வர்றப்ப கடன் வாங்கறதுங்கறது எல்லாருமே செய்யற காரியம் தான். அரசாங்கமே கோடி கோடியா கடன் வாங்கலையா? இதுக்கு தான் உன்னை எல்லாம் வச்சிக்கிட்டு எல்லா நல்லது, கெட்டதுகளையும் பேசக்கூடாதுன்னு சொல்றது. மாப்பிள்ளை ஆசையா உனக்கு கடுதாசி போட்டிருக்காரேன்னு அதை நினைச்சு சந்தோஷப்பட்றதை விட்டுட்டு, இப்படி ஆத்திரப்பட்டுப் பேசறது கொஞ்சம்கூட நல்லாயில்லை வைதேகி!”

“அதில்லைம்மா. நீ ஆயிரம் சொல்லு, தபால்ல இப்படி எழுதியிருந்ததை படிச்சதும் என் மனசில ஒரு மாதிரியாய்டுச்சிம்மா. இலை போட்டு, எல்லாம் வகையா பரிமாறிட்டு, கடைசியில ஓரத்தில நரகலை வச்ச மாதிரி ஒரு கசப்பு வருதும்மா. இதிலேர்ந்து அவர் குணம் தெரியுதில்லே?”

“அவர் குணம் என்னத்தை கண்டுட்டே நீ? அம்மா எழுதச் சொன்னாங்கன்னு தானே எழுதியிருக்கார்ன்னு சொன்னே.”

“அம்மா சொன்னா... இவருக்கு நியாயம், அநியாயம் தெரியாதா? இல்லைம்மா, நேர்ல பேசாத ஒண்ணை இப்ப

கேக்கறது முறையில்லை. நான் அப்படி எழுதமாட்டேன்னு சொல்லலாமில்லே?''

''அவர் சொன்னாரு, சொல்லலைன்னு உனக்கு தெரியுமா?''

''அதான் எழுதிட்டாரே!''

''அம்மா வற்புறுத்தினதுக்காக வேண்டா வெறுப்பா எழுதிருக்கலாம்!''

''சும்மா நீ என்னை சமாதானம் செய்யறதுக்காக விதண்டாவாதம் செய்யறேம்மா.''

''இல்லை வைதேகி. ஆரம்பத்திலயே ஒரு வெறுப்பான நினைப்பை நீ மனசில பதிச்சுக்கக் கூடாதுன்னுதான் இவ்வளவு தூரம் சொல்றேன். வைதேகி, நீ சின்னப் பொண்ணும்மா. பக்குவம் பத்தலை. இந்த மாதிரி லௌகீக விஷயங்கள் எல்லாம் ஒரு கல்யாணத்துல இருக்கத்தான் செய்யும். மாப்பிள்ளை வீட்டுக்காரங்கன்னா கொஞ்சம் இப்படி எல்லாம் கெடுபிடி செய்யத்தான் செய்வாங்க. இதெல்லாம் உனக்கு புரியாது.''

''புரியாம இல்லைம்மா. கல்யாண செலவு நம்மளோடது. வரவேற்புங்கறது அவங்க விருப்பத்துக்கு வச்சிக்கறது. முழுக்க அவங்க செலவுதானே?''

''இல்லைம்மா. வரவேற்பு வச்சா, மாப்பிள்ளைக்கு டிரஸ் பொண்ணு வீட்டுக்காரங்க எடுத்துக்கொடுக்கறது தான் பழக்கம்.''

''சரிம்மா. நாமதான் எடுத்துக் கொடுக்கணும்ன்னே வச்சிக்க. நாம கல்யாணத்தை மண்டபம் வாடகைக்கு பிடிச்சு நடத்தற மாதிரி அவங்க அங்கே கல்யாண மண்டபம் பிடிச்சி, கிராண்டா வரவேற்பு வச்சாலாவது கோட், சூட் கேக்கறது நியாயம். அது செலவாகும்ன்னுதானே சிம்பிளா வீட்டு வாசல்லேயே வரவேற்பு ஏற்பாடு பண்ணிருக்காங்க? இந்த வரவேற்புக்கு ஒரு சாதாரண பேண்ட், சட்டை போதாதா? எதுக்காக கோட், சூட்டுன்னு ஆடம்பரம்? நூத்துக்கு எண்பது

பேர் வரவேற்புக்குன்னு தைக்கிற கோட்டை அப்புறம் வாழ்நாள்ல போட்றதே இல்லை!''

''உன்னோட மல்லுக்கு நிக்க எனக்கு முடியாதுடி. உங்கப்பா கல்யாணத்தில் நிச்சயதார்த்த வேட்டில ஜரிகை கம்மின்னு கல்யாணப் பந்தல்ல வச்சி ஒரு கத்து கத்தினாரு பாரு, நான் பயந்தே போய்ட்டேன், எவன் கட்டுவான் இதைன்னு அப்படியே தூக்கி வீசினாரு. நல்லா ஞாபகம் இருக்கு. காரெடுத்துக்கிட்டு போய் ஒண்ணுக்கு ரெண்டு வேட்டியா வாங்கிட்டு வந்து வச்சதுக்கப்புறம் தான் ஓரளவு சமாதானம் ஆனாரு!''

வைதேகி, தன் அப்பாவா அப்படிச் செய்தார் என்று ஆச்சரியமாக நிமிர்ந்து அம்மாவின் முகத்தைப் பார்த்தாள்.

''அவரையே கேட்டுப் பாரு, சொல்வார். அப்புறம் நூறு தடவை அதை சொல்லிச் சொல்லியே சிரிச்சுட்டோம் நாங்க. மாப்பிள்ளை ரொம்ப முரடா இருப்பார் போலிருக்கேன்னு எவ்வளவு பயந்துட்டேன் தெரியுமா? அப்புறம் தானே தெரிஞ்சது அது மனசு இல்லை, இலவம் பஞ்சுன்னு!''

''பின்னே எதுக்கு அந்த ஆர்ப்பாட்டம்?''

''மாப்பிள்ளை ஜபர்தஸ்து காமிக்கிறது தான்! அதில ஒரு குஷி.''

''அடுத்தவங்க மனசை ரணமாக்கி சந்தோஷப்பட்றதுல என்ன குஷியோ? ஆனாலும் எனக்கு மனசு கஷ்டமா இருக்கும்மா. அம்மாவே சொல்லியிருந்தாலும், அவர் இப்படி எழுதியிருக்கக் கூடாதுன்னுதான் படுது. அதுவும் மொத மொதல்ல எனக்கு எழுதற கடுதாசியிலயே இப்படி...''

சலிப்போடு சொல்லிவிட்டு பின்புறத்திற்கு நடந்த மகளை கவலையோடு பார்த்து பெருமூச்சுவிட்டாள் நாகேஸ்வரி.

விஸ்வநாதன், எழுதி முடித்த ஒரு இன்லண்ட் கடிதத்துடன் சமையலறைக்குள் வந்து, சோற்றுக் கிண்ணத்தை திறந்து

எடுத்து, அங்கேயே வைத்து அதை ஒட்டியபடி, "சேலம் சம்பந்தியம்மாவுக்கு நீ சொன்ன மாதிரியே கையோட கடுதாசி எழுதிட்டேன் நாகு" என்றார்.

"சரிங்க. அப்புறம்..." தயங்கிய நாகேஸ்வரி, "மாப்பிள்ளை, வைதேகிக்கு எழுதின கடுதாசில..."

"எல்லாம் நின்னு கேட்டுக்கிட்டுதான் இருந்தேன்" என்றார் மெதுவாக.

"என்னமோ மனசில வாங்கிக்கிட்டு படபடன்னு பேசறா அவ."

"அப்பாவோட கஷ்டம் புரியுது. நியாயம் புரியுது. பேசறா. அதுக்குதான் நான் நம்ம கல்யாணத்துல குதிச்சேன்னு சொல்லி சமாதானப்படுத்திட்டியே நாகு."

"அதொண்ணும் ரகசியம் இல்லையே. வீட்டுக்கு வர்றவங்ககிட்டே நீங்களே சொல்லி சிரிச்சிருக்கீங்களே..."

"நீ சொன்னது தப்புன்னு நான் சொல்லலை இப்போ. ஆனா நான் மனசில என்ன நினைச்சேனோ, அதை எல்லாம் அவளே பேசிட்டா. ஆனா அதிலயும் ஒரு சௌகரியம் இருக்கு பாரு. பணம் கொடுக்க வேண்டியிருக்கும்ன்னு தான் எழுதிருக்காரு. உடனே மணியார்டர்ல அனுப்பி வைங்கன்னு எழுதலை. அந்த வரைக்கும் சந்தோஷப்பட்டுக்க நாகு."

அவர் நொந்து போய் பேசுவதை உணர்ந்த நாகேஸ்வரியின் கண்களில் கண்ணீர் துளிர்த்தது.

"இன்னொரு ஆயிரம் ரூபா புரட்டறது சிரமமா இருக்குமாங்க?"

"கல்யாணம் முடிச்சி, பொண்ணை ரயிலேத்தி விட்டுட்டு வீட்டுக்கு வந்து ஒவ்வொரு பில்லா எப்படி செட்டில் பண்ணலாம்ன்னு ஆயிரத்தெட்டு கணக்கு போட்டு பார்த்திட்டிருக்கேன் நாகு. அதோட இதுக்கும் சேர்த்து கணக்கு போட்டுடலாம். விடு, அவ வர்றா. அவளுக்கு முன்னாடி கண்ணைக் கசக்கிக்கிட்டு நிக்காதே" என்ற விஸ்வநாதன்,

உடனே குரலை உற்சாகமாக மாற்றிக் கொண்டு, ''என்ன வைதேகி, ஃபோட்டோ எடுத்துக்கிட்டு வந்துடலாமா? நாகு வீட்ல பூ இல்லையா?'' என்றார்.

''இல்லைங்க. வழியில வாங்கி தலை நிறைய வச்சிக்கச் சொல்லி அப்புறம் ஃபோட்டோ எடுக்க சொல்லுங்க.''

விஸ்வநாதனும், வைதேகியும் கடைத்தெருவில் அருகருகாக அமைதியாக நடந்து கொண்டிருக்க...

''வைதேகி, அம்மா எல்லாம் சொல்லிட்டா. அசடாட்டம் நீ ஏதோ ஆத்திரமா பேசினியாமே? அன்னைக்கே வரவேற்பு வைங்கன்னு நானே வற்புறுத்தி சொன்னேன். உனக்கு தெரியாது. நீ உள்ளே இருந்தே. எங்க மாப்பிள்ளையை சூட்டு, கோட்டுல பார்க்கணும்ன்னு எங்களுக்கு ஆசையா இருக்காதான்னு கூட கேட்டேன். இது ஒரு பெரிய விஷயம் இல்லை. இரு பூ வாங்கிக்கலாம்.''

விஸ்வநாதன், நடைபாதை பூக்கடையில் ஐந்து ரூபாய்க்கு மல்லிகைச்சரம் வாங்கித்தர, வைதேகி அங்கேயே ஓரமாக நின்று தலையில் வைத்து ஹேர்ப்பின் செருகிக் கொண்டாள்.

ஃபோட்டோ ஸ்டூடியோவில் அந்த போட்டோகிராபர், செயினை எடுத்து வெளியில் விட்டுக்கொள்ள சொன்னபோது எரிச்சலாக வந்தது.

''பரவாயில்லை, அப்படியே எடுங்க'' என்றாள்.

''இன்னும் கொஞ்சம் சிரிச்சா நல்லா இருக்கும்.''

''சிரிக்கற வரைக்கும் எடுங்க மிஸ்டர்'' என்றாள்.

''எனக்கு சாயங்காலத்துக்குள்ள அவசியம் வேணும். லாஸ்ட் கிளியரன்ஸுக்குள்ள தபால்ல இந்த ஃபோட்டோவை என் மாப்பிள்ளைக்கு அனுப்பியாகணும்'' என்று அப்பா அவனிடம் குழைந்தபோது, சங்கடத்துடன் எரிச்சலும் மேலிட்டது.

வீட்டிற்கு வந்ததும் அப்பா,

“வைதேகி, சும்மா இருக்கிறப்ப மாப்பிள்ளைக்கு ஒரு பதில் எழுதி வச்சிடு. ஃபோட்டோ வந்ததும் ரெண்டையும் சேர்த்து இன்னைக்கே போஸ்ட் பண்ணிடலாம்’’ என்றார்.

தனியறைக்கு வந்த வைதேகி, காகிதமும், பேனாவும் எடுத்து வைத்துக் கொண்டு அமர்ந்தாள்.

என்னவென்று எழுதுவது? சற்றே யோசித்தாள் விறுவிறுவென்று எழுதத் துவங்கினாள்.

‘அன்புள்ள என் வருங்காலக் கணவருக்கு, வைதேகி எழுதிக்கொண்டது. நலம். நலமறிய ஆவல். தங்கள் கடிதம் கிடைத்தது. அதன்படி இத்துடன் புகைப்படம் இணைத்து அனுப்பியுள்ளேன். அப்பாவிடம் தெரிவிக்கச் சொன்ன விஷயத்தை தெரிவித்துவிட்டேன். எதையும் மனதிற்குள் மூடி வைக்காமல் வெளிப்படையாக சொல்லிவிடுவது எனக்கு பிடிக்கும். அதனால் இதை எழுதுவதற்காக என்னை தவறாக நினைக்காதீர்கள். அப்பாவிடம் தெரிவிக்கச் சொல்லி நீங்கள் எழுதியிருந்தது எனக்கு பிடிக்கவில்லை! மனதிற்கு கஷ்டமாக இருந்தது.’

இப்படிக்கு
வைதேகி.

அவர் இதைப் படிக்கும்போது சுருக்கென்று படும். படட்டும்!

✲ ✲ ✲

4

வீட்டில் கல்யாணக் களை குடிவந்திருந்தது. வீடு முழுக்க அடைத்துக் கொண்டு கல்யாண மண்டபத்திற்கு போய் சேர வேண்டிய மளிகை சாமான்கள் இருந்தன. சீரில் வைப்பதற்கான எவர்சில்வர் பாத்திரங்களை எல்லாம் பரப்பி வைத்துக் கொண்டு, 'டொக்கு டொக்கு' என்று பெயர் வெட்டிக் கொண்டிருக்க, அம்மா அவனுக்கு ஒவ்வொரு பாத்திரமாக எடுத்துகொடுத்துக் கொண்டிருந்தாள்.

''பார்த்துப்பா... கொஞ்சம் மெதுவாவே வெட்டு, பாத்திரம் நெளிஞ்சிடாம. இப்ப வர்ற பாத்திரமெல்லாம் காகிதமாட்டம்தான் இருக்கு!''

காலையில் பெங்களூரில் இருந்து குடும்பத்துடன் வந்திருந்த சுதர்சனம் குளித்து விட்டு தலை துவட்டிக் கொண்டே வந்து, ''மெட்ராஸ் கிளைமேட் ரொம்ப ஹாரிபிளா இருக்கு இல்லை? குளிச்சுட்டா கூட உடனே ஸ்வெட்டிங்'' என்றான் தன் பெண்ணிற்கு தலை சீவிக்கொண்டிருந்த கௌசல்யாவிடம்.

''பெங்களூர் கிளைமேட் மாதிரி வராதுங்க. காதுகிட்டே கொஞ்சம் சோப்பு இருக்கு பாருங்க. துடைங்க. கொஞ்சம் அசங்காம இருடி'' என்று ஸ்ட்ரெச் பாண்ட் மாட்டிவிட்டாள் பெண்ணின் தலைக்கு.

வீட்டின் பின்கட்டில் அமர்ந்திருந்த வைதேகிக்கு விரல் விரலாய் மருதாணி வைத்து விட்டுக்கொண்டிருந்தாள் அவள் அக்கா ரேவதி.

அருகில் ஸ்டூல் போட்டு ஏறி நின்று பரண் மேலிருந்து மூங்கில் கூடைகளையும், ஓலைப்பாய்களையும் எடுத்து கீழே போட்டுக் கொண்டிருந்தார் விஸ்வநாதன்.

"இதெல்லாம் என் கல்யாணத்துக்கு வாங்கினதாப்பா?" என்றாள் ரேவதி சிரித்தபடி.

ஸ்டூலை விட்டு இறங்கி, மேல் துண்டால் நெற்றி வியர்வையை துடைத்துக் கொண்டு, "சிரிக்க மாட்டே நீ! சமையல்காரன் லிஸ்ட்ல அப்பளம் பொரிச்சிப் போட, சிப்ஸ் போடன்னு ஆறு மூங்கில் கூடை எழுதிருக்கான். சாதம் வடிச்சிக் கொட்டி ஆற வைக்க ஓலைப் பாய் கேட்ருக்கான். அன்னைக்கு பத்திரமா எடுத்து வச்சதாலதான் இப்ப உதவுது. ஆமாம்... எப்படி மனசு வந்திருச்சி உன் அத்தைக்கு?" என்றார்.

"எதுக்குப்பா?"

"ரெண்டு நாள் முன்னாடி உன்னை அனுப்பி வைக்கத்தான்."

"அவங்களுக்காவது, மனசு வர்றதாவது. நீங்க மறுபடி போட்ட லெட்டரை உங்க மாப்பிள்ளைகிட்ட காட்டி, அழுது ஆர்ப்பாட்டம் செஞ்சி வீட்ல கடைசி கல்யாணம். முன்னால போகலைன்னா நல்லா இருக்காதுன்னு எடுத்துச் சொன்னேன். நீங்க வேணும்ன்னா கல்யாணத்தன்னைக்கு காலைல வாங்க. என்னை ரயிலேத்திவிட்டுடுங்க. நான் மட்டுமாவது முன்னாடி போறேன்னு அடம் பிடிச்சில்ல புறப்பட்டு வந்தேன்."

லுங்கி, சட்டையோடு வந்து ஒரு சின்ன ஸ்டூலை இழுத்து போட்டுக்கொண்டு அமர்ந்த சுதர்சனம்,

"என்னம்மா சொல்றா கல்யாணப் பொண்ணு?" என்றான்.

"நாளன்னைக்கு கல்யாணம்ங்கிறப்ப அண்ணனாகப்பட்டவன் இன்னிக்குதான் வந்து சேர்றதான்னு கேக்கறா" என்றாள் வைதேகி அவனைப் பார்த்து!

"வரக்கூடாதுன்னா வைதேகி? ரெஸ்பான்ஸிபிள் போஸ்டா போயிடுச்சி. லீவு கேக்கவே சங்கடமா இருக்கு. ரெண்டாவது, இங்க வந்தாலும் அப்பா என்னை ஒரு வேலை செய்ய விடுவாருங்கறியா? ஒவ்வொண்ணும் அவரோட நேரடி பார்வையில, அவரே பார்த்துப் பார்த்து செய்யணும்!"

"அது சரிதான்" என்ற அப்பா, கீழே எடுத்துப்போட்ட மூங்கில் கூடைகளை ஒன்றுக்குள் ஒன்றாக அடுக்கினார்.

"மாப்பிளை இவளுக்கு லெட்டர் போட்டிருக்கார். இவளும் பதில் போட்ருக்காண்ணா" என்றாள் ரேவதி.

"அடி சக்கை! நம்ம வீட்லதானா இதெல்லாம் நடக்குது? அம்மா எப்படி இவ தபால் போட சம்மதிச்சாங்க? என் கல்யாணத்தப்ப கௌசல்யாவுக்கு நிச்சயம் செஞ்ச ஒரு வாரத்தில பொறந்த நாள் வந்திச்சி. ஒரு புடவை வாங்கி பார்சல்ல அனுப்பி வைக்கறேம்மான்னு தலைகீழா நின்னேன். ம்ஹூம். புடவை வேணம்ன்னாலும் வாங்கிக் கொடு, நகை வேணும்ன்னாலும் செஞ்சி போடு. ஆனா எல்லாம் கல்யாணத்துக்கு அப்புறம்தான் செய்யணும்ன்னு அம்மா கண்டிப்பா சொல்லிட்டாங்க" என்றான் சுதர்சனம் அருகில் இருந்த காய்கறிக் கூடையில் இருந்து ஒரு கேரட்டை எடுத்து கடித்தபடி!

"வெறும் லெட்டர் மட்டும் எழுதலை. அவர் ஃபோட்டோ கேட்ருக்கார். வீட்ல நல்லதா இல்லைன்னு ஸ்டூடியோவுக்கு போய் புதுசா எடுத்து தபால்ல அனுப்பி வச்சிருக்காண்ணா!"

"நம்ம வீடு ரொம்பதான் மாடர்ன் ஆயிடுச்சு ரேவதி. சரி, அதை விடு. வைதேகி, எங்கே அது? எடுத்துட்டு வா..."

"எதை எடுத்துட்டு வர்றது?" என்றாள் வைதேகி.

“மச்சான் உனக்கு எழுதின லெட்டரைதான். எப்படியெல்லாம் அசடு வழிஞ்சிருக்கார்ன்னு பார்க்க வேண்டாமா? நாளைக்கு அவர் வந்ததுமே கிண்டல் பண்றதுக்கு டாபிக் வேண்டாமா?”

“ச்சீ! போண்ணா...”

“வைதேகி வெக்கப்பட்டு இத்தனை வருஷத்துல எப்பவாவது நீ பார்த்திருக்கியா ரேவதி?”

“அவளுக்கென்னண்ணா, மகாராணி! நிச்சயம் பண்ணினதுக்கும் இப்பவுமே ரெண்டு சுத்து பெருத்துட்டா!”

“என்னக்கா, நீயும் சேர்ந்துக்கிட்டியா அண்ணனோட?”

“கல்பனா இன்னும் வந்து தொலையலே. அவளா இருந்தா ரூம் பூரா தேடி, துப்பறிஞ்சி அந்த லெட்டரை கண்டுபிடிச்சு எடுத்துட்டு வந்து, எல்லாரையும் வச்சிக்கிட்டு சத்தம் போட்டு படிச்சு காட்டாம விடமாட்டா!”

சுதர்சனம் ஏதோ பதில் சொல்ல வாயெடுக்க, கூடத்தில் இருந்து அப்பா அவனை அழைக்க, “ரேவதி, அந்த லெட்டரை வைதேகி கிட்டேர்ந்து வாங்கி வைக்க வேண்டியது உன் பொறுப்பு” என்று சொல்லிவிட்டு, கூடத்திற்கு வந்தான்.

“என்னப்பா?”

“வா, கல்யாணத்துக்கு எடுத்த ஜவுளி எல்லாம் காட்றேன். நாம மரியாதை செய்ய வேண்டியவங்களுக்கு எல்லாம் புடவை, வேட்டி, சட்டை எல்லாம் எடுத்திருக்கோம். அதை எல்லாம் தனித்தனியா பிரிச்சி அவங்கவங்க பேர் எழுதி, தனித்தனி கவர்ல போட்டு வெச்சுட்டா குழப்பமில்லாம சட்டுன்னு எடுத்து கொடுத்துடலாம்” என்ற விஸ்வநாதன், “நாகு நீயும் கொஞ்சம் உள்ள வா. அவர் பேர் வெட்டிக்கிட்டிருக்கட்டும். எதெது யார் யாருக்குன்னு எடுத்தோம்ன்னு உனக்குதான் சரியா ஞாபகமிருக்கும்” என்றார்.

விஸ்வநாதன் பூட்டி வைத்திருந்த ஓர் தனியறையை சாவி போட்டுத் திறந்து, உள்ளே வந்து ஒரு பாயை எடுத்து

விரித்துப் போட்டார். இரும்பு பீரோவைத் திறந்து, ஜவுளிப் பெட்டிகளையும், பைகளையும் எடுத்து வைத்தார்.

நாகேஸ்வரி பின்கட்டிற்கு வந்து, "ரேவதி, கூடத்தில பாத்திரம் எல்லாம் பரப்பிக் கிடக்கு. பெயர் வெட்டிக்கிட்டிருக்கான். அங்க வந்து உக்காந்து மருதாணி வெச்சி விடு. அப்பா என்னை ரூமுக்கு கூப்புடறாரு" என்றாள்!

"இந்த வயசிலயாம்மா?"

"வாயை மூடுடி! அம்மாகிட்ட பேசற பேச்சைப் பாரு."

நாகேஸ்வரி நடந்து, "நீயும் வாம்மா" என்று தன் மருமகளையும் அழைத்துக் கொண்டு அந்த அறைக்குள் வந்தாள்.

எல்லோரும் பாயைச் சுற்றி அமர்ந்துகொள்ள, விஸ்வநாதன் புடவைகளை எல்லாம் எடுத்து எடுத்து வைக்க நாகேஸ்வரி விளக்கம் சொன்னாள்.

"இது நிச்சயதார்த்தத்துக்கு. இது முகூர்த்தத்துக்கு. இது கல்பனாவுக்கு. இது ரேவதிக்கு. இது உனக்கும்மா கௌசல்யா."

எல்லாவற்றையும் வாங்கி சுதர்சனம் பார்த்துவிட்டு தன் மனைவியிடம் கொடுத்தான். அவள் ஒவ்வொன்றின் டிசைனை, பார்டரைப் பார்ப்பதோடு விலையையும் பார்த்துக் கொண்டாள். தனக்கென்று சொல்லப்பட்ட புடவையை இன்னும் அக்கறை செலுத்தி பார்த்தாள். அதன் விலை ரேவதி, கல்பனாவின் புடவைகளின் விலையை விட குறைவாக இல்லையே என்றும் பார்த்துக் கொண்டாள்.

"நல்லா இருக்கு. ஆனா இதே கலர்லதான் என் தங்கை கல்யாணத்துக்காக எங்க வீட்ல எனக்கு கொடுத்திருந்தாங்க. வைதேகிக்கு தெரியுமே! அவகிட்ட காட்டியிருக்கேனே. சொல்லலையா அவ? புடவை வாங்கறப்ப அவளும் வந்தா இல்லே?"

"வந்தா. மறந்திருப்பா. உன்கிட்ட இந்த கலர் இருந்தா, வேற மாத்திக்கோம்மா. எல்லாம் ஒரே விலையா இருக்கணும்ன்னு

பார்த்துதான் எடுத்தோம். ரேவதிக்கு எடுத்திருக்கறதை வேணும்ன்னா நீ வெச்சுக்கோ'' என்றாள் நாகேஸ்வரி.

''சரி அத்தை.''

சுதர்சனம் சின்ன துண்டு காகிதங்களில் பெயர்களை எழுதி அந்தந்த கவர்களில் போட்டான்.

''அவங்க எல்லாம் எப்போ வர்றாங்கப்பா?''

''இன்னிக்கு ராத்திரி பாண்டியன் எக்ஸ்பிரஸ்ல புறப்படறாங்க. நாளைக்கு காலையில வந்து சேர்றாங்கப்பா. மாம்பலத்திலேயே இறங்கிக்க சொல்லியிருக்கேன் ஒரு கார் வாடகைக்கு பேசி வச்சிருக்கேன். அவங்க ஒரு பதினேழு, பதினெட்டு பேர் வர்றாங்க. ஸ்டேஷன்லேர்ந்து மண்டபம் பக்கம்தான். ஒரு மூணு ட்ரிப்போ, நாலு ட்ரிப்போ அடிச்சா போதும். காலைல ஆறு மணிக்குதான் மண்டபம் நமக்கு ஒப்படைக்கறாங்க, அவங்களை இறக்கிட்டு அப்புறம் இங்கேர்ந்து மளிகை சாமான்லேர்ந்து எல்லாம் எடுத்துக்கொண்டு போய் அங்கே சேர்த்தாகணும்.''

''அப்போ சாமான் எல்லாம் அங்கபோய் சேர்ந்து, அப்புறம் தான் காலை டிபன் செஞ்சாகணுமா? ரொம்ப லேட்டாயிடுமேப்பா, இன்னிக்கு ராத்திரியே கிடைச்சா தேவலையே! ராத்திரியே எல்லாம் கொண்டு போய்ட்டா காலைல வந்ததும் காபி கொடுத்துட்டு எட்டு மணிக்கெல்லாம் டிபன் கொடுத்துடலாமே...''

''இன்னைக்கு ஒரு கல்யாணம் இருக்குப்பா அங்கே. அவங்க சாயங்காலம் தான் காலி பண்றாங்களாம். அதுக்கப்புறம் பாத்திரம் எல்லாம் கழுவி, மண்டபத்தை சுத்தம் பண்ணி காலையிலதான் ஒப்படைக்க முடியும்ன்னு சொல்றாங்க.''

''நான் போய் மண்டப மேனேஜர்கிட்ட பேசிப் பார்க்கறேன். பூவுக்கு சொல்லிட்டீங்களா? நாற்காலிக்கு, மணவறை ஜோடனைக்கு எல்லாம் சொல்லிட்டீங்களா? நாம வெளியில் வாங்க வேண்டிய சாமான் எல்லாம் இருந்தா சொல்லுங்க. போய் வாங்கிட்டு வந்துடறேன்'' என்றான் சுதர்சனம்.

"வெத்தலை, பாக்கு வாங்கணும். பையில் தேங்கா போட்றதா, சாத்துக்குடி போட்றதான்னு இன்னும் முடிவு பண்ணாம இருக்கு. அதை முடிவு பண்ணிட்டு வாங்கணும். மத்த எல்லா வேலையும் ஆச்சு."

"ஃபோட்டோகிராபர் ஏற்பாடு பண்ணிட்டீங்களா?"

"பண்ணிட்டேன்."

"வீடியோ?"

"விசாரிச்சேன். ரெண்டாயிரம் ரூபா கிட்டத்தட்ட வருது பரவாயில்லைன்னு விட்டுட்டேன் சுதர்சன்."

"என்னப்பா இது, இந்த காலத்துல மெட்டையடிச்சு காது குத்தினாக்கூட வீடியோ ஏற்பாடு பண்றாங்க. கல்யாணம்ங்கறது வாழ்க்கையில ஒரு தடவை. பின்னாடி போட்டுப் பார்த்து சந்தோஷப்படறதில்லையா? என் கல்யாணத்தப்ப அதெல்லாம் வரலை, செய்யலை. இப்ப அந்த வசதி இருக்கிறப்ப ஏன் வேணாம்னு சொல்றீங்க?"

விஸ்வநாதன் அமைதியாக இருந்தார்.

"எனக்கு வசதி பத்தலைப்பா" என்றார்.

"கடைசி கல்யாணம் தானேப்பா?"

"நீ அனாவசியமா என் வாயைக் கிளர்றே? உனக்கு அவ்வளவு அக்கறை இருந்தா செலவை நீ ஏத்துக்கறேன்னு சொல்லு - வீடியோ ஏற்பாடு பண்றேன். சாயங்காலம் நிச்சயதார்த்தம் முடிஞ்சதும் லைட் மியூஸிக் ஏற்பாடு பண்றேன். வானவேடிக்கையோட யானையை கொண்டாந்து மாப்பிள்ளையை ஊர்வலம் செய்யறேன். சொல்லு... எல்லா செலவையும் நீ ஏத்துக்கறியா?" என்று திடீரென்று உணர்ச்சிவசப்பட்டு உச்சக் குரலில் கத்தினார் விஸ்வநாதன்.

✲ ✲ ✲

5

விஸ்வநாதன் திடீரென உணர்ச்சிவசப்பட்டு குரல் உயர்த்தி ஆத்திரமாகப் பேசியதும் சில வினாடிகள் எல்லோருமே வாயடைத்துப் போனார்கள்.

கூடத்தில் அமர்ந்து மருதாணி வைத்துவிட்டுக் கொண்டிருந்த ரேவதியும் வைத்துக்கொண்ட வைதேகியும் ஒருவரை ஒருவர் பார்த்துக்கொண்டார்கள்.

பாத்திரத்தில் பெயர் வெட்டிக் கொண்டிருந்தவன் தன் வேலையை நிறுத்திவிட்டு அந்த அறையின் பக்கம் திரும்பிப் பார்த்தான்.

அறைக்குள் ஏற்பட்ட உடனடி அமைதியால் விஸ்வநாதனும் தான் சற்று அதிகப்படியாக பேசிவிட்டோமோ என்று சங்கடமாக உணரத் துவங்கினார்.

சுதர்சனம் இயல்பாகவே எதற்கும் பதட்டப்படாத அமைதி ரகம் என்றாலும், அப்பாவின் இந்த திடீர் தாக்குதலில் அதிர்ந்துபோய் பதில் என்ன சொல்வதென்று புரியாமல் அமர்ந்திருக்க, அவன் மனைவி கௌசல்யாவிற்கு துடிப்பாக ரோஷம் பொங்கியது.

"மாமா, எந்த அர்த்தத்தில் அவரை இந்த மாதிரி கேட்டீங்க? அவர் சொன்னதில் என்ன தப்பு?" என்றாள் படபடப்பாக.

''கௌசல்யா, நீ கொஞ்சம் சும்மா இரு'' அவளை அடக்க முயன்றான் சுதர்சனம்.

நாகேஸ்வரி கைகளை பிசைந்துகொண்டு பரிதவித்தாள். ''நீங்க கொஞ்சம் பேசாம இருங்க. மாமா மனசில என்னதான் இருக்குன்னு தெரிஞ்சுக்கலாம். தங்கச்சி கல்யாண செலவு முழுக்க நீங்க ஏத்துக்கணும்ன்னு சொல்றாரா இல்லை என்ன அர்த்தம்னு தெரிஞ்சுக்க வேணாமா?''

விஸ்வநாதன் பதில் எதுவும் பேசாமல் மேல்துண்டால் தன் நெற்றியிலும், கழுத்திலும் பொடித்திருந்த வியர்வையை துடைத்துக்கொண்டு அமைதியாக பார்த்து முடித்த புடவைகளை அதனதன் பெட்டிகளில் எடுத்து வைக்கத் துவங்கினார்.

''இப்படி அமைதியா இருந்தா என்ன அர்த்தம்?''

''சொன்னதுக்கு எந்த அர்த்தமும் இல்லைன்னு அர்த்தம்'' என்றாள் நாகேஸ்வரி.

''கௌசல்யா, அதை விடும்மா. என்னமோ சொல்ல நினைச்சி என்னமோ சொல்லிட்டாரு உன் மாமா. ஒரு நல்ல காரியம் நடக்கிற சமயத்தில் எதை பேசணும், எப்ப பேசணும்ன்னு எதுவும் தெரியறதில்லை. இதைப் போய் பெரிசு படுத்திட்டிருக்க வேணாம் இந்த சேலையோட பார்டர் புதுசா இருக்குதில்ல?'' பேச்சை மாற்ற முயன்றாள்.

''இரும்மா'' என்றான் சுதர்சனம்.

''கௌசல்யா கேட்டதில் தப்பு எதுவும் இல்லை. நானும் தான் தெரிஞ்சுக்கறேன். எதுக்குப்பா அப்படி சொன்னீங்க?''

''என்னமோ ஒரு பதட்டம். ரெண்டு மூணு நாளா கல்யாண வேலையா அங்கேயும், இங்கேயும் அலைஞ்சேனா, பிளட் பிரஷர் கொஞ்சம் ஏறியிருக்கு போலிருக்கு. அதை விடு. தாம்பூலப் பையில் தேங்கா போடலாமா, இல்லை சாத்துக்குடி போடலாமா? அதைச் சொல்லு'' என்றார் விஸ்வநாதன் இயல்பான குரலில்.

"அப்பா, பேச்சை மாத்தவேணாம். மனசுக்குள்ளே ஒவ்வொருத்தருக்கும் குத்தம், குறை, ஆதங்கம்ன்னு ஆயிரம், இருக்கும். அது மனசுக்குள்ளேயே இருக்கிற வரைக்கும் பிரச்சனை எதுவும் இல்லை. வெளிய வர ஆரம்பிச்சா வாய் வார்த்தையா தெளிவுபடுத்திக்கறது நல்லதுப்பா."

"இப்ப விஷயத்தை இத்தோட விடப்போறியா இல்லையா நீ?" என்றாள் நாகேஸ்வரி.

"இரு நாகு" என்ற விஸ்வநாதன், கண்ணாடியை கழற்றி வேட்டி முனையால் அதை துடைத்தபடி, "சரி. என்ன தெளிவுபடுத்திக்கணும் உனக்கு?" என்றார்.

ரேவதியும், வைதேகியும் இப்பொழுது அறைக்குள் மெதுவாக வந்து ஓரமாக நின்று தங்கள் அப்பாவை பார்த்தார்கள் கலக்கமாக.

"எதுக்குப்பா அப்படி சொன்னீங்க?" என்றார் சுதர்சனம்.

"எப்படி சொன்னேன்?"

"உனக்கு அவ்வளவு அக்கறை இருந்தா செலவு எல்லாம் ஏத்துக்கறேன்னு சொல்லு, எல்லா ஏற்பாடும் செய்யறேன்னு சொன்னீங்க..."

"ஆமாம், சொன்னேன்ப்பா. நான் சொன்னது கொஞ்சம் ஆத்திரமா, படபடப்பா, வேகமா சொல்லிட்டேன். ஆனா சொன்ன விஷயத்தில எதுவும் தப்பிருக்கறதா எனக்கு படலை சுதர்சன்."

"அப்படின்னா இந்த கல்யாணத்தில் எனக்கு அக்கறை எதுவும் இல்லைன்னு சொல்றீங்களாப்பா?"

நாகேஸ்வரி ஒரு வாதம் விபரீதமாக துவங்கிக் கொண்ருப்பதை உணர்ந்து தவித்தாள். "ஏங்க, பொண்ணுங்க எல்லாம் இருக்காங்க. இப்ப இந்த பேச்சு அவசியமா?"

"இருந்தா என்ன? ரகசியமா பேசறோம்? ஒவ்வொருத்தர் குணமும் அவங்க தெரியாமலா இருக்காங்க? சுதர்சன்,

இங்கே வெளி மனுஷங்க யாருமில்லை. நாமதான் இருக்கோம். வெளிப்படையாவே பேசிக்கலாம். நடக்கறது சொந்த தங்கச்சியோட கல்யாணம். என்ன அக்கறை காட்டினே நீ? கல்யாணம் பேசி தாம்பூலம் மாத்தினப்போ வந்தே. அதுக்கப்புறம் நாளன்னைக்கு கல்யாணம்ங்கிறப்போ இன்னைக்கு வந்திருக்கே!''

''அதான் ஆபீஸ்ல லீவு பிரச்சனைன்னு சொன்னேனே...''

''எந்திரிக்கவே முடியாம உடம்பு சரியில்லைன்னு வீட்ல படுத்துட்டா, அப்ப லீவு உண்டா? இல்லை, ஆபீஸ்லேயே பெட் போட்டு படுத்துக்கச் சொல்வாங்களா? போனமாசம் குற்றாலத்துக்கு ஒரு வாரம் போய்ட்டு வந்தப்ப எல்லாம் லீவு பிரச்சனை எதுவும் கிடையாதா?''

''அது... அது...'' தடுமாறினான் சுதர்சனம்.

''சரி, அதை விடு. ஃபோட்டோவுக்கு சொல்லியாச்சா, வீடியோவுக்கு சொல்லியாச்சான்னு கேட்டுட்டிருக்கியே, கல்யாண காரியம்னா இதெல்லாம் தானா? அன்னைக்கு பேசினப்ப நீயும்தான் இருந்தே. வைதேகிக்கு என்ன நகை போடறோம், என்னென்ன சீர் செய்யறோம்ன்னு பேசினோம். அதெல்லாம் ரெடியாய்டுச்சா? ஏற்பாடு பண்ணிட்டிருக்கீங்களான்னு ஒரு வரி லெட்டராவது எழுதினியா நீ? ஒவ்வொண்ணையும் ஏற்பாடு பண்றதுக்குள்ள நான் பட்ட பாடு எனக்கு தெரியும்'' என்றார் பெருமூச்சுடன்.

''பேசி முடிச்சிட்டீங்களாப்பா? அவங்க கேட்டதெல்லாம் செய்ய முடியும்ங்கற நம்பிக்கை இருந்ததால தானே ஒத்துக்கிட்டு தட்டு மாத்தினீங்க? இப்ப சிரமப்பட்டேன்னு சொன்னா எப்படி?''

''நம்ம வீட்டு நிலைமை உனக்கு புரியாதா சுதர்சன்? பென்ஷன் பணத்தையும், ஏதோ ரெண்டு காசு வட்டிக்கு விட்டு வர்ற பணத்தையும் வெச்சி தானே வண்டி உருண்டுக்

கிட்டிருக்கு? வீட்டு மேல ஏற்கனவே கொஞ்சம் கடன் இருக்கு. அதுவே இன்னும் முழுசா அடைபட்ட பாடில்லை. இந்த சூழ்நிலையில் 'கவலைப்படாதீங்கப்பா. நான் இருக்கேன்'னு உணர்வோட வந்து தோள் கொடுத்திருக்க வேண்டாமா நீ? செஞ்சியா? கொஞ்சம் யோசிச்சுப் பாரு...''

சுதர்சனம் சற்று தர்மசங்கடமாக நெளிந்தாலும், உடனே சுதாரித்துக் கொண்டு, ''சொன்னா தப்பா எடுத்துக்காதீங்கப்பா. ரேவதிக்கு கல்யாணம் செஞ்சப்ப உங்ககிட்ட சேமிச்சு வச்ச பணம், பழைய நகை, அப்பப்ப வாங்கி வெச்ச பாத்திரம், பண்டம்னு நிறைய இருந்துச்சு. எந்த சிரமமும் படலை. கல்பனாவுக்கு மாப்பிள்ளை பார்த்தப்ப நம்ம சக்திக்கு மீறின இடமா பார்த்து முடிச்சீங்க. வீட்டு மேல கடன் வாங்கினீங்க. நானும் ஆபீஸ்லேர்ந்து கடன் வாங்கிக் கொடுத்தேன் ஸ்கூட்டருக்கு. இப்ப என்ன நிலைமைன்னு கொஞ்சம் முன்னாடி நீங்களே சொன்னீங்க. அப்படி இருக்கிறப்ப நம்ம சக்திக்கு உட்பட்ட இடமா நீங்க பார்த்திருக்கலாம். அன்னைக்கே நான் கேட்டேன் ஞாபகமிருக்கா? 'அவங்க கேக்கறது எல்லாம் கொஞ்சம் நமக்கு மீறின விஷயமா படுதே'ன்னேன். அதுக்கு நீங்க என்ன சொன்னீங்க? இடம் நல்ல இடம், தொழில்ல இருக்கற மாப்பிள்ளை, பிக்கல் பிடுங்கல் இல்லை, அது இதுன்னு சொன்னீங்க. என் உதவி இருந்தாத்தான் அதை சமாளிக்க முடியும்ன்னு சொல்லியிருந்தா...'' வாக்கியத்தை முடிக்காமல் பாதியில் நிறுத்தினான்.

''சொல்லு, சொல்லியிருந்தா?''

''இந்த இடம் நமக்கு சரியா வராதுப்பா. உங்க சக்திக்கு தகுந்தபடி நல்ல இடமா பாருங்கன்னு நான் சொல்லியிருப்பேன்.''

''பார்த்தியா நாகு, 'உங்க சக்தி, உங்க சக்தி'ன்னு பேசறானே ஒழிய 'நம்ம'ங்கற வார்த்தை வருதா பார்த்தியா?''

''பழசை எல்லாம் பேச வேண்டாம்ன்னு நான் நினைக்கிறேன்ப்பா. ஒரே வீட்ல எல்லாரும் ஒண்ணா

இருந்துக்கிட்டிருந்தா அந்த வார்த்தை வரும். மெட்ராஸ்லேர்ந்து பெங்களூருக்கு வேலையை மாத்திக்கிட்டு நான் தனியா போனதுக்கு யார் காரணம்?''

''நிறுத்துப்பா'' என்றாள் நாகேஸ்வரி. ''அப்பாதான் ஏதோ பேசிக்கிட்டிருக்கார்ன்னா நீயும் பதிலுக்கு பதில் பேசிக்கிட்டு! தனியா போனதுக்கு யார் காரணம், அப்போ என்ன சண்டை வந்துச்சு, அதை ஆரம்பிச்சு வைச்சது யாரு... இதெல்லாம் இப்ப ரொம்ப முக்கியமா பேசணுமா?''

''இல்லைம்மா. இப்ப இங்கே யாரும் சண்டை போடலை, சச்சரவு பண்ணலை. அமைதியாத்தான் பேசிட்டிருக்கோம். யோசிச்சுப் பாரும்மா. நானும் பொண்ணு பெத்து வெச்சிருக்கேன். நாளைக்கு அவ கல்யாணம்ன்னு வர்றப்ப அதை நான் சமாளிச்சாகணும். பேங்க் லோனு, அது இதுன்னு போட்டு ஒன்றரை வருஷமா வீடு கட்டிக்கிட்டிருக்கேன். அவனவன் கைல கேஷா வச்சிக்கிட்டு, ஆறே மாசத்தில் வீடு கட்டி கிரஹப் பிரவேசம்ன்னு பத்திரிகை நீட்டறான். எனக்கும் ஆயிரம் செலவு இருக்கும்மா. இதுல தங்கச்சி கல்யாணத்துக்கு தோள் கொடுக்கறேன்னு எங்கேர்ந்து சொல்றது?''

''சரி, விடுங்க. இந்த பேச்சை இத்தோட விடுங்க. நடக்க வேண்டிய வேலைகளைப் பாருங்க'' என்றாள் ரேவதி.

வைதேகிக்கு தன் அண்ணனைப் பார்க்க 'ச்சே' என்றிருந்தது.

எவ்வளவு பொய்கள்! பணப் பிரச்சனையால் வீட்டை மெல்ல மெல்ல கட்டுகிறானாம். அது உண்மை அல்ல.

என்ஜினியருக்கும், இவனுக்கும் தகராறு ஏற்பட்டு, பிரச்சனை, மத்தியஸ்தம், அது. இதுவென்று இழுத்துக் கொண்டிருக்கிறது. தவிர ஆறு மாதம் முன்னால் ஒரு காலிமனை வாங்கி போட்டிருக்கிறான்.

'ரொம்ப சீப்பா வந்துச்சு... அமுக்கிட்டேன்' என்று சொல்லி மூன்று மாதங்களுக்கு முன்பு மாருதி கார் வாங்கியிருக்கிறான்!

அண்ணி இந்த தடவை கழுத்திலும், காதுகளிலும் போட்டிருக்கும் நகைகள் எல்லாம் இதுவரை நான் அவளிடம் பார்த்திராத புதிய டிஸைன்கள்.

கேட்டால், 'பழையதை உருக்கி, டிஸைன் மாற்றி செய்து போட்டேன்' என்று இன்னொரு நாசூக்கான பொய் வரும்!

அண்ணன் ஏன் இப்படி அன்னியப்பட்டுப் போனான்?

வைதேகியின் மனம் குமுறியது.

✲ ✲ ✲

6

மாம்பலம் ஸ்டேஷனில் சுதர்சனமும், கௌசல்யாவும் வரப்போகிற பாண்டியன் எக்ஸ்பிரசுக்காக காத்திருந்தார்கள். ரயில் இருபது நிமிடம் தாமதம் என்று கரும்பலகையில் எழுதியிருந்தது.

பின்னிரவில் பெய்த மழையின் காரணமாக காற்றில் ஐஸ்க்ரீமின் குளிர்ச்சி இருந்தது. கட்டிடங்கள் நனைந்து, திட்டுத்திட்டாக உலர்ந்திருக்க, மரங்கள் பளிச்சென்று இருந்தன. மௌன தண்டவாளங்களில் ஒரு கதை ஒளிந்திருந்தது.

சிகப்புச் சட்டை போர்ட்டர்கள் தங்களுக்குள் யார் எந்த பெட்டிக்கு என்று நிர்ணயித்துக் கொண்டு, ரயில் நிற்கப் போகிற இடத்தில் அவரவர் பெட்டிகளுக்கு அருகில் தயாராய் நின்றுகொண்டிருந்தார்கள். யார் கால்களிலும் செருப்பு இல்லை.

''மொத்தம் எத்தனை பேர் வர்றாங்க?'' என்றாள் கௌசல்யா.

''பதினேழு பேரோ, பதினெட்டு பேரோன்னு அப்பா சொன்னார்'' என்ற சுதர்சனம், தனது பாக்கெட்டில் இருந்து சிகரெட் எடுத்து, ''நேத்து முழுக்க ஒண்ணுகூட பத்த வைக்க முடியலை'' என்று ஒன்றை பற்ற வைத்துக்கொண்டான். தீக்குச்சியை ஊதி அணைத்து வீசினான்.

''நல்லா இருக்கு. மாப்பிள்ளை வீட்டுக்காரங்க வர்றப்ப அவங்ககிட்ட சிகரெட் நாத்தத்தோட 'வாங்க, வாங்க'ன்னு சொல்வீங்களா?''

“சொன்னா என்ன? இதென்ன உலக மகா குற்றமா? இல்லை எனக்கு இன்னொரு தடவை பொண்ணு எதுவும் கொடுக்கப் போறாங்களா?”

“ஓகோ... அப்படி வேற ஒரு நினைப்பு இருக்கா ஐயாவுக்கு?”

“வீட்ல உனக்கு கூடமாட சமையல்ல உதவி, ஒத்தாசையா இருக்குமேன்னுதான்...” புகையை சைடில் திரும்பி வெளியேற்றி சிரித்தான்.

“சரி, சரி. இந்த பேச்சு வேணாம்...” கைகளை குளிருக்காக கட்டிக்கொண்டாள்.

“மாப்பிள்ளை தம் அடிக்கிற பழக்கம் உள்ளவர்தான் கௌசல்யா.”

“எப்படி தெரியும்?” அவள் கேள்வியில் திகைப்பு இருந்தது.

“நிச்சயம் பண்ண வந்துட்டு திரும்ப ஊருக்கு போனப்ப நான்தானே வழியனுப்ப ஸ்டேஷனுக்கு வந்தேன். ரயில் வர நேரம் இருந்திச்சு. நானும் அவரும் மட்டும் தனியா போய் பேசினோம். அப்போ அவருக்கு சிகரெட் ஆஃபர் பண்ணிட்டு நான் ஒண்ணு பத்த வெச்சேன். முதல்ல தயங்கிட்டு, அப்புறம் வாங்கி பத்த வச்சிக்கிட்டார்.”

“அய்யயோ!” அபிநயமாக வாயை ஒரு கையால் பொத்திக்கொண்டாள்.

“ஏன், என்னாச்சு?”

“இதை உங்கப்பாகிட்ட சொன்னீங்களா?”

“இல்லை.”

“வைதேகிகிட்ட?”

“ம்கூம்?”

“என்னங்க இது, ஏன் சொல்லலை?”

“நீ இவ்வளவு பதற வேண்டிய அளவுக்கு அது ரொம்ப முக்கியமான விஷயமா எனக்கு படலை கௌசல்யா. சிகரெட் பிடிக்கறது ஒரு பெரிய பாவமா என்ன? இதைப் போய் சொன்னா அப்பா மனசு சஞ்சலப்படும். அதனாலதான் சொல்லலை...” விடுதலைக்காக காத்திருந்த சாம்பல் மொட்டை உதிர்த்தான்.

“இன்னும் என்னென்ன பழக்கங்கள் இருக்குமோ?”

“அசடு மாதிரி உளறாதே கௌசி. இப்ப நான் சிகரெட் பிடிக்கலையா? அதனால நான் கெட்டவனா? வேற பழக்கங்கள் உண்டா என்கிட்ட?”

“ஆபீஸ் பார்ட்டிகள்ல விஸ்கி சாப்பிடுவீங்களே...”

“அது கம்பெனி கொடுக்கறதுக்காக. தினம் ஒரு பாட்டில் வீட்டுக்கு வாங்கிட்டு வந்து அடிச்சாதான் அது பழக்கம்ன்னு சொல்லலாம்.”

“உங்க வியாக்யானம் எனக்கு சரி. ஆனா நீங்க அந்த விஷயத்தை சொல்லியிருக்கலாம்ன்னுதான் எனக்கு படுது.”

“திரும்பித் திரும்பி புரியாம பேசறே நீ. அன்னைக்கு அவர் என்கிட்ட, ‘நோ, எனக்கு சிகரெட் பிடிக்கிற பழக்கமில்லை’ன்னு சொல்லி நல்ல இமேஜ் ஏற்படுத்திக்க நினைச்சிருக்கக் கூடாதா? ஓபனா இருந்தாரே, அந்த குணம் கொஞ்சம் அபூர்வம்...” சுதர்சனம் ரயில் வரவேண்டிய திசையைப் பார்த்தான்.

ஒலிபெருக்கிகளில் பாண்டியன் எக்ஸ்பிரசின் வருகையைப் பற்றி கரகரப்பாக சொன்னார்கள். பிளாட்பாரத்தில் பரபரப்பு சேர்ந்தது.

அடுத்த நிமிடத்தில் ரயில் பிளாட்பாரத்தில் நுழைந்து. மெதுவாக கடக்க, சுதர்சனம் எந்த பெட்டி என்று கண்களை இடம் வலமாக நகர்த்தி, நகர்த்தி தேடினான். சிகரெட்டை வீசி நசுக்கினான்.

ராமச்சந்திரன் இரவுப் பயணத்திற்காக கட்டிக்கொண்டிருந்த லுங்கி, சட்டையுடன் இறங்கினான். சுதர்சனத்தைப் பார்த்து

கையசைக்க, இவர்கள் அவனை நோக்கிச் சென்று வரவேற்றார்கள்.

ராமச்சந்திரனின் அம்மா, நெருங்கிய உறவினர்கள், சில நண்பர்கள் என்று எல்லோரும் இறங்கி, பெட்டிகளை எல்லாம் எண்ணி சரிபார்த்துக் கொண்டார்கள். ராமச்சந்திரனின் விழிகள் சிவந்திருந்து உறக்கப் பற்றாக்குறையை முரசில்லாமல் அறிவித்தான்.

நிச்சயத்திற்கு வராமல் இப்போது வந்துள்ள தனது உறவினர்களை ராமச்சந்திரன் சுதர்சனத்திற்கு அறிமுகம் செய்து வைத்தான்.

"பக்கத்திலதான் மண்டபம். வெளில பிரைவேட் கார் ஏற்பாடு பண்ணிருக்கோம். அதுல மூணு தடவையா போய் விடலாம். முதல்ல யார் யார் வர்றீங்க?" என்றான் சுதர்சனம்.

ராமச்சந்திரன் சிரித்தபடி சுதர்சனனின் தோளில் தட்டி, "என்ன மச்சான், காசை மிச்சம் பிடிக்கறீங்களா? துண்டு துண்டா எதுக்கு போகணும்? வேற ரெண்டு மூணு டாக்ஸி பிடிச்சுக்கலாம். ஒரே தடவையா போய்டலாம். இல்லைன்னா கொஞ்சம் பேர் இங்கே அனாவசியமா நின்னுக்கிட்டிருக்கணும், என்ன?" என்றான்.

சுதர்சனத்தால் மறுக்க முடியாமல், "சரி, அப்படியே போய்டலாம்" என்றான்.

பிரைவேட் கார் மற்றும் மூன்று டாக்ஸிகளில் அனைவரும் கல்யாண மண்டபத்திற்கு வந்து இறங்க, வாசலில் நின்று விஸ்வநாதனும், நாகேஸ்வரியும் அவர்களை வரவேற்றார்கள்.

"புறப்பட்றப்போ அங்கே மதுரையில மழை எதுவும் இல்லையே?" விஸ்வநாதன் எதையாவது கேட்க வேண்டுமே என்று சம்பிரதாயமாக கேட்டார்.

"இல்லை மாமா" என்ற ராமச்சந்திரன், "இங்கே மழையா?" என்றார்.

சற்று நேரம் அபத்த சம்பாஷணைகள் தொடர்ந்த பிறகு "வைதேகி வரலையா மண்டபத்துக்கு?" என்றான்.

"இல்லை வீட்ல இருக்கா. ஈவினிங் ராகு காலத்துக்கு மேலதான் இங்கே அழைச்சுக்கிட்டு வரணும். மச்சானுக்கு உடனே பார்த்தாகணுமா?" என்றான் சுதர்சனம்.

"உங்க கல்யாணத்தப்ப நீங்க எப்படி அவசரப்பட்டீங்கன்னு அக்காவை கேட்டா தெரிஞ்சுகிட்டுப் போகுது" என்று கௌசல்யாவைப் பார்த்து, "என்னக்கா? மச்சான் மணவறையில் தான் உங்க முகத்தைப் பார்த்தாரா?" என்றான் ராமச்சந்திரன்.

கௌசல்யா பதில் சொல்லாமல் வெட்கம் கலந்து சிரிக்க சுற்றிலும் எல்லோரும் சிரித்து வைத்தார்கள்.

"எல்லாரும் குளிச்சிடுங்க. டிபன் சாப்பிட்டுடலாம். சுதர்சன், மாப்பிள்ளையை ரூமுக்கு அழைச்சுக்கிட்டு போப்பா, மாடில ரூம் திறந்துதான் இருக்கு" என்றார் விஸ்வநாதன்.

ராமச்சந்திரன் மற்றும் அவனது மூன்று நண்பர்களை வழிநடத்தி அவர்களின் அறைக்கு அழைத்து வந்த சுதர்சனம் "என்ன மச்சான், கண் எல்லாம் ரொம்ப சிவந்திருக்கு? சரியான தூக்கமில்லையா?" என்றான்.

"எப்படிங்க தூங்குவான்? என்னமோ முணுமுணுத்துக்கிட்டே இருந்தான். எதாச்சும் மந்திரம் தான் ஜெபிக்கறானோன்னு உத்துக்கேட்டா, 'வைதேகி, வைதேகி'ன்னுக்கிட்டே இருக்கான்" என்றான் ஒரு நண்பன் தன் சட்டையைக் கழற்றி கொடியில் போட்டபடி.

"சும்மா இரு பாலா. என் மச்சான்கிட்ட பொய் பேசவே வேண்டியதில்லை. நம்ம ஆளுடா" என்ற ராமச்சந்திரன் டூத் பிரஷ்ஷில் பேஸ்ட்டை பிதுக்கியபடி, "அதொண்ணுமில்லை. மச்சான். ஒரே ஒரு நாக் அவுட் விளையாடிட்டு படுத்துடலாம்ன்னு சொல்லிட்டு தான் ஆரம்பிச்சோம். த்ரீ ட்வெண்ட்டி நூறு ரூபா. கடைசில மூணு கேமாய்டுச்சு.

எங்க நாலு பேருக்குமே பொட்டுத் தூக்கமில்லை. மூணு கேமும் ஜெபிச்சதென்னவோ இந்த பாலாதான். மத்த மூணு பேருக்கும் ஆளுக்கு முன்னூறு ரூபா அவுட். பாத்திரக்கடை வெச்சிருக்கான். ஆனா சம்பாத்தியம் எல்லாம் இப்படி சீட்டில தான். கிங்கு இவன்கிட்ட மட்டும் சீட்டு தனியா பேசும். 'வர்றது ஏழு கிளாவர்'ன்னு சொல்லி எடுப்பான். ஏழு கிளாவராதான் இருக்கும். சீட்டுக் கட்டுல ஜெயிச்சே ஒரு ஹீரோ ஹோண்டா வாங்கிருக்கான்னா பார்த்துக்குங்களேன்... நீங்க ஆடறதுண்டா?'' என்றான்.

''இல்லை. எனக்குத் தெரியாது.''

''விளையாடறதில்லையா? இல்லை விளையாடவே கூடாதா?''

''நிஜமா மச்சான், எனக்கு இந்த சீட்டாட்டம் புரியறதில்லை. ரம்மி, கேட்டு, ஸ்கூட்டுன்னு என்னென்னவோ பேசிப்பாங்கன்னு மட்டும் தெரியும்.''

சுதர்சனம் இப்படி சொன்னதும் என்னவோ அவன் ஆடையில்லாமல் நிற்பது போல் நான்கு பேரும் பார்த்தார்கள்.

''நீங்க எல்லாம் குளிச்சிடுங்க. ஹீட்டர் போட்டிருக்கு. நான் கிச்சன் வரைக்கும் போயிட்டு வந்துடறேன்.''

சுதர்சனம் வெளியில் வந்தான். ராமச்சந்திரன் காசு வைத்து சீட்டாடுபவன் என்பது தெரிய, திக்கென்று இருந்தது. ரயிலில் ராத்திரி முழுக்க உறங்காமல் சீட்டாடிக் கொண்டே வருவதென்றால்... அவ்வளவு வெறியா அதில்? நேற்று மட்டும் முன்னூறு ருபாய் தோற்றிருக்கிறான் என்றால், இதுவரை எவ்வளவு தோற்றிருப்பான்?

அவனுக்குள்ளேயே மற்றொரு விதமாகவும் எண்ணங்கள் சுழன்றன.

நண்பர்கள் நான்கு பேர் சேர்ந்து ஒரு பயணம் மேற்கொள்ளும்போது ஒரு உல்லாசத்திற்காக சீட்டு

விளையாடுவதென்பது இயல்பாக எங்கும் நடக்கிற விஷயம்தான். இதை வைத்துக்கொண்டு நான் எதற்காக விபரீதமாக எல்லாம் கற்பனை செய்ய வேண்டும்? இதெல்லாம் இந்த காலத்து. இளைஞர்கள் எல்லோருக்குமே இருக்கிற சில அலட்சியமான பொழுதுபோக்குகள்.

சுதர்சனம் கீழே சமையலறைக்கு வந்து மாப்பிள்ளையின் அறைக்கு காபி அனுப்பச் சொல்லிவிட்டு, டிபன் ஏற்பாடுகளை மேற்பார்வை செய்து விட்டு, அப்பாவிடம் வந்தான்.

“வீட்லேர்ந்து இன்னும் நிறைய சாமான்கள் இங்கே வந்து சேர வேண்டியிருக்கு சுதர்சன். நீ கார் எடுத்துக்கிட்டு போய் அதெல்லாம் கொண்டாந்துடறியா?” என்று அப்பா சொல்லி, இவன் பதில் சொல்லிக் கொண்டிருந்தபோது ஒரு சிறுவன் வந்து, “சுதர்சன் மாமா, உங்களை மாடி ரூமுக்கு வரச் சொன்னாங்க” என்றான்.

“என்னன்னு கேட்டுட்டு வந்துடறேன்பா.”

சுதர்சனம் மாடியறைக்கு வந்து கதவைத் தட்ட, கதவு கொஞ்சமாக திறக்கப்பட்டு, முகம் பார்த்து பிறகு முழுவதுமாக திறந்து உள்ளே அனுமதித்த நண்பன் ஒருவன் பேண்ட் சட்டை அணிந்து ரெடியாகி இருந்தான்.

ராமச்சந்திரன் உட்பட மற்ற மூவரும் இன்னும் குளிக்காமல் ஜமுக்காளம் விரித்து அமர்ந்து சீட்டு விளையாடிக் கொண்டிருந்தார்கள். மூவர் கைகளிலும் சிகரெட். “என்ன மச்சான்? இன்னும் குளிக்கலையா?”

“குளிச்சிட்டு உடனே என்ன காரியம் இருக்கு? மெதுவா குளிச்சுக்கறேன் உங்களை எதுக்கு கூப்பிட்டேன்னா, இவன் விருகம்பாக்கத்துல இருக்கற அவங்க அக்கா வீட்டுக்கு போகணும்ன்னான். மெட்ராஸ்ல அவனுக்கு பஸ் ரூட்டு எல்லாம் தெரியாது. ஒரு கார் ஏற்பாடுபண்ணிடுங்க மச்சான் போய்ட்டு பத்து மணிக்கெல்லாம் வந்துடுவான்” என்றான்

ராமச்சந்திரன் தன் கையில் உள்ள சீட்டுகளையே பார்த்துக் கொண்டு, "ஒரு டச்சர் வந்தா டிக்குடா!" வேண்டுகோளாக சொல்லாமல் கிட்டத்தட்ட உத்தரவாகவே சொல்லிவிட்டு அவன் விளையாட்டை தொடர்ந்ததால், எதுவும் சொல்ல முடியாமல், "வாங்க, ஏற்பாடு பண்றேன்" என்று அந்த நண்பனை அழைத்துக்கொண்டு கீழே வந்த சுதர்சனம், ஏற்பாடு செய்திருந்த பிரைவேட் காரில் அவனை அனுப்பிவிட்டு விபரத்தை அப்பாவிடம் சொன்னபோது... அவருக்கு பி.பி. ஏறி, அசாத்தியமான கோபம் வந்துவிட்டது.

"இல்லை, நான் தெரியாமதான் கேக்கறேன். என்னதான் நினைச்சுக்கிட்டிருக்காங்க அவங்க? ம்? பொண்ணு வீட்டுக்காரங்கன்னா அவ்வளவு இளிச்சவாயன்ங்களா?"

விஸ்வநாதன் குரலை உயர்த்தி கத்தத் துவங்கிவிட்டார்.

✲ ✲ ✲

7

விஸ்வநாதன் குரலுயர்த்தி ஆவேசமாக கத்தத் துவங்கியதும் மாப்பிள்ளை வீட்டுக்காரர்கள் யாராவது கேட்டு விடப் போகிறார்களே என்ற பதைப்புடன் சுதர்சனம் சட்டென்று தன் அப்பாவின் கையைப் பிடித்து அருகில் இருந்த அறைக்கு கிட்டத்தட்ட இழுத்து வந்தான்.

"என்னப்பா இது, கல்யாண மண்டபத்தில நின்னுக்கிட்டு இந்த மாதிரி சத்தம் போடறீங்க? மாப்பிள்ளை வீட்டுக்காரங்க யாராவது கேட்டுட்டா என்ன ஆகறது?"

"பின்னே என்னடா? இப்படி சின்னச் சின்ன விஷயத்திலேர்ந்து அதிகாரம் பண்ண ஆரம்பிச்சா என்ன அர்த்தம்? இங்கே என்ன காசு மரத்தில காய்ச்சு தொங்குதா?"

"நீங்க கொஞ்சம் அமைதியா இருங்க. இது கொஞ்சம் நம்ம சக்திக்கு மீறின சம்பந்தம். இந்த மாதிரியெல்லாம் ஜபர்தஸ்து காட்டத்தான் செய்வாங்க நாமதான் அனுசரிச்சுப் போகணும். நான் சத்தம் போட்டாலும் நீங்க எனக்கு எடுத்து சொல்ல வேண்டியிருக்க, நீங்களே பொறுமையில்லாம பதட்டப்பட்டா எப்படிப்பா?"

விஸ்வநாதன் சற்றே ஆவேசம் தணிந்து மேல் துண்டால் வியர்வையை ஒற்றிக்கொள்ளத் துவங்கினார்.

"நாளைக்கு கல்யாணம் முடிஞ்சு வைதேகியை அவங்களோட அனுப்பி வைக்கிற வரைக்கும் உங்க ஆத்திரத்தையெல்லாம் அடக்கி வச்சுக்கங்க. முடிஞ்சதை எல்லாம் சமாளிப்போம். முடியாததை பக்குவமா எடுத்துச் சொல்வோம். இந்த நேரத்தில ஏதாவது பிரச்சனையாகி, மனசு கசந்துட்டா அது வாழ்க்கை பூரா வடுவா தங்கிடும்ப்பா. வீட்லேர்ந்து சாமான் எல்லாம் ரெண்டு தடவையில ஆட்டோவுல எடுத்துட்டு வந்துடறேன். நீங்க மத்த காரியங்களை பாருங்க."

சுதர்சனம் சமாதானமாக எடுத்துச் சொல்லிவிட்டு வெளியே வந்து பெருமூச்சு விட்டான்.

***

மாலையில் மண்டபத்திற்கு அழைத்து வரப்பட்ட வைதேகியை மணப்பெண்ணிற்கான தனியறையில் உட்கார்த்தி வைத்து, நிச்சயதார்த்தத்திற்காக அலங்கரித்துக் கொண்டிருந்தார்கள்.

கௌசல்யாவும், ரேவதியும் வைதேகிக்கு தாழம்பூ வைத்து பின்னல் ஜோடனையில் ஈடுபட்டுக் கொண்டிருக்க, கோவையிலிருந்து வந்து சேர்ந்திருந்த மற்றொரு அக்கா கல்பனா தான் கொண்டு வந்திருந்த நகைகளை அவளுக்கு அணிவித்துக் கொண்டிருந்தாள்.

வைதேகியின் இரண்டு பள்ளித் தோழிகள் அருகில் நின்று அவளை கிண்டல் செய்து கொண்டிருக்க, வைதேகிக்கு சந்தோஷமும், ஒருவிதமான மயக்கமும் மனதில் ஊடுருவிக் கொண்டிருந்தாலும், தன்னை இவர்கள் எல்லோருமாக சேர்ந்து இயல்பில் இருந்து பிடுங்கி ஒரு வேஷத்திற்குள் நுழைத்துக் கொண்டிருப்பது போல உணர்ந்தாள்.

இந்த வேஷத்தில் பூரணமாக அலங்கரித்துக் கொண்டு சதா புன்னகைத்துக் கொண்டே இருக்க வேண்டும். மாப்பிள்ளை வீட்டுப் பெண்கள் அருகில் வந்தால் முழுக்க

மௌனமாக இருக்கக்கூடாது. இருந்தால் 'பொண்ணு கொஞ்சம் அழுத்தக்காரியா இருப்பா போலிருக்கே! வாயைத் திறந்து ஒரு வார்த்தை பேச மாட்டேங்கறாளே' என்பார்களாம். அதற்காக சடசடவென்று ரொம்ப இயல்பாகவும் பேசிக்கொண்டிருக்கக் கூடாது. பேசினால், 'பொண்ணு கொஞ்சம் வாயாடியா இருப்பா போலிருக்கே. ஒரு வார்த்தை கேட்டா ஒம்போது வார்த்தை சொல்றாளே!' என்பார்களாம்.

எல்லோருமாக சேர்ந்து ஆள் மாற்றி ஆள் மாற்றி, இப்படி இப்படி பேச வேண்டும் இப்படி இப்படி நடந்துகொள்ள வேண்டும் என்று ஜனாதிபதியிடம் பாரத ரத்னா பரிசு வாங்கப் போகிற நபருக்கு நடத்தப்படும் ஒத்திகையைப் போல சொல்லி வைத்து விட்டார்கள்.

இதில் 'உன் கணவனிடம் நீ எப்படி நடந்துகொள்ள வேண்டும்' என்கிற அறிவுரைகளே அதிகம்.

"இத பாரு, ஃபர்ஸ்ட் நைட்ல முதல்ல கால்ல விழுந்து ஆசீர்வாதம் வாங்கிக்க. நடுங்காதே. ஏதாச்சும் அவரா கேட்டா பதில் சொல்லு. நீயா ஏதாச்சும் லொடலொடன்னு கேட்டுக்கிட்டிருக்காதே. ரொம்ப மரியாதையோட நடந்துக்க. மாப்பிள்ளை எந்திரிச்சி நின்னா நீ உட்கார்ந்துட்டிருக்காதே. நீயும் எந்திரிச்சு நிக்கணும். அவங்க ஜனங்க அத்தனை பேர்கிட்டேயும் மரியாதையாக நடந்துக்க. அவருக்கு என்னென்ன பிடிக்கும்னு தெரிஞ்சு வச்சுக்க..."

முற்றுப்புள்ளி இல்லாமல் அறிவுரைகள் நாலா பக்கங்களிலிருந்தும் பாய்ந்து கொண்டே இருக்க, வைதேகிக்கு 'போதும்... போதும்' என்று கத்த வேண்டும் போலிருந்தது. பல விஷயங்கள் எரிச்சலைத்தான் தந்தன.

'நீ எப்பவும் எப்படி இருப்பியோ, எப்படி பேசுவியோ அப்படியே இரு, அப்படியே பேசு' என்று யாரும் சொல்வதாய் இல்லை.

புதிதாய் ஒரு வேஷத்தை வலுக்கட்டாயமாக சுமக்கச் சொல்கிறார்கள்.

"மாப்பிள்ளை காலைல மண்டபத்துக்கு வந்ததுமே வைதேகி இன்னும் இங்கே வரலையான்னு கேட்டுட்டாரு. முகத்தில இருந்த துடிப்பை பார்க்கணுமே... கொடுத்து வச்சவடி நீ! உன்னை அப்படியே பூமியில் கால் படாம தாங்கு தாங்குன்னு தாங்கப் போறார் பாரேன்!"

"அதாவது, வைதேகிக்கு அவர் கூஜா தூக்கப் போறார்."

"அது இவளோட சாமர்த்தியத்துல இருக்கு."

"சாமார்த்தியம்ன்னா?"

"அ? அ? தெரியாதாக்கும்? இந்த காலத்துப் பிள்ளைங்களுக்கு சொல்லித் தர்றதுக்கு எதுவுமே இல்லைடியம்மா!"

வைதேகிக்கு திரும்பத் திரும்ப ஒரே வட்டத்திற்குள் சுழன்று கொண்டிருந்த உரையாடல்கள் சலிப்பைத்தான் தந்தன.

அவளுக்குத் தன் மேலேயே ஒரு கேள்வி பிறந்தது. நியாயமாய் என் மனம் இந்த பேச்சுக்களால் நிறைந்து வெட்கப்பட வேண்டுமா? எனக்கு ஏன் இப்படி சராசரியைத் தாண்டி புத்தி அலைபாய்கிறது?

★★★

மணவறையில் நிச்சயதார்த்த நிகழ்ச்சிக்காக வைதேகி அமர்ந்திருக்க, அருகில் அமர்ந்திருக்கும் ராமச்சந்திரனை நிமிர்ந்து பார்ப்பதற்கு தயக்கமாக இருந்தது.

நாளைக்கு திருமணத்திற்குதான் கூட்டம் அதிகமாக இருக்கும். இப்போது மொத்தமே நூறு நூற்றைம்பது பேர்கள் மட்டுமே இருந்தாலும், எல்லோரின் பார்வையும் தன் மேல் பதிந்திருக்கும்போது உடம்பில் ஒவ்வொரு சின்ன அசைவை ஏற்படுத்துவதற்கும் ஒருமுறை மனதில் ஒத்திகை பார்க்க வேண்டியதாய் இருந்தது.

நாதஸ்வரக் குழு, மற்ற சத்தங்களை எல்லாம் அடக்கியாண்டு கொண்டிருந்தது. மின்சாரம் காலை வாரிவிட்டால் அவசரத்திற்காக உபயோகிக்க தயாராக கொளுத்தி வைக்கப்பட்டிருந்த பெட்ரோமாக்ஸ் விளக்கு ஒரு மூலையில் எரிந்து கொண்டிருந்தது.

ராமச்சந்திரன் லேசாக அவள் பக்கமாக சாய்ந்து காதருகில் மெலிதாகப் பேசினான்.

"இந்தப் பட்டு சேலையில நீ அமர்க்களமா இருக்கே வைதேகி!"

வைதேகி மடித்த கைக்குட்டையை உதட்டில் வியர்வை ஒற்றுபவள் போல் வைத்து, "தேங்க்ஸ்" என்றாள். வேறென்ன சொல்வது என்று தெரியவில்லை.

"இந்த ஃபங்ஷன் முடிஞ்சதும் என் ரூம்ல என் ஃப்ரெண்ட்ஸ் எல்லாரையும் சாப்பிட அனுப்பிச்சிட்டு நான் மட்டும் இருப்பேன். நீ வர்றியா?"

"ஐயையோ!"

"அதெல்லாம் முடியாது. நீ வரணும். காலையிலேர்ந்து உன்கிட்ட தனியா பேசணும்னு துடிச்சுக்கிட்டிருக்கேன். வருவியா?"

"என்னோட எல்லாரும் இருப்பாங்களே. நான் எப்படி வர்றது?"

"நான் கூப்புட்டேன்னு சொல்லிட்டே வா. இதில என்ன இருக்கு? கொஞ்ச நேரம் பேசிக்கிட்டிருக்கப் போறோம். அவ்வளவுதானே?"

"ஏதாச்சும் தப்பா நினைப்பாங்க"

"ஒண்ணும் நினைக்க மாட்டாங்க. எல்லாரும் விபரம் தெரிஞ்சவங்க தான்."

வைதேகிக்கு அப்போதிருந்தே ஒரு சின்ன படபடப்பு மனதில் துவக்கமானது. கடிதத்தில் ஏன் அப்படி எழுதினாய்

என்று கேட்பாரோ? என்ன சொல்வது? திட்டுவாரோ? சேச்சே! இன்னும் கல்யாணமே ஆகவில்லை. அதற்குள் திட்டுவதாவது! நிச்சயதார்த்தம் முடிந்து வைதேகி தன் அறைக்கு வந்து, விசேஷ ஒப்பனைகளை எல்லாம் கலைத்துவிட்டு. பட்டு சேலையில் இருந்து ஷிபான் சேலைக்கு மாறிய பிறகு, கூட இருந்தவர்களிடம் என்ன சொல்வது என தயங்கிக் கொண்டிருந்த போது...

ஒரு சின்னப் பொடியன் அறைக்குள் வந்தான். ரகசியம் எதுவும் இல்லாமல் சத்தமாக சொன்னான்.

"மாப்பிள்ளை சார் அவரோட ரூம்ல தனியா இருக்காரம். அவரோட ஃப்ரெண்ட்ஸ் எல்லாம் சாப்பிடப் போய்ட்டாங்களாம். வைதேகி அக்காகூட ஏதோ பேசணுமாம், கூட்டிட்டு வரச் சொன்னாரு..."

வைதேகிக்கு அவமானத்தில் முகத்தை தொலைத்து விடலாம் போலிருந்தது.

"செட்டப்பா பேசி வச்சுக்கிட்டீங்களா ரெண்டு பேரும்?"

"அதான் வந்ததும் அவ்வளவு அவசரமா சேலை மாத்திக்கிட்டியா?"

"போய்ட்டு வாம்மா. நாளைக்கு ராத்திரிதான் சாந்தி முகூர்த்தம். அதை மட்டும் மனசுல வச்சுக்கிட்டு சும்மா பேசிட்டு மட்டும் வந்துடுடி!"

"மாப்பிள்ளை இவ்வளவு தவிக்கறார்னா என்ன அர்த்தம்? பொண்ணு பார்க்க வந்து தட்டு மாத்தினப்பவே லேசு பாசா ஒரு ஓரமா சாம்ப்பிள் பார்த்தாச்சுன்னு அர்த்தம்!"

வைதேகி அவர்களிடமிருந்து பிய்த்துக் கொண்டு வெளிவந்து அந்த அறைக்குள் வருவதற்குள் திணறிப் போய் விட்டாள்.

"உக்காரு வைதேகி!"

லுங்கி, சட்டைக்கு மாறியிருந்த ராமச்சந்திரன், தனக்கு அருகில் இருந்த நாற்காலியைக் காட்ட, பட்டும் படாமல் அமர்ந்தாள்.

"விடிஞ்சா நமக்கு கல்யாணம். ஒரு மாதிரி டென்ஷனா இல்லை?"

தலையை 'ஆமாம்' என்பதாய் அசைத்தாள். தன் விரல் நகங்களை பார்த்துக் கொண்டாள்.

"மணமேடையில தான் திரும்பிப் பார்க்கலை. இங்கே யார் இருக்கா? என்னை நிமிர்ந்து பார்த்து பேசேன். சாதாரணமா இரு வைதேகி. என் ஃப்ரெண்ட்ஸ் எல்லாம் உன்னைப் பார்த்துட்டு என்னை அதிர்ஷ்டக்காரன்னு சொன்னாங்க. எனக்கு ரொம்ப பெருமையா இருக்கு!"

ராமச்சந்திரன் சட்டென்று அவளின் வலது கையைப் பற்றி, உயர்த்தி புறங்கையில் தன் உதடுகளை ஓசையின்றி பதிக்க, வைதேகிக்கு உடம்பு பூராவும் சிலிர்த்தது. மெதுவாக கையை விலக்கிக்கொண்டாள்.

"ஏன்? வெக்கமா இருக்கா?"

"ம்!"

"இந்த மனசு இருக்கே, அதுக்கு பொறுமையே இருக்கறதில்லை. மறந்துட்டேனே... வைதேகி, உனக்காக ஒரு சின்ன பிரசன்டேஷன் வாங்கிக்கிட்டு வந்திருக்கேன்."

ராமச்சந்திரன் எழுந்து சென்று தன் பெட்டியைத் திறந்து அந்த நீள சைஸ் சென்ட் பாட்டிலை எடுத்து வந்தான். அது கவர்ச்சிகரமான பேக்கிங்கில் இருந்தது.

"இந்தா, லேடீஸ் ஸ்பெஷல் சென்ட்!"

"நைட் சீக்ரெட்'ன்னு பேரு ஃபாரின்! இதோட விலை நானூத்தி அம்பது ரூபா. போட்டு விடட்டுமா?" என்று அதன் மூடியைத் திறக்க, அவசரமாக மறுத்தாள் வைதேகி.

"ப்ளீஸ் வேணாங்க..."

"ஏன்?"

"எனக்கு சென்ட் பிடிக்காது. ஒரே அலர்ஜி. சென்ட் போட்டுக்கிட்டா தலைவலி வந்துடும். சென்ட் போட்டுக்கறவங்க பக்கத்தில வந்தாலே கூட வெறுப்பா இருக்கும் எனக்கென்னவோ பிடிக்கறதில்லை சாரிங்க? நீங்க ஆசையா வாங்கிட்டு வந்திருக்கீங்க. தப்பா நினைச்சுக்காதீங்க... ப்ளீஸ்!"

"வைதேகி, மட்டமான சென்ட்தான் தலைவலி கொடுக்கும். இது கும்முன்னு ஆளையே தூக்கும். வேண்டாம்ன்னா அப்புறம் எப்படி பழகிக்கறது? எனக்கு சென்ட்னா உயிரு! உனக்கு பிடிக்காதுங்கறதுக்காக விட்டுட முடியுமா?" என்று சிரித்தவன், அவள் மேல் 'சர்...சர்'ரென்று அவளது அனுமதியின்றி சென்ட்டை பீய்ச்சத் துவங்கினான்!

* * *

8

தனக்கு பிடிக்காது, தலைவலி வரும் என்று வைதேகி சொல்லிக்கொண்டிருக்கும் போதே ராமச்சந்திரன் அவள் மீது சென்ட்டை பீய்ச்சியதில் சுருக்கென்று அவளுக்குள் ஒரு முள் தைத்தது.

சட்டென்று அவனிடமிருந்து இரண்டடி விலகி நின்றாள். அவனை அமைதியாக பார்த்தாள்.

'என்ன பிடிவாதம் இது!' உள்ளே ஒரு அருவருப்பு படர்ந்தது.

ராமச்சந்திரன் கையில் சென்ட் பாட்டிலுடன் சிரித்தபடி இருந்தான். தன் மேலும் சற்று ஸ்ப்ரே செய்து கொண்டு, "எப்படி இருக்கு வாசனை? சும்மா தூக்குதில்ல?" என்றான்.

அமைதியாக நின்ற வைதேகியின் கண்களில் கலக்கத்தைப் பார்த்து, "ஏய்! என்னாச்சு? கண்லபட்டுருச்சா? எரியுதா? உடனே கண்ணை கழுவு! சரியாப் போய்டும். இரு வர்றேன்" என்று பதறினான் கொடியிலிருந்து துண்டை உருவி பாத்ரூமுக்குள் ஓடி, அதன் ஒரு மூலையை நனைத்து எடுத்து வந்து, "காமி, எந்த கண்ணுல பட்டுச்சு?" என்றான்.

"இல்லை, ஒண்ணுமில்லை. சரியாப் போச்சுங்க" என்றவள், அவன் நீட்டியதற்காக வாங்கி ஒப்புக்கு கண்களை துடைத்துக்கொண்டாள்.

அவன் திடீரென்று துடித்துப் போய் செயல்பட்டதில், சற்றுமுன் பரவிய கசப்புணர்வு லேசாக கலைந்து போனது போலிருந்தது. என் மேல் இவருக்கு இவ்வளவு அக்கறையா!

"அப்புறம்? உக்காரு. ஏன் நின்னுக்கிட்டிருக்கே?"

"இல்லை, நான் போறேங்க. ரொம்ப கிண்டல் பேசுவாங்க."

"என்னன்னு சொல்லி கிண்டலடிப்பாங்க வைதேகி?"

அவன் வைதேகி என்ற தன் பெயரை 'வைதேஹி' என்பதுபோல உச்சரித்ததில் ஒரு கவர்ச்சி இருந்தது. அப்படி அவன் ஒவ்வொரு முறை பெயரைச் சொன்ன போதும் உள்ளத்தில் பஞ்சு வைத்து ஒற்றுவது போல் இருந்தது அவளுக்கு.

"ஆமாம், லெட்டர்ல என்ன அப்படி எழுதியிருந்தே நீ?"

அவளின் உற்சாக பலூனில் அந்தக் கேள்வி ஊசியாக குத்தியது.

எதிர்பார்த்த கேள்வி. மறந்து விட்டாரோ என்றிருந்தேன். 'இப்போது அதைக் கேட்க வேண்டாம்' என்று விட்டு விட்டாரோ என்றிருந்தேன். கேட்டு விட்டார். என்ன சொல்வது? எப்படிச் சொல்வது?

"என் மனசுலபட்டதை எழுதிட்டேன்" என்றாள் அவளுக்கே கேட்காமல்.

அவள் தாடையைத் தொட்டு முகத்தை தன்னை நோக்கி நிமிர்த்திய ராமச்சந்திரன், "தயக்கமில்லாம உன் மனசுல பட்டதை உடைச்சு, தெளிவா எழுதியிருந்தே பாரு! அது எனக்கு ரொம்பப் பிடிச்சது வைதேகி" என்றான்.

அவளின் படபடப்பு உடனே விலகி, பெருமூச்சு வந்தது. "எனக்கு இந்த மாதிரி வெளிப்படையா பேசினா ரொம்ப பிடிக்கும். மனசுக்குள்ளே ஒரு விஷயத்தை வச்சுக்கிட்டு புழுங்கிக்கிட்டே இருக்கக் கூடாது. பிடிச்சுதா... பிடிச்சுதுன்னு சொல்லணும். பிடிக்கலையா, பிடிக்கலைன்னு சொல்லணும்.

என்னடா, முதன் முதலா கட்டிக்கப் போற புருஷன் பிரசன்ட் வாங்கிட்டு வந்திருக்காரேன்னு சத்தம் போடாம வாங்கிக்காம, 'எனக்கு சென்ட் புடிக்காது'ன்னு சொன்னே பாரு, அதுகூட எனக்கு பிடிச்சது!''

வைதேகிக்கு, தனக்கு பூக்களால் அபிஷேகம் நடப்பது போலிருந்தது.

''அதேசமயம் நமக்கு சிலது பிடிக்காம இருக்கலாம். மத்தவங்க சந்தோஷத்துக்காக விட்டுக்கொடுத்துட வேண்டியும் வரும். பாகற்காய் இருக்கே, எனக்கு அது சுத்தமா பிடிச்காது. எங்கம்மாவுக்கு ரொம்ப பிடிக்கும். 'மெனக்கட்டு சமைச்சிருக்கேனில்ல? ரெண்டே ரெண்டு போட்டுக்கோ'ன்னு சொல்வாங்க. அங்கே நான் பிடிவாதம் பிடிக்கறதில்லை. அவங்களுக்காக கொஞ்சம் வச்சுக்குவேன். அந்த மாதிரி அனுசரிச்சிப் போக வேண்டிய சமயங்கள்ல அனுசரிச்சுப் போகணும் வைதேகி...''

அமைதியாக தலையசைத்தாள் வைதேகி.

''நாளைக்கு ராத்திரி இதே மண்டபத்திலதான் ஏற்பாடு பண்ணியிருக்காங்க போலிருக்கு?''

''என்ன?'' என்றாள் புரியாமல்.

''உங்க அண்ணியைக் கேளு, தெரியும்'' என்று அவன் சொன்னபோது, அறையின் திறந்திருந்த கதவு தட்டப்பட்டது. தொடர்ந்து, ''வைதேகி, உன்னை அம்மா கூப்புட்றாங்க'' என கௌசல்யாவின் குரல் கேட்டது.

வைதேகி புறப்பட்டாள். ''நான் வர்றேன்...''

''ஒரு பத்து நிமிஷம் பேச விடமாட்டாங்களே நாளைக்கு தாலி கட்டினப்புறம் இதே மாதிரி கூப்புட்டுப் பார்க்கட்டும்'' என்றான் ராமச்சந்திரன் ஏமாற்றத்துடன்.

''ஒழுங்கா தூங்குங்க. குட்நைட்!''

வைதேகி வெளியே வந்து நடந்து கொண்டே, ''என்ன அண்ணி?'' என்றாள்.

“நிஜமாவேதான் உங்கம்மா கூப்புட்றாங்க. ‘மாப்பிள்ளை கூப்பிட்டு விடத்தான் செய்வார். நீங்க எப்படி அனுப்பி வைக்கலாம்’ன்னு எங்களை பிடிச்சு சத்தம் போட்டாங்க. உன்னையும் திட்டுவாங்க. கண்டுக்காதே. அந்தக் காலம். இதெல்லாம் ரொம்ப அட்வான்ஸாயிடுச்சு. நிச்சயதார்த்தத்துக்கும், கல்யாணத்துக்கும் நடுவுல நூறு தடவை பேசிடறாங்க. நாலஞ்சு தடவை சந்திச்சுடறாங்க. சினிமாக்கெல்லாம் போறாங்க. கிட்டத்தட்ட பாதி கற்பு கரைஞ்சுடுது உன் கேஸ்ல எப்படி? பாதியா, கால் வாசியா?”

“அய்யோ! போங்க அண்ணி”- முகம் சிவந்த வைதேகி தன் அறைக்கு வந்ததும் அம்மா சத்தம் போட்டாள்.

“அவர் கூப்பிட்டுவிட்டா நீயும் போயிடறதா? பெரியவங்க எங்களை ஒரு வார்த்தை கேக்கறதில்லையா?”

அமைதியாக இருந்தாள் வைதேகி.

“சரி, சரி. உனக்கு ஆர்வமாதான் இருக்கும். கூப்பிடறப்ப போகலைன்னா தப்பா நினைச்சுப்பாரோன்னு இருக்கும். பெரியவங்க மறுத்து சொல்றப்ப கஷ்டமாத்தான் இருக்கும்மா. ஆனா எல்லாத்துக்கும் காரணங்கள் இருக்கு. தாலி கட்டினப்புறம் உன்னை யார் கூப்பிடப் போறா? ரூமை விட்டு வெளியில வராதே! யார் கேக்கப் போறா?”

“போம்மா! நீயும் ஆரம்பிச்சுட்டியா?” சிணுங்கிவிட்டு அமர்ந்தாள் வைதேகி. அம்மா வேறு வேலையாக போனதும் ரேவதி அக்கா கேட்டாள் ரகசியமாக.

“என்னடி பேசினீங்க? ஆமாம், இதென்ன கும்முன்னு சென்ட் வாசனை! நீதான் போட்டிருக்கியா? உனக்கு பிடிக்காதே?”

தன் இடுப்பில் செருகி வைத்திருந்த சென்ட் பாட்டிலை எடுத்துக் காட்டினாள்.

“அவர் எனக்காக வாங்கிட்டு வந்தாராம். கொடுத்தார். போட்டும் விட்டார்.”

''அது சரி'' என்றாள் கல்பனா அக்கா. ''நாம யாராவது செண்ட் போட்டுக்கிட்டு பக்கத்தில வந்தாக்கூட மூக்கை சுளிப்பா. விலகி ஓடுவா. மண்டபமே மணக்கற மாதிரி போட்டுக்கிட்டு உக்காந்திருக்கா பாரு. இதைத்தாண்டி சொல்றது - கல்யாணம்ன்னு ஆகி, புருஷன்னு வந்துட்டா ஒரு பொண்ணு கம்ப்ளீட்டா மாறிப் போய்டுவான்னு!''

வைதேகிக்கு சுண்டலுக்கு நடுவில் சட்டென்று மிளகாய் கடித்தது போலிருந்தது. நானும் படிப்படியாக மாறி விடுவேனா? எனது குணங்கள், விருப்பங்கள் எல்லாம் கொஞ்சம் கொஞ்சமாக புது வடிவம் எடுத்து விடுமோ? சில விருப்பங்கள் நிறைவேற சாத்தியம் இல்லாமல் போகலாம்! சில விரும்பாத விருப்பங்கள் நிறைவேற்றப்படலாம். ஆனால் அடிப்படை குணங்கள் மாறுமா என்ன?

அம்மா ரேவதியைப் பற்றி அவள் இல்லாதபோது அடிக்கடி சொல்வதுண்டு.

'அவ அடியோட மாறிட்டா! ஒரு வார்த்தை பேச நூறு தரம் யோசிக்கிறவ, இப்ப நூறு வார்த்தை நிறுத்தாம பேசறா. ஆரம்பத்துல புருஷன் வீடு ஒட்டாம இருந்திச்சு. இப்போ நாம அசலாய்ட்டோம். அவங்க வீட்டு சௌகரியமும், அவங்க வீட்டு ஜனங்களும் தான் அவளுக்கு முக்கியமா படுது!'

அதேபோல திருமணத்திற்குப் பிறகு என் அப்பா, என் அம்மா, என் அண்ணன், என் அக்காக்கள் எல்லாம் விலகி விலகி மனதிலிருந்து தூரமாக போய் விடுவார்களோ? ச்சே! அப்படி எல்லாம் நான் மாறக் கூடாது. மாறமாட்டேன்!

* * *

மறுநாள் காலை மணி எட்டு.

மண்டபத்தில் நாற்காலிகள் விரித்துப் போடப்பட்டிருந்தன. மணவறையின் அருகில் புரோகிதர் எல்லாப் பொருள்களையும் அமைத்துக் கொண்டிருந்தார். ஒன்பதரை மணிக்கு மேல்

பத்தரைக்குள் முகூர்த்தம் என்பதால், உள்ளூர் கூட்டம் இன்னும் வரவில்லை.

வெளியூரில் இருந்து பெட்டிகளுடன் இரண்டு பக்கத்து உறவினர்களும் உதிரி உதிரியாய் வந்து கொண்டிருக்க, அவர்களை தங்கவைத்து டிபன் சாப்பிட அனுப்பும் வேலைகளில் மும்முரமாய் இருந்தார் விஸ்வநாதன்.

வைதேகிக்கு அலங்காரம் துவங்கியிருந்தது. நாகேஸ்வரி தன் மருமகளுடன் சேர்ந்து பெரிய பெரிய தட்டுகளில் பழங்கள், இனிப்பு வகைகள், உடைகள், டாய்லெட் சாமான்கள், மேக்கப் சமான்கள் மற்றும் சீரில் வைக்க வாங்கிய பிளாஸ்டிக் பொருட்களை எல்லாம் அமைத்து அமைத்து, மணவறைக்கு முன்பாக வரிசையாக வைத்துக் கொண்டிருந்தாள்.

டிபன் சாப்பிட்டுவிட்டு வந்து தங்கள் தனி சிமெண்ட் மேடையில் அமர்ந்து வாத்தியங்களை உறைகளில் இருந்து பிரித்து நாதஸ்வர கோஷ்டியினர் வாசிக்கத் துவங்கினர்.

சிறுவர்கள் கூச்சலாய் குறுக்கிலும், நெடுக்கிலும் ஓடிக் கொண்டிருக்க, சமையல்கூடத்தில் எட்டு ஒன்பது பேரார். சுறுசுறுப்பாக இயங்கிக் கொண்டிருக்க, அங்கே சுதர்சனம் நின்று கொண்டு மேற்பார்வையிட்டான்.

தனியறை திறந்து முந்திரிபருப்பு, நெய் இவற்றை எடுத்துக் கொடுத்து, அவை போடப்பட்டதும் மீதத்தை மறுபடி தனியறையில் வைத்து பூட்டிக்கொண்டு வாசலுக்கு வந்து வரவேற்பு மேஜையில் ரோஜாப்பூ, கல்கண்டு, சந்தனம், பன்னீர் செம்பு இவற்றைக் கொண்டு வந்து வைத்து, ஊதுபத்தி கொளுத்தி வைத்தான்.

அங்கே நின்று, வருகிறவர்களை பன்னீர் தெளித்து வரவேற்க இரண்டு தாவணி போட்ட பெண்களை அழைத்து, "நீங்கதான் பொறுப்பு! இந்த இடத்தைவிட்டு நகரக்கூடாது. சந்தன பேலா வெள்ளி! ஜாக்கிரதை" என்று பொறுப்பு ஒப்படைத்துவிட்டு நடந்தபோது...

ஒரு பையன் வந்து மாப்பிள்ளை அவனை அழைப்பதாக சொன்னான்.

மாடியில் இருந்த மாப்பிள்ளையின் தனியறைக்கு சுதர்சனம் வந்தபோது, ராமச்சந்திரன் கண்ணாடி முன் அமர்ந்து தலைக்கு பிரில் கிரீம் போட்டு தேய்த்துக் கொண்டிருந்தான். மற்ற நண்பர்கள் சீட்டு விளையாடிக் கொண்டிருந்தார்கள்.

“என்ன மச்சான், வேட்டி எப்படி கட்டறதுன்னு சொல்லித் தரணுமா?” என்று சிரித்துக் கொண்டே கேட்டான் சுதர்சனம். ஆனால் அந்த சிரிப்பு ராமச்சந்திரனின் உதடுகளில் தொற்றிக் கொள்ளவில்லை.

“இல்லை மச்சான். ஒரு கல்யாணம்ன்னா என்னென்ன ஏற்பாடுகள் செய்யணுன்னு நான்தான் உங்களுக்கு சொல்லித் தரணும்” என்றான் சீரியஸாக.

“என்ன ஆச்சு? ஏதாச்சும் பிரச்சனையா?”

“நேத்து ஈவினிங் நிச்சயதார்த்தம் தானேன்னு கவர் பண்ணலை போலிருக்குன்னு நினைச்சேன். விசாரிச்சா இன்னைக்கும் வீடியோ எதுவும் ஏற்பாடு பண்ணலை போலிருக்கு?”

“அதுவா? ஃபோட்டோகிராஃபர்க்கு சொல்லிருக்கோம் மச்சான்!”

“அது தான் எடுப்பாங்களே ஒண்ணுக்கு நாலு! இதோ என் ஃப்ரெண்டு கூடத்தான் கேமரா எடுத்துட்டு வந்திருக்கான். அவனவன் எடிட்டிங் எஃபெக்ட்ஸ் எல்லாம் வெச்சு மூணு வீடியோ கேமரா வச்சு கவர் பண்றான். அதை ஏற்பாடு செய்யலைன்னா எப்படி? லைஃப்ல ஒரு தடவை தான் மச்சான் கல்யாணம்! நாளைக்கு எப்ப வேணாலும் போட்டு பார்க்கலாமில்ல? கல்யாணத்துக்கு வர முடியாத ஃப்ரெண்ட்ஸ் எல்லாம், ‘என்னடா, வீடியோ கேஸட் கூட இல்லைங்கறே?’ன்னு கேட்டா என்ன சொல்றது?”

சுதர்சனத்துக்கு இந்த பிரச்சனை பூதமாக எழப்போகிறது என்று பட்டது. வியர்த்தது. எச்சில் விழுங்கினான்.

"அதில்லை மச்சான். என்னோட ரெண்டு சிஸ்டர்ஸ் கல்யாணத்திலயும் வீடியோ ஏற்பாடு பண்ணலை. இந்த கல்யாணத்தில் மட்டும் செஞ்சா, அந்த மாப்பிள்ளைங்க கோவிச்சுக்குவாங்களேன்னுதான் வேணாம்னு முடிவு செஞ்சோம்."

"அப்படியா? உங்க முத தங்கச்சி கல்யாணத்திலயும் சரி, ரெண்டாவது தங்கச்சி கல்யாணத்திலயும் சரி, பொண்ணுக்கு நகை போட்டு ரொக்கமா இருபதாயிரம் தந்தோம். அதேமாதிரி செய்துடறோம்ன்னு சொன்னார் உங்கப்பா. சம்மதிச்சோம். பத்து வருஷம் முன்னாடி அன்னிக்கு கொடுத்த இருபதாயிரத்துக்கும், இன்னைக்கு தர்ற இருபதாயிரத்துக்கும் ஒரே மதிப்பான்னு கேட்டமா? அந்த பணத்துக்கு அன்னைக்கு எத்தனை பவுன் வாங்கலாம்? இன்னைக்கு எத்தனை பவுன் வாங்கலாம்? இதெல்லாம் யோசிச்சு பார்க்க மாட்டிங்களா? அந்த மாப்பிள்ளைங்களுக்கு கோபம் வருமா? அப்படின்னா இந்த மாப்பிள்ளைக்கு கோபம் வந்தா பரவாயில்லையா? வீட்ல கடைசி கல்யாணம்ன்னு ரொம்ப கிராண்டா செலவு செய்வீங்கன்னு நினைச்சேன். இப்படி பார்த்து பார்த்து பிசுனாரித்தனமா செலவு செய்யறீங்களே..."

ஆத்திரம் கொப்புளிக்க சுதர்சனம் சூடாகச் சொன்னான்.

"மச்சான்... நீங்க பேசற விதம் நல்லால்லை! வார்த்தையை கொஞ்சம் நிதானமா பேசுங்க!"

✲ ✲ ✲

9

சுதர்சனம் சற்று சூடாக கேட்டதும் ராமச்சந்திரன் அதிர்ந்து போனான். நண்பர்களின் சீட்டாட்டம் நின்றது.

“இப்ப நான் என்ன சொல்லிட்டேன்?” என்றான் ராமச்சந்திரன்.

“பணத்தோட மதிப்பைப் பத்தி சொன்னீங்க. திருப்பிக் கேக்க ரொம்ப நேரமாய்டாது மச்சான். நல்ல காரியம் நடக்கறப்போ எதையும் ஒரு தடவைக்கு ரெண்டு தடவை யோசனை பண்ணி பேசணும்.” - படபடத்தான் சுதர்சனம்.

“என்னங்க, பொண்ணு வீட்டுக்காரங்க நீங்க, அனுசரிச்சுப் போகாம சரிக்குசரி பதில் பேசறீங்க?” என்றான் மாப்பிள்ளையின் நண்பன்.

“இருடா” என்றான் ராமச்சந்திரன். “அவர் பேசட்டும். என்னமோ திருப்பி கேக்கறேன்னாரே... அது என்னன்னு தெரிஞ்சுக்கலாம். சொல்லுங்க சார்!”

இவ்வளவு நேரம் ‘மச்சான், மச்சான்’ என்று பேசிக்கொண்டிருந்து விட்டு, திடீரென்று ‘சார்’ என்று சொல்லி தன்னை அந்நியப்படுத்திவிட்ட மாப்பிள்ளையை உதடுகள் துடிக்க பார்த்தான் சுதர்சனம்.

பொங்கின ஆத்திரம் முழுவதையும் எச்சிலுடன் சேர்த்து விழுங்கினான்.

"விடுங்க மச்சான். டிரெஸ் பண்ணிக்கிட்டு கீழே வாங்க."

"நீங்க சொல்ல வந்ததை முதல்ல சொல்லுங்க..."

"அதான் விட்ருங்கன்னு சொல்றேனே..."

"தெரிஞ்சுக்காம எப்படி விட்றது? நான் கேட்டேன், மத்த பொண்ணுங்க கல்யாணத்தப்ப இருபதாயிரம் ரொக்கம் கொடுத்தாரு உங்கப்பா. எனக்கும் அதே இருபதாயிரம்தான்னு சொன்னார். நியாயமாதானே சொன்னேன்?"

"உங்களுக்கு சாதகமான நியாயத்தை மட்டும் தான் நினைப்பீங்களா மச்சான்? மத்த பொண்ணுங்களுக்கு போட்ட மாதிரியே இருபத்தஞ்சு பவுன் போட்றேன்னு அப்பா சொன்னாரு. சொன்னாரா?"

"ஆமாம்."

"அன்னைக்கு பவுன் என்ன விலை? இன்னைக்கு என்ன விலை? முதல் தங்கச்சிக்கு இருபத்தஞ்சு பவுன் வாங்கின காசுல இன்னைக்கு பத்து பவுன் கூட வாங்க முடியாது மச்சான்!"

"கடைக்குப் போய் வாங்கினாத்தானே இந்த கணக்கு? அன்னைக்கு பொண்ணு பார்க்க வந்தப்பவே உங்கப்பா சொன்னாரே, பொண்ணுக்கு வேண்டிய நகை எல்லாம் மெல்ல மெல்ல சேர்ந்து வெச்சுட்டோம். சீர்சாமான் தான் வாங்கணும்ன்னாரு."

"பழைய நகையோ, புது நகையோ! மதிப்பு என்ன?"

"இப்ப என்ன செய்யணும்ன்னு சொல்றீங்க அதுக்கு?"

"நான் ஒண்ணும் செய்யச் சொல்லலை. நீங்க வற்புறுத்தினதால பதில் சொன்னேன். உங்களுக்கு நாங்க ஏதோ குறைச்சலா செய்யற மாதிரி சொன்னதால எனக்கு சுருக்குன்னு பட்டுருச்சு. சரி, இந்த பேச்சை விட்ருங்க மச்சான். வேட்டி பஞ்சகச்சமா கட்டத் தெரியுமில்லே?" சகஜ

நிலையினை உருவாக்க சுதர்சனம் முதலில் தன் முகத்தில் மலர்ச்சியை வலிய உருவாக்கிக் கொண்டான்.

ராமச்சந்திரன் பவுடர் டப்பா எடுத்து உள்ளங்கையில் கொட்டி, தன் அக்குள்களிலும், கழுத்திலும் போட்டுக் கொண்டபடி மௌனமாக இருந்தான்.

"அப்ப நான் கீழே போறேன். நிறைய வேலை இருக்கு"

"பதில் சொல்லாம போனா எப்படி?" என்றான் ராமச்சந்திரன்.

"இன்னும் என்ன பதில் சொல்லணும்?"

"வீடியோ ஏற்பாடு பண்றதா இல்லையா?"

"அதான் சொன்னேனே, மத்த தங்கச்சிங்க கல்யாணத்தில ஏற்பாடு பண்ணலை. அதனாலதான் மனசில வித்தியாசம் வந்துவிடக் கூடாதுன்னு ஏற்பாடு பண்ணலை."

"அதுமட்டும் தான் காரணமா?"

"ஆமாம். வேறென்ன?"

"செலவுக்காக பார்க்கறீங்க..."

"சரி, அதுவும் ஒரு காரணம்ன்னு வெச்சுக்கங்களேன். மச்சான், நான் அப்பாவை விட்டு பிரிஞ்சு பெங்களூர்ல இருக்கேன். எனக்குண்டான பங்கை பிரிச்சு வாங்கிட்டுப் போய் அங்கே செட்டில் ஆயிட்டேன். அப்பாவுக்கு சொத்துன்னு இருக்கறது, குடியிருக்கிற வீடு மட்டும்தான். அது மேலே எனக்கு உரிமை இல்லைன்னு நான் விடுதலைப் பத்திரம் மாதிரி எழுதிக் கொடுத்துட்டேன். அதனால அந்த வீடு அப்பாவுக்குப் பிற்பாடு என்னோட மூணு தங்கச்சிங்களுக்கு தான் வருது. அதனால இந்த சின்ன விஷயத்தை பெரிசுபடுத்தாம, சுமுகமா நல்ல காரியம் நடக்கறதுக்கான வழியைப் பார்க்கலாம் மச்சான்!"

"நான் என்னமோ கேட்டா, நீங்க என்னமோ சொல்றீங்க. வீடியோ கவரேஜ் பண்ணலைன்னா அது எனக்கு கௌரவமா

இருக்காது. அதனால நீங்க ஏற்பாடு பண்ணிடுங்க. அதுக்கு உண்டான செலவை நான் ஏத்துக்கறேன்'' என்றான் ராமச்சந்திரன் முகத்தில் கிரீம் தடவியபடி!

சுதர்சனம் தயங்கி நின்றான்.

''அப்புறமும் என்ன யோசனை? அதான் செலவு நாங்க ஏத்துக்கறோம்ன்னு சொல்றோமில்லே?'' என்றான் தோழன்.

''அப்பாகிட்டே பேசிப் பார்க்கறேன்.''

சுதர்சனம் அறையை விட்டுச் சென்றதும் ஒரு நண்பன் கேட்டான். ''ஏம்ப்பா, நாம மாப்பிள்ளை வீட்டுக்காரங்களா, இல்லை அவங்க மாப்பிள்ளை வீட்டுக்காரங்களா?''

''ஏண்டா அப்படி கேக்கறே?''

''பட்டாசு மாதிரி வெடிக்கறான் உன் பெங்களூர் மச்சான்! 'வீடியோ செலவை நான் ஏத்துக்கறேன்'னு நீ சொல்லியிருக்கக் கூடாது ராம்! ஒரு படி இறங்கிட்டே நீ!''

''அதெல்லாம் ஒண்ணும் இறங்கலை. இப்ப நமக்கு காரியம் நடக்கணும். வீணா பிடிவாதம் பிடிச்சா அவங்களும் பிடிவாதம் பிடிக்கற மாதிரி தெரியுது. அதனாலதான் அப்படிச் சொன்னேன். நாளைக்கு நிஜமாவே கொடுக்கப் போறேனா என்ன? அவங்களும் கல்யாணம்ன்னு ஆனப்புறம் வற்புறுத்தி கேட்டுட முடியுமா? 'சரிதான் போ, செலவோட செலவு'ன்னு விட்டுருவாங்க!''

''பெரிய ஆள்டா நீ!'' என்று அவன் தோளில் தட்டினான் மற்றொரு நண்பன்.

★★★

சுதர்சனம் கீழே வந்து கூட்டத்தில் தன் அப்பாவைத் தேடி தனியாக அழைத்துச் சென்று விபரங்களைச் சொன்னான். அவர் முகம் இறுகியது.

"எனக்கு நெருப்பை மிதிச்ச மாதிரி சுர்ருன்னு கோபம் ஏறிடுச்சு. பதிலுக்கு பதில் கேட்டு விட்டுட்டேன்."

"இப்ப என்ன சொல்றாரு?"

"எப்படியும் ஏற்பாடு பண்ணணுமாம். செலவு அவர் ஏத்துக்கறாராம்."

"என்னப்பா இது வில்லங்கம்? மத்த மாப்பிள்ளைங்களுக்கு செலவு யார் செய்யறதுன்னு தெரியுமா? நான் செய்யறதாத்தானே நினைச்சுக்கிட்டு முகத்தை தூக்கி வெச்சுக்குவாங்க? அதிலயும் ரேவதி புருஷனைப் பத்தி கேக்கவே வேணாம். அவர் ரூம்ல எக்ஸ்ட்ரா ரெண்டு தலைகாணி கேட்டிருந்தாராம் நேத்து. யாரும் கொடுக்கலையாம். 'இதான் மாப்பிள்ளையை கவனிக்கிற லட்சணமா?'ன்னு காலையில ரேவதிகிட்டே கேட்டுட்டு, டிபன் இங்கே சாப்பிடாம ஹோட்டல்ல போய் சாப்பிட்டுட்டு வந்திருக்காரு!"

"அந்த பிரச்சனையை எல்லாம் அப்புறம் பார்த்துக்கலாம்ப்பா. இப்ப தலை மேலே உள்ள பிரச்சனை இதுதான். செலவு அவரே ஒத்துக்கறாருங்கிறப்ப நமக்கென்னப்பா?"

"உங்கம்மாவை ஒரு வார்த்தை..."

"அம்மாவைக் கேட்டா என்ன சொல்லப் போறாங்க? 'நீங்க பார்த்து சரின்னு பட்றதை முடிவு பண்ணிக்குங்க'ன்னு சொல்வாங்க. ரெண்டாவது, சேதி அப்படியே பொம்பளைங்களுக்கு பூரா தெரிஞ்சு வைதேகிக்கும் தெரிஞ்சுடும். சங்கடப்படுவா அவ. நாம முடிவு பண்ணிடலாம்... சொல்லுங்க!"

"முகூர்த்த நாளுப்பா. இன்னும் ஒன்றரை மணி நேரத்துல கல்யாணத்தை வெச்சுக்கிட்டு, இப்போ போய் கேட்டா எப்படி? யாராச்சும் கிடைப்பானா? அட்வான்ஸ், அது இதுன்னு கேப்பான். அவர் கிட்டயே பணம் வாங்கிட்டுப் போறியா?"

"அது நல்லா இருக்காது. நாம செலவு பண்ணிட்டு, பில் கொடுத்து அப்புறம் நமக்குள்ளே செட்டில் பண்ணிக்கறதுதான்

மரியாதையா இருக்கும். நான் கொஞ்சம் பணம் வச்சிருக்கேன். ஏற்பாடு பண்ணிடறேன். என்ன சொல்லுங்க?''

''சரி'' என்றார் வாடின முகத்துடன் விஸ்வநாதன். எதிரே ஒரு உறவினர் வருவதைப் பார்த்து உடனே தன் முகத்தை மாற்றிக்கொண்டு, ''வாங்க, வாங்க. நான் பத்திரிகை வைக்க வந்தப்போ நீங்க ஊர்ல இல்லை. பையன்கிட்டே கொடுத்துட்டு வந்தேன். ரொம்ப சந்தோஷம். வீட்ல அழைச்சுட்டு வரலையா?'' என்றார்.

சுதர்சனம் அங்கிருந்து விலகி நடந்தான். வழியில் எதிர்ப்பட்டவர்களுக்கு எல்லாம் புன்னகை செய்துவிட்டு, சிலரை 'டிபன் ஆச்சா?' என்று விசாரித்து விட்டு வைதேகியின் அறைக்கு வந்தான்.

வைதேகியைச் சுற்றி ஏழெட்டு பெண்கள் நின்று அவளை அலங்கரிப்பதில் ஈடுபட்டுக் கொண்டிருந்தனர். அவர்களோடு இருந்த தன் மனைவி கௌசல்யாவை தனியாக அழைத்தான்.

''ஐயாயிரம் ரூபா எடுத்துட்டு வந்தோமில்ல. உன் பொட்டியிலதான் இருக்கு. திறந்து அதில ஒரு ரெண்டாயிரம் எடுத்துக் கொடு...''

''எதுக்கு?''

சுருக்கமாக விபரங்களைச் சொன்னான்.

''அந்தப் பணம் எதுக்கு கொண்டு வந்தோம்னு நினைவிருக்கில்ல?''

''நம்ம வீட்டு கிரகப்பிரவேசத்துக்காக 'நல்லி'யில உனக்கு பட்டுப்புடவை எடுத்துட்டு போய்டலாம்ன்று பேசிக்கொண்டு வந்தோம்.''

''பின்னே, அதிலேர்ந்து எடுத்துக்கொடுன்னு கேட்டா?''

''கிரகப்பிரவேசத்துக்கு இன்னும் ரெண்டு மாசம் இருக்கு. அதுக்குள்ள ரெண்டு தடவையாவது மெட்ராஸ்

வரவேண்டியிருக்கும். அடுத்த தடவை வாங்கிக்கலாம் கௌசல்யா.''

''அவர் தான் செலவு ஒத்துக்கறேன்னு சொல்றதா சொல்றீங்க. அட்வான்ஸ் தரணும்ன்னு கேட்டு வாங்கிக்க வேண்டியது தானே?''

''அது நல்லா இருக்காதும்மா. 'என்கிட்டே இப்ப இல்லை, நீங்க போட்டுக்கங்க'ன்னு சொல்லிட்டா சங்கடமா போய்டும்.''

''இது மாதிரி விவகாரம்ன்னு தெரிஞ்சதும் நேரா மாமாவை கூட்டிக்கொண்டு போய் நிறுத்தி, அவரையே பேசிக்க சொல்ல வேண்டியது தானே? நீங்க ஏன் தலையில எடுத்து போட்டுக்கறீங்க?''

''என்ன சொல்றே நீ? ஏற்கனவே அவர், நான் இந்த கல்யாணத்துல பட்டுக்கலை, பொறுப்பெடுத்துக்கலைன்னு சொல்லிட்டிருக்கார். எனக்கு இதுல சம்பந்தமில்லைன்னு உதறிட முடியுமா? என் தங்கச்சிடி! அவ கழுத்துல தாலி ஏற வேணாமா? ரொம்ப வியாக்யானம் பேசாம நீ போய் எடுத்துட்டு வா சொல்றேன்'' என்றான் சற்றே அதட்டலாக.

கௌசல்யா அவனை முறைத்துவிட்டு, எதையோ முனகிக்கொண்டே சென்று பணம் எடுத்து வந்து அவனிடம் கொடுத்துவிட்டு, ''இந்தப் பணம் திரும்பி வருமான்னு ஒரு தடவைக்கு ரெண்டு தடவை யோசனை பண்ணிக்கிட்டு செலவு செய்யுங்க'' என்றாள்.

''சீச்சி! பந்தா காமிக்கறது வேற, பேச்சை காப்பாத்தறது வேற! இந்த பணம் வந்துடும் கௌசல்யா.''

சுதர்சனம் மண்டபத்தின் அலுவலகத்திற்கு வந்து டெலிஃபோன் டைரக்டரியில் 'எல்லோ பேஜஸ்' புரட்டி, இரண்டு மூன்று வீடியோ நிறுவனங்களை தொடர்பு கொண்டு ரேட் விசாரித்து, ஒன்றை முடிவுசெய்து, உடனே அட்வான்ஸ் அனுப்பி வைப்பதாகவும், அட்வான்ஸ் கொண்டு

வரும் ஆளோடு அதே ஆட்டோவில் கேமிரா மற்றும் சாதனங்களுடன் வந்து விடுமாறும் சொல்லி விட்டு ஃபோனை வைத்தான்.

ஒரு உறவுப் பையனை அழைத்து பணமும், விலாசமும் கொடுத்து ஆட்டோவில் சென்று அழைத்து வரும்படி அனுப்பிவைத்தான். பெருமூச்சுவிட்டான்.

அரை மணி நேரத்தில் அந்த மண்டபம் களை கட்டியது. நிறைய பேர் வரத் துவங்கினார்கள். வீடியோ கேமிரா வந்து, வருகிறவர்களை எல்லாம் பதிவு செய்து கொண்டிருந்தது.

மணமேடையில் ராமச்சந்திரனும், வைதேகியும் அருகருகே அமர்ந்திருக்க, புரோகிதர் சொல்லும் மந்திரங்களை திருப்பி சொல்லிக் கொண்டிருந்தார்கள்.

செங்கற்களால் எல்லை அமைக்கப்பட்ட அக்னி குண்டத்தில் நெய்யால் தூண்டப்பட்ட தீ நாக்குகள் துடித்துக் கொண்டிருந்தன.

தாலியை தட்டில் வைத்து, பெரியவர்களிடம் எல்லாம் நீட்டி ஆசி வாங்கி, திரும்ப புரோகிதரிடம் கொண்டு சென்று சுதர்சனம் கொடுத்ததும், அதை கையில் வாங்கிக் கொண்டு தனது வாட்சில் மணி பார்த்துக் கொண்டு, 'மாங்கல்யம் தந்துனானே' மந்திரம் துவங்கி, தாலியை மாப்பிள்ளை கையில் கொடுத்து "கெட்டிமேளம்!" என்றார்.

ராமச்சந்திரன், தூவப்பட்ட அட்சதைகளின் நடுவில் வைதேகியின் கழுத்தில் தாலியைக் கட்ட, அவளுக்கு உடம்பு முழுக்க சிலிர்த்தது!

☆☆☆

மண்டபத்திலேயே ஒரு தனியறையில் சாந்தி முகூர்த்தத்திற்கு ஏற்பாடு செய்திருந்தார்கள். மலர் சாரங்களை கட்டிலைச் சுற்றிலும் தொங்கவிட்டு, படுக்கை மேல் உதிரிப் பூக்களைத்

தூவி அறையின் ஜன்னல்களை எல்லாம் சாத்தியிருந்தார்கள். சுழலும் மின் விசிறியோடு, அதில் கட்டப்பட்ட ஜிகினாக் காகித ரிப்பன்களும் சுழன்றன. ஒரு கொத்து பலூன் அறைக்கு நடுவில் தொங்கியது.

தட்டுக்களில் பழ வகைகளும், இனிப்பு வகைகளும், ஒரு டஜன் ஊதுபத்திக் குச்சிகள் வாசமாய் தற்கொலை செய்து கொண்டிருக்க, தன் மடியில் 'ஸ்வீட் நைட்' என்று எம்பிராய்டரி செய்யப்பட்ட தலையணையை வைத்திருந்த ராமச்சந்திரன் பட்டு வேட்டி, பட்டுச் சட்டையில் இருந்தான்.

மாமனார் போட்ட புதிய மோதிரத்தை தன் விரலில் இருந்து கழற்றி, மீண்டும் அணிந்தபடி காத்திருந்தான்.

விஸ்வநாதனின் வீட்டாரைத் தவிர மண்டபத்தில் எவருமில்லை. மதிய உணவிற்குப் பிறகே ஒவ்வொருவராக விடைபெற்று செல்லத் துவங்கிவிட்டனர்.

கோவை மாப்பிள்ளை, சேலம் மாப்பிள்ளை இருவருமே தங்கள் மனைவிகள் வேண்டுமானால் இரண்டு தினங்கள் கழித்து வரட்டும் என்று கூறிவிட்டு புறப்பட்டுச் சென்றார்கள்.

விஸ்வநாதன் சம்பளம் பட்டுவாடா செய்ய வேண்டியவர்களுக்கு எல்லாம் செய்து முடித்து, ஒரு நாற்காலியில் களைப்பாக அமர்ந்திருந்தார்.

நாற்காலிகள் மடித்து ஓரமாக சாத்தப்பட்டிருந்தன. கம்பளங்கள் உதறி மடிக்கப் பட்டிருந்தன. மண்டபத்திற்கு சொந்தமான அத்தனை எவர்சில்வர், பித்தளை பாத்திரங்களும் கழுவி, அடுக்கி, எண்ணி சரிபார்த்ததில், மூன்று டம்ளர்கள் குறைந்தன. அதற்கான மதிப்பை பிடித்துக்கொண்டு, அட்வான்ஸ் பணத்தில் வாடகை போக பாக்கி கொடுத்தார்கள்.

✲ ✲ ✲

10

மண்டப மேனேஜர் தெரிந்தவராகப் போய்விட்டதால், சாந்தி முகூர்த்தத்தை அங்கேயே ஒரு அறையில் நடத்திக்கொள்ள அனுமதித்திருந்தார்.

சுதர்சனம் வந்து அப்பா அருகில் ஒரு நாற்காலி எடுத்து போட்டுக்கொண்டு அமர்ந்தான். தன் கைப்பை ஜிப்பை இழுத்து சில ரயில் டிக்கெட்டுகளை எடுத்துக் கொடுத்தான்.

"நாளைக்கு வைகையில் மாப்பிள்ளை, அவங்கம்மா, வைதேகி மூணு பேருக்கும் டிக்கெட் போட்டுருக்கேன். நாளன்னைக்கு பாண்டியன்ல நமக்கெல்லாம் டிக்கெட் போட்டுருக்கேன். வைதேகியை ரூமுக்கு அனுப்பிச்சிட்டாங்களா?" என்றான்.

"இன்னும் இல்லைன்னு நினைக்கறேன்."

சுதர்சனம் தன் வாட்சைப் பார்த்து, "நேரம் ஆய்டுச்சேப்பா. நான் போய் பார்க்கறேன்" என்று எழுந்தான்.

வைதேகியின் அறைக்கு வந்தான். கௌசல்யாவும் இரண்டு அக்காக்களுமாக சேர்ந்து வைதேகியை கிண்டல் செய்து கொண்டிருக்க, அவள் முகம் சிவந்து கொண்டிருந்தாள்.

"என்ன ஆச்சு? இன்னும் காணமேன்னு மச்சான் படுத்து தூங்கிடப் போறாரு..." என்றான் சுதர்சனம்.

"அவராவது... தூங்கறதாவது! இன்னும் ஒரு வாரத்துக்கு தூங்க மாட்டாரு. மணவறையில ரெண்டு பேரும் குசுகுசுன்னு அப்படி என்னதான் பேசினாங்க?" என்றாள் ரேவதி.

"நீ என்ன பேசினியோ, அதேதான்" என்றாள் கல்பனா.

"சரி, பேசிக்கிட்டே இருக்காம ஒரு அஞ்சு நிமிஷத்துல அனுப்பி வெச்சுடுங்க. நேரத்தை மிஸ் பண்ணிடக் கூடாது" என்ற சுதர்சனம், வைதேகியிடம், "வைதேகி, தள்ளிப்போட்றதெல்லாம் வேணாம். உடனே ஒரு குழந்தையை பெத்துக்கோ. ரெண்டாவதை தள்ளிப் போட்டுக்கலாம். புரிஞ்சுதா?" என்றான்.

"போண்ணா..." வைதேகிக்கு இப்போது மனதில் வெட்கத்தை விட ஒரு படபடப்பு இருந்தது. வார்த்தைக்குள் கட்டுப்படாத ஒரு உணர்வு உலாவியது.

சுதர்சனம் அலங்கரிக்கப்பட்ட அறைக்குள் வர, ராமச்சந்திரன் சட்டென்று நிமிர்ந்து பார்த்தான்.

"என்ன மச்சான், தங்கச்சியை எதிர்பார்த்தீங்களா? வந்துக்கிட்டிருக்கா. உங்ககிட்டே ஒரு விஷயம் சொல்லணும்ன்னு வந்தேன். காலையில் நான் ஏதாவது அதிகப்படியா பேசியிருந்தா மனசில வெச்சுக்காதீங்க... ப்ளீஸ்!"

"ஐயோ! அதெல்லாம் எதுவும் இல்லைங்க" என்றான் ராமச்சந்திரன்.

"எனக்கு சொல்லணும்ன்னு தோணிச்சு. அப்புறம் மறு அழைப்பு எல்லாம் முடிஞ்சதும் தங்கச்சியை கூட்டிக்கிட்டு பெங்களூர் வந்து என் வீட்டுல ஒரு வாரம் அவசியம் தங்கணும்."

"பார்க்கலாம். எங்க பக்கத்து சொந்தக்காரங்க வீட்டுக்கெல்லாம் போகணும். உடனே முடியுமான்னு தெரியலை. ஆனா கண்டிப்பா வர்றோம். நீங்க வரவேற்புக்கு மதுரை வந்துட்டு அப்புறம்தானே ஊருக்கு போறீங்க?"

"ஆமாம். நாளன்னைக்கு பாண்டியன்ல டிக்கெட் வாங்கியிருக்கேன் எங்களுக்கு. அப்புறம்... என் தங்கச்சி உலகம் தெரியாத பொண்ணு மச்சான். அதிகம் படிக்கலை. எங்க வீட்டுலயே ரொம்ப சென்ஸிடிவ் டைப் அவதான். எதுவா இருந்தாலும், மனசுக்குள்ளேயே போட்டு அவஸ்தை பண்ணிக்குவா. வெளியில சொல்றதுக்கு தைரியம் வராது. அவளே ஏதாவது தெரியாம செய்துட்டாலும் கொஞ்சம் அனுசரிச்சுக்கிட்டு போகணும் மச்சான்..."

ராமச்சந்திரன் எதுவும் பேசாமல் மௌனமாக புன்னகைத்தான்.

சுதர்சனம் கை குலுக்கி, "விஷ் யூ ஆல் தி பெஸ்ட்" என்று கண்ணடித்து விட்டு அறையை விட்டு வெளியேறினான்.

வைதேகியை அறைக்குள் கொண்டு வந்துவிட்ட கௌசல்யா, அவள் காதுக்குள் கடைசி கடைசியாக சொன்ன ஏதோ ஒரு அறிவுரைக்கு வெட்கத்துடன் தலையசைத்தாள் வைதேகி.

கௌசல்யா வெளியில் வந்து கதவை சாத்த...

வைதேகி மெதுவாக ராமச்சந்திரனை நோக்கி நடந்தாள். தலையை குனிந்திருந்தாள். வியர்த்தது. தன் கணவன் தன்னை பார்த்துக் கொண்டிருப்பதை உணர முடிந்தது. அதனால் குறுகுறுத்தது. மகா மகா வெட்கம்.

"உக்காரு வைதேகி."

அமைதியாய் நின்றாள். மீண்டும் ஒருமுறை சொன்னதும் மெதுவாக அமர்ந்தாள். ரத்தம் அவசரமாக ஓடியது. இதயத்தின் துடிப்பு அவளுக்கே கேட்டது.

"நிமிர்ந்து என்னைப் பாரு..."

"ம்கூம்" என்று ஜிமிக்கிகள் ஆட, மறுத்து தலையசைத்தாள்.

"நேத்துகூட நல்லாத்தானே பேசிக்கிட்டிருந்தோம்? அதுக்குள்ள என்ன திடீர் வெக்கம்? மருதாணி உன் கைக்கு எவ்வளவு அழகா இருக்கு தெரியுமா?"

அவளின் வலது கையைப் பிடித்து உயர்த்த, கண்ணாடி வளையல்கள் கலகலத்தன. அவளின் உள்ளங்கையை தன் இரண்டு கைகளாலும் பொத்திக் கொண்டு, "இந்த கண்ணாடி வளையலோட சத்தத்துல ஒரு தனி கவர்ச்சி இருக்கு வைதேகி. அதனாலதான் தங்க வளையலோட இதையும் போட்டு விட்டிருக்காங்க. தரையையே பார்த்துட்டிருந்தா எப்படி? என்னை பாரும்மா!"

"எனக்கு ஒரு மாதிரியா இருக்குங்க..." மேலுதட்டிற்கு மேல் வியர்வைப் புள்ளிகள்.

"இதோ பாரு. ஒண்ணுமில்லை. முதல்ல கொஞ்ச நேரம் பேசிட்டுதான் இருக்கப் போறோம். ஏதாவது சாப்பிட்றியா?"

நிராகரித்து தலையசைப்பு.

"என் மேல ஏதாவது கோபமா இருக்கியா?"

"சேச்சே!" என்றாள் அவசரமாக.

"உனக்கு பிடிச்சதை எல்லாம் சொல்லு பார்க்கலாம்."

"சாப்பிடறதிலயா?"- கொஞ்சம் இறுக்கம் தளர்ந்தது.

"அதிலயும் சொல்லு, மத்ததுலயும் சொல்லு."

"பாஸந்தி ரொம்பப் பிடிக்கும். அப்புறம் பூரி, தக்காளி தோசை, வெங்காய தோசை, சாம்பார் இதெல்லாம் பிடிக்கும். உருளைக்கிழங்கை எப்படி சமைச்சாலும் பிடிக்கும். அதே மாதிரி முட்டைகோஸ்!"

"அப்புறம்?"

"வெய்யில் காலத்துல மொட்டைமாடியில தண்ணி ஊத்தி அலம்பிட்டு படுத்து தூங்கறது ரொம்பப் பிடிக்கும். பெட்ரோல் வாசனை, நியூஸ் பேப்பர் வாசனை இது பிடிக்கும். ரயில்ல ஓரமா உக்காந்து வேடிக்கை பார்த்துட்டு பயணம் போறது பிடிக்கும். ஜாதி மல்லிகைப் பூவும், கனகாம்பரம் பூவும் பிடிக்கும்."

"அப்புறம்?"

"தப்பு செஞ்சவங்க, 'நான் தப்பு செஞ்சிட்டேன், சாரி'ன்னு சொன்னா அவங்களை ரொம்ப ரொம்ப பிடிச்சுப் போய்டும். ரெண்டு பேர் சண்டை போட்டுக்கறப்ப ரெண்டு பேர் பக்கமும் சமாதானமா பேசி சண்டையை நிறுத்தறவங்களைப் பிடிக்கும். பூனைக் குட்டிக்கும், நாய்க் குட்டிக்கும் வைத்தியம் பார்க்கற மிருக டாக்டர்களை பிடிக்கும். வெள்ளை யூனிஃபார்ம்ல இருக்கிற, அன்பா பேசற நர்ஸுகள், பள்ளிக்கூடம் விட்டதும் வாசலுக்கு ஓடி வர்ற சின்னஞ் சிறுசுகள், கடற்கரை ஓரமா காலையில ஜாக்கிங் போறவங்க... இவங்களை எல்லாம் எனக்கு ரொம்ப பிடிக்குங்க!"

ராமச்சந்திரன் மெதுவாக சிரித்தான். "எதுக்கு சிரிக்கறீங்க?"

"உனக்கு வாழ்க்கையில ஒரு ரசனை இருக்கு வைதேகி. நிறைய கதை புஸ்தகங்கள் வாசிப்பேன்னு நினைக்கறேன். சரியா?"

"ஆமாங்க. எங்க தெருவுல ஒரு லெண்டிங் லைப்ரரி இருக்கு. அதுல மெம்பர் நான். படிப்பை நிறுத்திட்டாங்க. வீட்லயோ நான், அம்மா, அப்பா மூணே பேர் தான். அம்மா என்னை எந்த வேலையும் செய்ய விடமாட்டாங்க. வேலையும் அதிகம் இருக்காது. எவ்வளவு நேரம்தான் டிரான்சிஸ்டர் கேக்கறது? கொஞ்ச நாள் தையல் கிளாஸ் போனேன். கொஞ்ச நாள் பாட்டு கிளாஸ் போனேன். வீட்ல எனக்கு பெரிய பொழுது போக்கே கதை புஸ்தகங்கள் தான். நீங்க புக்ஸ் படிக்கறதுண்டா?"

"நான் ரெகுலரா வாங்கற ரெண்டே பத்திரிகைகள் பொம்மையும், சினிமா எக்ஸ்பிரஸும்தான். அதுல பெரிசா கலர் படங்கள் போட்டு சுவாரஸ்யமா சினிமா விஷயங்கள் இருக்குமா... எனக்கு ரொம்ப பிடிக்கும். ஒரு ஸ்டில் போட்டு. இந்தக் காட்சியில் 'என்ன பேசிக் கொள்வார்கள்?'ன்னு கேப்பாங்க. ஒரு தடவை நான் எழுதிப்போட்டது பிரசுரம் ஆச்சு..."

வைதேகி அமைதியாக கேட்டுக் கொண்டாள்.

"அப்புறம்... 'பாக்யா' புக் இல்லே, அதுல அட்டைப் படத்துக்கு கமெண்ட் எழுதி, அதுகூட பிரசுரமாயிருக்கு. ஒரு பொண்ணு தொப்பி போட்டுக்கிட்டு சிரிப்பா. அதுக்கு, 'பெண்ணே, உனக்கு மூன்று தொப்பிகள். அதில் ஒன்று மட்டும் செயற்கை'ன்னு எழுதிப் போட்டேன். சரி, உனக்கு சினிமாவுல ஆர்வம் கிடையாதா வைதேகி?"

ராமச்சந்திரன் இப்போது அவளுக்கு மிக பக்கமாக உட்கார்ந்துகொண்டு, ஒரு கையை அவள் தோளில் போட்டிருந்தான்.

"தியேட்டருக்கு போய் சினிமா பார்க்கறது அபூர்வம். அப்பா அழைச்சுட்டு போகமாட்டார். ஊர்லேர்ந்து அண்ணனோ, அக்காவோ வந்தா அவங்களோட போவேன். மத்தபடி பக்கத்து வீட்டு கேபிள் டி.வியில நிறைய படம் பார்ப்பேன்."

"எனக்கு ரிலீஸ் ஆகற அத்தனை படமும் பார்த்தாகணும். அதுவும், தியேட்டர்லேயே பார்த்தாகணும். எல்லா தியேட்டர்லயும் மேனேஜர்கள் எனக்குப் பழக்கம். ஒரு ஃபோன் பண்ணியே பதினைஞ்சு டிக்கெட் இருபது டிக்கெட்ன்னு ஏற்பாடு செஞ்சுடுவேன். எப்படின்னு சொல்லு?" அவன் குரலில் பெருமிதம் இருந்தது.

"தெரியலையே" என்றாள்.

"மதுரை மேற்கு ரஜினிகாந்த் ரசிகர் மன்றதுக்கு நான்தான் செக்ரட்டரி வைதேகி!"

அது ஏதோ வெளிநாட்டு தூதுவர் பதவிபோல் கண்கள் ஜொலிக்க சொன்ன தன் கணவனை சலனமில்லாமல் பார்த்தாள்.

'ஐ! அப்படியா? அப்போ எல்லா சினிமாவும் ரிலீஸ் ஆன அன்னைக்கே நாம பார்த்துடலாம்ன்னு சொல்லுங்க'

என்று அவள் உற்சாகமாக சொல்வாள் என்று எதிர்பார்த்த ராமச்சந்திரனுக்கு சற்று ஏமாற்றமாக இருந்தது.

"உங்க தினசரி வேலைகள் என்ன? எத்தனை மணிக்கு எந்திரிப்பீங்க? எத்தனை மணிக்கு ஜவுளிக்கடைக்கு போவீங்க? அதெல்லாம் சொல்லுங்களேன்" என்றாள் வைதேகி.

"ஜவுளிக் கடையில என்னை சேர்த்து மொத்தம் அஞ்சு பேர் பார்ட்னர்ஸ். அதுல முரளின்னு ஒருத்தன் மேனேஜிங் பார்ட்னர். அதனால காலையில கடை திறக்கறதுலேர்ந்து, ராத்திரி கடை மூட்ற வரைக்கும் அவனோட பொறுப்பு தான். நான் ஒரு பத்து மணி வாக்குல புறப்பட்டுப்போவேன் காலையில எந்திரிக்க எட்டு, எட்டரை ஆய்டும். மத்தியானம் சாப்பிட்டு ரெண்டுலேர்ந்து நாலு வரைக்கும் உலகமே வெடிச்சாலும் எனக்கு தூங்கியாகணும். அஞ்சு மணிக்கு மறுபடி கடைக்கு போனா, திரும்பறதுக்கு பனிரெண்டு, ஒரு மணி ஆயிடும்!"

"ஏன் அவ்வளவு நேரம்? கடை எத்தனை மணிக்கு மூடுவாங்க?"

"ஒம்போது மணிக்கு கடை மூடிடுவோம். அப்புறம் ஃப்ரெண்ட்ஸ் நாங்க அது, இதுன்னு பேசிட்டு பிரியறப்ப லேட்டாய்டும். கண்ட நேரத்துல வந்து அம்மாவை தொந்தரவு பண்ண வேண்டியிருக்கேன்னு வீட்டு வாசல் கதவுக்கு உள்ளேர்ந்தும், வெளியில இருந்தும் பூட்டற மாதிரி பூட்டு வெச்சிருக்கேன். என்கிட்டே ஒரு சாவி எப்பவும் இருக்கும். தூங்கறவங்களை எழுப்பி தொந்தரவு பண்ண வேண்டிய அவசியம் இல்லை பாரு..."

வைதேகிக்கு தன் கணவனின் நிகழ்ச்சி நிரலில், பேச்சில் ஒரு மரியாதை ஏற்படுவதாக இல்லை. நடிகருக்கான மன்றத்தில் செயலாளர் என்பதில் ஒரு மனைவி சொல்லி பெருமைப்பட்டுக்கொள்ள என்ன இருக்கிறது?

சற்று கரடுமுரடாக தெரிகிறார்.

திருமணத்திற்குப் பிறகு எல்லாம் சரியாகி விடும் என்பார்களே, அப்படி எல்லாம் சரியாகி, முறையாகி விடுமோ?

"சரி, பேசினது போதும்" என்ற ராமச்சந்திரன் அவளை அணைத்துக்கொண்டு கன்னத்தில் கன்னத்தை உரசிய போது சிகரெட் வாடை அடித்தது.

* * *

11

வைதேகி முகத்தை சுளித்தாள். சிகரெட் வாடை லேசான குமட்டலை ஏற்படுத்தியது. சட்டென்று விலகிக் கொண்டாள். 'ஐயோ! இவர் சிகரெட் பிடிப்பாரா?'

"ஏன், என்னாச்சு வைதேகி?" என்றான் லேசாக கிறங்கத் துவங்கியிருந்த ராமச்சந்திரன்.

கேட்கலாமா? தயக்கமா இருந்தது.

"என்ன, சொல்லு..." என்றான். அவள் முகத்தின் குறுக்கே காற்றில் கலைந்து விழுந்த கூந்தல் கற்றையை ஒதுக்கினான்.

"நீங்க... நீங்க... சிகரெட் பிடிப்பீங்களா?"

"ஸ்மெல் அடிக்குதா? அதுக்காகத்தான் பீடா எல்லாம் போட்டேன். அப்படியும் அடிக்குதா? கஷ்டமா இருக்கா? இரு. வாய் கொப்பளிச்சுட்டு வந்துடறேன்..."

ராமச்சந்திரன் எழுந்து சென்று, வாஷ்பேஸினில் இரண்டு மூன்று தரம் வாய் கொப்புளித்துவிட்டு வந்தான். வெற்றிலைத் தட்டில் இருந்து பாக்குப் பொட்டலம் பிரித்து போட்டுக்கொண்டான்.

"விளையாட்டா ஆரம்பிச்சது. இப்ப நிறுத்த முடியாம தவிக்கறேன். ஆனா இப்ப தேவலை. ரெண்டு வருஷம் முன்னாடி ஒரு நாளைக்கு மூணு பாக்கெட்ல இருந்தேன்.

இப்போ ரெண்டு பாக்கெட்தான்! அம்மா கண்டிச்சுப் பார்த்து விட்டுட்டாங்க. நீ கண்டிக்க ஆரம்பிக்காதே! ஏன்னா இது நல்ல பழக்கமில்லைன்னு எனக்கே தெரியும். தெரிஞ்சும் விடமுடியலை 'சிகரெட் பிடிக்கறதை விட்டுடு'னு யாராச்சும் எனக்கு அட்வைஸ் பண்ணா எரிச்சலும், கோபமும்தான் வரும்.''

இப்படி சொல்பவரிடம் எப்படி அறிவுரை சொல்ல முடியும்?

வைதேகி அவனை சில வினாடிகள் நிதானமாகப் பார்த்து, பார்வையை தாழ்த்திக் கொண்டாள்.

'நெய்யாகவே வாங்கி விடுவது ஒருவகை. பாலைத் தோய்த்து, தயிரைக் கடைந்து வெண்ணையாக்கி, அதை உருக்கி நெய்யாக்கிக் கொள்வது ஒரு வகை. இவரை நிறைய உழைத்து நெய்யாக்க வேண்டும்' என்று நினைத்துக் கொண்டாள். தனக்கு நெய்யாகவே கிடைத்திருக்கக் கூடாதா என்று ஒரு ஏமாற்றமும் ஏக்கமும் மெலிதாக மனதில் படிவதை தவிர்க்க முடியவில்லை.

ராமச்சந்திரன் அவளை சமீபித்து, 'ஹா' என்று டூத் பேஸ்ட் விளம்பரம் போல அவள் முகத்தில் காற்றை ஊதி, ''இப்ப வாடை இல்லையே?'' என்றான்.

இன்னமும் லேசாக நெடி இருந்தது. ஆனால் வைதேகி சிரித்து, ''இல்லை'' என்றவள், ''மூணு பாக்கெட்லேர்ந்து ரெண்டு பாக்கெட்டா குறைச்சீங்க இல்லையா, அதேமாதிரி மெது மெதுவா ஒரு பாக்கெட்டுக்கு வாங்க. அப்புறம் அதையும் குறைக்கலாம். நினைச்சா முடியும்ங்க'' என்றாள்.

''சரி, பார்க்கலாம்.''

''ஒரு பாக்கெட்ல எத்தனை இருக்கும்?''

''பொதுவா... பத்து!''

''அப்பா! ஒரு நாளைக்கு இருபது சிகரெட்டா? எவ்வளவு நச்சு உள்ளே போகும்...''

"இந்த பேச்சு வேணாம் வைதேகி" என்ற ராமச்சந்திரன், அவளை மெதுவாக படுக்கையில் சரித்தான்.

அவனும் கவிழ்ந்தான். வைதேகியின் கழுத்து வளைவில் மென்மையாக முகம் புதைத்து முத்தமிட... சிலிர்த்தது.

மற்ற சிந்தனைகள் கழன்றுகொண்டன.

அவனது ஒரு கை, அவளது புஜத்தில் இருந்து சறுக்கு மரம் விளையாடி, ஜாக்கெட்டுக்கும், சேலைக்கும் இடைப்பட்ட திறந்தவெளிச் சரிவில் வந்து நிற்க... வைதேகியின் இமைகள் கிறக்கமாக குனிந்தன.

ராமச்சந்திரன் கைநீட்டி விளக்கை அணைத்தான். பிறகு அவர்களுக்கு வார்த்தைகள் தேவைப்படவில்லை.

தேவதைகள் விசிறினார்கள். மலர்கள் மிதந்தன. காதில் பாயும் பனிப் புகையின் சிலிர்ப்பு தேகம் எங்கும். இது கை, இது கால், இது இமை, இது இதழ், இது கழுத்து... குருடனின் படிப்பாய் புதிய பாடங்கள்! மூடிய விழிக்குள் வானவில் வளைவு! கட்டவிழ்த்த குதிரைகள்... திசை புரியாமல் தவித்தன. ஏய்... ஏய்... ஏய்... ம்? ம்? ம்? ஒலிகளுக்கு அர்த்தமில்லை. ஆனால் அர்த்தமுண்டு. சந்தோஷ விளிம்பில் தத்தளித்து தப்பிக்கும் செல்ல முனகல்கள். அய்யோ! என்ன சுகம்! இந்த நிமிடங்களை அப்படியே யாராவது உறைய வையுங்களேன்! வானமே... விடியாதே!

⋆⋆⋆

வைதேகிக்கு காலையில் மற்ற பெண்களின் முகத்தைப் பார்க்க குறுகுறுத்தது... ஏதோ அவமான காரியம் செய்துவிட்டதைப் போல!

அதிலும் ஆளுக்கு ஆள் வந்து ஒரு அசட்டுப் புன்னகை சிந்தி, "என்னடி?" என்றபோது ஓடிப் போய்விடலாமா என்றிருந்தது.

நிறைய வார்த்தைகளைக் கொண்ட ஒரு கேள்வியை அந்த 'என்னடி?' சுமந்து நின்றது. மௌனமாய் தலைகுனிந்து சிரிப்பது ஒன்றையே பதிலாக தந்து கொண்டிருந்தாள் வைதேகி. முதல் முறை அந்த வெட்கம் இயல்பாய் வந்தது. அடுத்தடுத்து கேள்விகளை சந்திக்கும்போது வரவழைத்துக் கொள்ள வேண்டியிருந்தது.

அண்ணி தனியாக அழைத்துச் சென்று அந்தரங்கமாக சில கேள்விகள் கேட்க, வைதேகிக்கு கூச்சத்தால் அழுகையே வரும் போலிருந்தது.

"எதுக்கு கண்ணுல தண்ணி? அசடு! நடக்க வேண்டியது நடந்ததுன்னு தெரிஞ்சா ஒரு திருப்தி. அதனாலதான் கேக்கறது!" என்றாள் அண்ணி.

"வாடி பெரிய மனுஷி! எங்க செட்ல சேர்ந்துட்டே! இனிமே நீ இருக்கியேன்னு நாங்க ஜாடைமாடையா பேசிக்க வேண்டியதில்லை. உக்காரு நேத்து ஏதாச்சும் பேசினீங்களா... இல்லை, போனதுமே..." என்றாள் கல்பனா.

"போக்கா" என்றாள் வைதேகி.

"சொல்லு. என்ன பேசினீங்க? 'என்னை பிடிச்சிருக்கா வைதேகி'ன்னு நிச்சயமாக ஒரு கேள்வி வந்திருக்கணுமே?" என்றாள் ரேவதி.

"அதெல்லாம் இல்லை. 'உனக்கு என்னவெல்லாம் பிடிக்கும்'னு கேட்டாரு சொன்னேன்."

"உள்ளே வரலாமா? இல்லை, 'லேடீஸ் ஒன்லி' பேசிட்டிருக்கீங்களா?" என்று உள்ளே வந்தான் சுதர்சனம். "திங்க்ஸ் எல்லாம் பேக் பண்ணிட்டீங்கன்னா சத்திரத்தை காலி செஞ்சு கொடுத்துட்டு புறப்படலாம். எல்லாருக்கும் வீட்லதான் டிஃபன்" என்றான். வைதேகியைப் பார்த்து புன்னகை மட்டும் செய்தான்.

★★★

எக்மோர் ரயில் நிலையத்தில் வைகை எக்ஸ்பிரஸ் புறப்படுவதற்கு இன்னும் பத்து நிமிடங்கள் இருந்தன. கம்பார்ட்மெண்ட் உள்ளே சூட்கேஸ்கள், சீர் அட்டைப் பெட்டிகள் எல்லாவற்றையும் அமைத்துவிட்டு கீழே இறங்கினான் சுதர்சனம். ராமச்சந்திரன் தன் அம்மாவிடம் பேசியபடி இருக்க, விஸ்வநாதன், நாகேஸ்வரி, கல்பனா, ரேவதி, கௌசல்யா இவர்களுக்கு அருகில் மௌனமாக நின்று கொண்டிருந்தாள் வைதேகி.

அவள் தொண்டையை அடைத்துக்கொண்டு உணர்ச்சிகள் தவித்தன. பொங்கிய அழுகையை கட்டுப்படுத்த பிரயத்தனப்பட்டுக் கொண்டிருந்தாள்.

சுதர்சனம் அவளிடம் வந்தான். "வாட்டர் பாட்டிலையும், கைப்பையையும் கொக்கியில் மாட்டியிருக்கேன். மத்த எல்லா சாமான்களையும் அடியிலேயே சொருகி வெச்சுட்டேன். மொத்தம் பதினாலு உருப்படி. ஞாபகம் வெச்சுக்கோ" என்றான்.

மௌனமாக தலையசைத்தாள் வைதேசி. விஸ்வநாதன் கைகளை கட்டிக் கொண்டு, தேசிய கீதத்திற்கு நிற்பது போல எங்கோ பார்த்துக் கொண்டு நின்றார்.

"வைதேகி, போற இடத்துல உள்ள சௌகரியத்துக்கு தகுந்த மாதிரி, அவங்க குணங்களுக்குத் தகுந்த மாதிரி, அனுசரிச்சுப் போம்மா. பல தடவை சொன்னது தான். இப்ப இன்னொரு தடவை சொல்றேன்" என்றாள் அம்மா.

சரியென்று தலையசைத்தாள் வைதேகி.

நாகேஸ்வரி தன் சம்பந்தியம்மாவிடம் சென்றாள்.

"சம்பந்தியம்மா... என் பொண்ணுக்கு பக்குவம் பத்தாது. அவ ஏதாச்சும் தெரியாத்தனமா பேசிட்டாலோ, நடந்துக்கிட்டாலோ நீங்க பெருந்தன்மையா எடுத்துச் சொல்லுங்க. உங்க பொண்ணு மாதிரி பார்த்துக்கங்க" என்றாள்.

அந்த அம்மாள் நாகேஸ்வரியின் கையைப் பிடித்து, "எதுவும் கவலைப்படாதீங்க. அமோகமா குடித்தனம் பண்ணுவா உங்க பொண்ணு, சொல்லப் போனா அவதான் என்னை கவனிச்சுக்கணும். நான் என்னோட மூணு பையன்ங்க வீட்டுல மாறி மாறி இருக்கறவ. கல்கத்தாவுல ஒருத்தன், ஆத்தூர்ல ஒருத்தன். இவன் மதுரையில. அதனால உங்க பொண்ணு கிட்டத்தட்ட தனிக்குடித்தனம் மாதிரி தான் வாழப்போறா. என்னை விடுங்கோ, நான் எதையும் பெரிசு படுத்தறதில்லை நிறைய அனுபவப்பட்டு மழுங்கிப் போன ஜென்மம். என் புள்ளையோட குணங்களுக்கு அனுசரிச்சுப் போனா போதும்" என்றாள்.

நாகேஸ்வரி மீண்டும் சற்று தள்ளி நின்ற தன் கணவர் அருகில் வந்து நின்று கொண்டாள்.

"சிக்னல் போட்டாச்சு. வண்டியில ஏறிக்கம்மா" என்றான் சுதர்சனம்.

"அம்மா, போயிட்டு வர்றேன்" என்று வைதேகி சொல்ல நினைத்து, பொங்கிய அழுகையில் வார்த்தைகள் கரைந்து, பாதிப்பாதிதான் வெளிப்பட்டன.

"அழக்கூடாது. சந்தோஷமா போயிட்டு வாம்மா" என்ற நாகேஸ்வரி தன் வாயைப் பொத்திக்கொண்டு விம்மலை அடக்கிக் கொண்டாள்.

"என்னம்மா இது, இங்கே இருக்கற மதுரைக்குத்தானே போறா... நினைச்சா அவ உடனே மெட்ராஸ் வரலாம். நினைச்சா நீங்க மதுரைக்குப் போகலாம்" என்றான் சுதர்சனம்.

வைதேகி தன் அக்காக்களிடமும், அண்ணியிடமும் ஒவ்வொருவராக விடைபெற, அதுவரை தைரியமாக இருந்தவர்களின் கண்ணில் உடனே கண்ணீர் எட்டிப் பார்த்து, தொற்று வியாதியாக மற்றவருக்கும் பரவியது.

ராமச்சந்திரன், "போயிட்டு வர்றோம் மாமா" என்ற தன் மாப்பிள்ளையின் கையைப் பிடித்துக்கொண்டு, நா தழுதழுக்க

"மாப்பிள்ளை... அவ குழந்தை. அவளை... நல்லபடியா..." வாக்கியம் முடிக்காமல் தவித்தார்.

"சரி மாமா" என்றவன், சுதர்சனத்தின் கையைக் குலுக்கிவிட்டு, ரயிலில் ஏறிக் கொண்டான். வைதேகியும் ஏறி ஜன்னல் அருகில் அமர்ந்துகொண்டு, தன் குடும்பத்தை வழியும் கண்களுடன் ஏக்கத்தோடு பார்த்தாள்.

ஏதோ ஒன்று அறுந்தது போல இருந்தது. திருமணம் என்கிற பந்தம் தன்னை வேரோடு பிடுங்கிக் கொண்டு செல்வதுபோல இருந்தது. ஒரு புரியாத கலவரம் உருவானது.

வெளியே ஜன்னலோரமாக நின்ற அப்பாவையும், அம்மாவையும் பார்க்கப் பார்க்க மனம் குமுறியது.

வீட்டில் இனிமேல் அவர்கள் இரண்டு பேர் மட்டும் இருக்கப் போகிறார்கள். வாசல் தெளித்து இனி அம்மாதான் கோலம் போடுவாள். 'சட்னி மட்டும் அரைச்சு வெச்சுட்டு குளிக்கப் போ வைதேகி' என்று சொல்ல நான் இருக்க மாட்டேன்.

அப்பாவுக்கு ஷேவிங் செட் அவரேதான் சென்று எடுத்துக்கொள்ள வேண்டும். வாசலில் கிடக்கும் பேப்பரை அவரேதான் எடுத்துக்கொண்டு வர வேண்டும். ரேடியோவை அவரே போட்டுக்கொள்ள வேண்டும். சைக்கிளை அவரே தான் துடைத்துக் கொள்ள வேண்டும்.

'வைதேகி, பேப்பர் படிச்சியா? குரோம்பேட்டையில வீடு புகுந்து கொள்ளை அடிச்சிருக்காங்க' என்று யாரிடம் பகிர்ந்து கொள்வார்? லெண்டிங் லைப்ரரியில் இருந்து எடுத்து வந்து, வியாசரின் மகாபாரதத்தை அப்பாவுக்கு யார் படித்துக் காட்டுவார்கள்? தினம் தினம் எவ்வளவு சம்பவங்கள்! எவ்வளவு பேச்சுகள்! எல்லாமே நான் புதிதாக துவங்க வேண்டும். புதிய சூழ்நிலை, புதிய வீடு, புதிய மனிதர்கள், புதிய நிகழ்ச்சி நிரல்! வீட்டின் இனிமை அமையுமா?

திடீரென்று ரயிலை விட்டு குதித்து, 'நான் போக மாட்டேன்' என்று கத்தி விடலாமா என்று தோன்றியது வைதேகிக்கு.

ரயில் நகரத் துவங்கியது. ஜன்னலுக்கு வெளியே மௌனமாக கையசைத்தார்கள். பதிலுக்கு கையசைத்தாள் வைதேகி, ரயில் வேகம் பிடித்தது.

அவள் காதருகில் குனிந்து ராமச்சந்திரன் சொன்னான். "எல்லாரும் பார்க்கறாங்க வைதேகி... கண்ணை துடைச்சுக்கோ!"

வைதேகி தன் கைக்குட்டையால் துடைத்துக்கொள்ள, அடக்கமாட்டாமல் அழுகை பொங்கி வந்தது. கால்களைத் தூக்கி மேலே வைத்துக்கொண்டு தன் முகத்தை முழங்கால்களில் புதைத்துக் கொண்டு, எவரைப் பற்றியும் கவலைப் படாமல் அழுதாள்.

✲ ✲ ✲

12

மதுரை வந்தபோது இரவு எட்டு மணியாகிவிட்டது. டாக்ஸி பிடித்துக்கொண்டு வந்தார்கள்.

மதுரையில் வடக்கு சித்திரை வீதியில் இருந்தது வீடு. சின்ன வீடுதான் என்றாலும் தனி வீடு. ஒரு மாடி இருந்தது. அங்கே ஒரே ஒரு அறை. அதுதான் ராமச்சந்திரனின் படுக்கையறை. ஒற்றைக் கட்டில். சதுர மொட்டை மாடி எதிரில்.

"உங்கப்பா கொடுத்திருக்கிற பணத்துல டபுள் காட் வாங்கணும்" என்றான் ராமச்சந்திரன்.

மொட்டை மாடியில் காற்று நன்றாக வந்தது. மொட்டை மாடியில் இருந்து மீனாட்சி அம்மன் கோயிலின் கோபுரங்கள் அருகில் தெரிந்தன.

"மொட்டை மாடி அமையறது ஒரு அதிர்ஷ்டங்க! எல்லா வீட்டுக்கும் அமையாது. சாயங்காலத்துல இங்கே வந்து உக்காந்துக்கிட்டா சுகமா இருக்கும் இல்லே? வெய்யில் காலத்துல இங்கேயே பாய் போட்டு படுத்துடலாம். வடாம் பிழிஞ்சு காய வைக்க, செய்ய ரொம்ப சௌகரியங்க மொட்டை மாடி. துணி துவைச்சுப் போட்டா அரை மணி நேரத்துல காய்ஞ்சு வறுவலாய்டும். ஃப்ளாட் சிஸ்டம் வீட்டுல பார்த்திருக்கேன்... வீட்டுக்குள்ளேயே காய வைப்பாங்க. ரெண்டு நாளாகும் சுத்தமா ஈரம் போக!" என்று குதூகலித்தாள் வைதேகி.

கீழே ஹால். அடுத்து சமையலறை. பின்பக்கம் பாத்ரூம். லெட்ரின் தனித்தனியாக. கிணறு இருந்து, தண்ணீரும் நிறைய இருந்தது. பத்தடிக்கு பத்தடி மண் தரை இருந்தது. சின்னத் தோட்டம். அதில் இரண்டு வாழை மரங்களும், ஒரு முருங்கை மரமும் மட்டும் இருந்தது. வேறு செடிகள் எதுவும் இருட்டில் தெரியவில்லை.

''மிச்ச இடத்துல கீரை போடலாங்க. அப்புறம் செவ்வந்தி பூச்செடி, கனகாம்பர பூச்செடி இதெல்லாம் போடலாம். வரிசையா தொட்டி வாங்கி வெச்சு ரோஜாச் செடி வைக்கலாம்.''

''அம்மாவுக்கு அதுல எல்லாம் இன்ட்ரெஸ்ட் இல்லை.''

''நான் பண்றேங்க. தண்ணி ஊத்தறது, செய்யறது எல்லாம் நான் பார்த்துக்கறேங்க.''

''வீடு பிடிச்சிருக்கா வைதேகி?''

''பிடிச்சிருக்குங்க. நாம மூணு பேர்தானே! போதுங்க. கச்சிதமா இருக்கு. ரொம்ப பெரிசா இருந்தாலும், நடந்து நடந்தே கால் வலிக்கும். பராமரிக்கவும் முடியாது!''

''எழுநூறு ரூபா வாடகை!'' என்றான் ராமச்சந்திரன்.

திக்கென்றது வைதேகிக்கு. வாடகையா? சொந்தமாக வீடு இருக்கிறது மாப்பிள்ளைக்கு என்றல்லவா அப்பா சொன்னார்?

''இது சொந்த வீடு இல்லையா?'' என்றாள் பதட்டமாக.

''இல்லையே! வீட்டுக்காரர்கிட்டே 'வித்துடுய்யா'ன்னு கேட்டுக்கிட்டு இருக்கேன். விலை அதிகம் சொல்றார். நம்மைத் தவிர வேற யாருக்கும் விக்கமாட்டாரு. சமீபத்துல அவருக்கு வியாபாரத்துல பெரிய நஷ்டம். அதனால கொஞ்சம் படிஞ்சு வர்ற மாதிரி தெரியுது. ஒரு மீடியேட்டரை வெச்சு பேரம் நடந்துக்கிட்டிருக்கு. வாங்கிடலாம்!''

கொஞ்சம் ஆறுதலாக இருந்தது.

''அப்பா இது சொந்த வீடுன்னு என்கிட்டே சொன்னாரே?''

''விலைக்கு வாங்கிடப் போறோம். சொந்த வீடு மாதிரிதான்னு அம்மா சொன்னாங்க. அதை வெச்சு சொல்லியிருப்பார்ன்னு நினைக்கறேன். நீ குளிச்சுட்டு சாப்பிடு. ரிஸப்ஷனுக்கு கொஞ்சம் வெளி வேலைகள் பாக்கியிருக்கு.''

ராமச்சந்திரன் புறப்பட்டுச் சென்றதும், வைதேகி குளித்துவிட்டு வந்தாள். மாடி அறையில் உடை மாற்றிக்கொண்டு இறங்கி சமையலறைக்கு வந்தாள்.

அத்தை கீழே அமர்ந்து காய்கறிகள் நறுக்கிக் கொண்டிருக்க, ''நான் நறுக்கறேன் அத்தை...'' என்று அருகில் அமர்ந்தாள்.

''வேணாம்மா. நீ புதுப் பொண்ணு. என்ன அவசரம்? கொஞ்ச நாள் கழிச்சு பொறுப்பு எடுத்துக்கலாம். நீ போய் படுத்து ரெஸ்ட் எடுத்துக்கோ. ராத்திரி சமையல் தானே... ஒரு கறியும், ரசமும்தான் வைக்கப் போறேன். சாதம் வெச்சு எடுத்துட்டேன். இங்கே ஒண்ணும் வேலை இல்லை'' என்ற காமாட்சி, ''வைதேகி...'' என்று இழுத்தாள்.

''சொல்லுங்க அத்தை...''

''ஒண்ணுமில்லைம்மா!''

''என்னமோ சொல்ல வந்தீங்களே அத்தை?''

''இல்லை... என் புள்ளையைப் பத்தி, அவன் குணத்தைப் பத்தி சொல்லலாம்ன்னு நினைச்சேன். வேணாம். பேசப் போறே. பழகப் போறே. நீயே தெரிஞ்சுக்கோ. நல்ல குணங்கள் இருக்கு. கூடவே கொஞ்சம் அவசரமும், கோபமும் இருக்கு. நீ வந்துட்டேயில்லே, பெட்டிப் பாம்பா அடங்கிடுவான் பாரு'' என்றார்.

தன் அத்தை ஒரு மாமியார் ஸ்தானத்தில் பேசாமல், ஏதோ ஒரு தோழியிடம் பகிர்ந்து கொள்வதைப் போல பேசிய விதம் வைதேகிக்குப் பிடித்திருந்தது.

''உனக்கு சமையல் எல்லாம் தெரியுமா வைதேகி?''

"எல்லா வகையான குழம்பும். ரசமும் வெச்சு காய்கறிகள் சமைப்பேன். பலகாரங்கள் சுடறது எதுவும் தெரியாது. அம்மா முறுக்கு சுத்தினா, தேன்குழல் பிழிஞ்சா கூடமாட உதவி செய்வேன். எவ்வளவு மாவு, என்ன அளவுன்னு தெரியாது..."

"பலகாரத்தை விடு. அது என்னைக்கோ ஒருநாள் செய்யறது. தெரியலைன்னா, கடையில வாங்கிட்டுப் போறோம். நிதப்படி சமையல் தெரிஞ்சிருக்கே! போதுமே! இப்பல்லாம் பொண்ணுங்களை படிச்சிட்டு இருக்கறப்ப பாதியிலேயே நிறுத்தி, திடீர்ன்னு கல்யாணம் பண்ணி அனுப்பிடறாங்க. ஒரு காபி போடறதுக்குகூட தெரியறதில்லை! கல்கத்தாவுல இப்படித்தான்... என் பையன் வீட்டுக்கு அடுத்த வீட்டுல கல்யாணமாகி மருமகள் வந்தா. புருஷன் 'வெங்காய சாம்பார் செஞ்சு சாதம் வெச்சுடு'ன்னு சொல்லிட்டு போயிட்டான். இந்த பொண்ணு குடுகுடுன்னு ஓடி எங்க வீட்டுக்கு வந்து 'ஓ'ன்னு அழுதா! 'எனக்கு எல்லா சமையலும் தெரியும்ன்னு சொல்லி கல்யாணம் பண்ணிட்டாங்க. தனிக்குடித்தனம் வேற! எனக்கு எதுவுமே தெரியாது'ன்னா. அப்புறம் நான் போய் சொல்லிக் கொடுத்தேன். அப்புறம் அவ புருஷனுக்குத் தெரியாம நான் போய் பத்து நாளைக்கு எல்லா சமையலும் சொல்லிக்கொடுத்தேன். அதை சாப்பிட்டுட்டு, தன் பொண்டாட்டி சமையலைப்பத்தி என் புள்ளைகிட்டேயே பெருமையா பேசிட்டுப் போவான்" என்று வாய்விட்டு சிரித்தாள் காமாட்சி.

வைதேகியும் சேர்ந்து சிரித்து, "நீங்க சொல்றது நியாயம் தான். பொண்ணுங்க படிப்பு முடிஞ்சதும் டைப்ரைட்டிங், ஷார்ட் ஹேண்ட், கம்ப்யூட்டர்ன்னு காசு கொடுத்து நிறைய கத்துக்கறாங்க. ஆனா வீட்டுக்குள்ளேயே அம்மாகிட்டேர்ந்து இலவசமா கத்துக்க வேண்டிய சமையல் சமாச்சாரங்களை கத்துக்கறதில்லை. அதுவும் ஒரு கலைதானே!"

கொஞ்ச நேரம் பொதுப்படையாக, இயல்பாக இரண்டு பேரும் பேசிக்கொண்டிருந்து விட்டு, சமையலை முடித்து விட்டு ஹாலுக்கு வந்தார்கள்.

"மணி. என்ன ஆச்சும்மா வைதேகி?"

"பத்தே கால் அத்தை..."

"பத்தே கால் ஆச்சா? வொம்மா நாம சாப்பிட்டுடலாம்!"

"அவர் வந்ததும் நான் சாப்பிட்டுக்கறேன். பசி வேற இல்லை. நீங்க சாப்பிடுங்க. நான் பரிமார்றேன்..."

"அவன் வர லேட்டாய்டும்மா. ஃப்ரெண்ட்ஸ் எல்லாரையும் பார்த்துட்டு வந்து சேர பனிரெண்டாய்டும்."

"பரவாயில்லை அத்தை. வந்துடட்டுமே..."

"என்கிட்டே சொல்லிட்டு புறப்பட்டிருந்தா, 'சீக்கிரம் வந்துடு'ன்னு சொல்லி அனுப்பிச்சிருப்பேன். பதினோரு மணி வரைக்கும் பாரு. அவன் வரலைன்னா நீ சாப்பிட்டுடு..."

அத்தைக்கு தட்டில் சாதமும், ரசமும் பரிமாறினாள். தண்ணீர் வைத்தாள். சாப்பிட்டு முடித்து விட்டு வந்த அத்தை, ஹாலில் இருந்த சோபாவை விரித்து படுக்கையாக்கிக் கொண்டு, "ரயில்ல வந்த அசதி, கண்ணை அசத்துது. நான் படுக்கறேன். நீ மாடிக்குப் போய் படும்மா. அவன்கிட்டே சாவி இருக்கு. கதவை திறக்க வேண்டியதில்லை. கொஞ்ச நேரம் பார்த்துட்டு நீ வந்து சாப்பிட்டுடு..." என்று படுத்துக்கொண்டாள்.

வைதேகி மாடி அறைக்கு வந்தாள். தூக்கம் வரவில்லை. கட்டிலில் அமர்ந்தாள். ஜன்னல் வழியாக ஈரக் காற்று சுகமாக வீசியது.

ஒரு மர பீரோ இருந்தது. ஒரு மேஜையும், நாற்காலியும் இருந்தன. மேஜை மேல் சினிமா பத்திரிகைகள் நிறைய இருந்தன. சுவரில் ரஜினிகாந்த்தோடு சேர்ந்து நின்று ராமச்சந்திரன் எடுத்துக்கொண்ட புகைப்படம் மாட்டப்பட்டிருந்தது.

டிராயரில் ஷேவிங் செட், பவுடர் டப்பா, செண்ட் பாட்டில் என்று சகலமும், குழந்தைகள் வீசின விளையாட்டு சாமான்கள் போல கலைந்து கிடந்தன.

புத்தகங்களை சீராக அடுக்கினாள். டிராயருக்குள் இருந்த சாமான்களை எல்லாம் மேஜை மேல் கவிழ்த்து, ஒவ்வொன்றாக துடைத்து உள்ளே ஒரு செய்தித்தாள் போட்டு, அதன் மேல் அடுக்க ஆரம்பித்தாள்.

பிறகு மர பீரோவை திறந்து பார்த்தாள். சட்டை, பேண்ட்டுகள், மற்றும் கண்ட குப்பைகளும் இருந்தன.

'அவரை கேட்டுக்கொண்டு நாளைக்கு சுத்தம் செய்யலாம்' என்று நினைத்துக் கொண்டாள்.

மூடி விட்டு அறைக்கு வெளியே வந்து மற்றொரு கதவைத் திறந்துகொண்டு மொட்டை மாடிக்கு வந்தாள்.

பாதி நிலாவின் மந்த வெளிச்சத்தில் பக்கத்து வீட்டு தென்னை மரம் கறுப்புப் பச்சையாக அசைய, நிசப்தமாக இருந்தது. பல வீடுகள் இருட்டில் முடங்கியிருந்தன.

'நான் கல்யாணம் பண்ணிக்கிட்டு போற வீட்டுல மொட்டைமாடி இருக்கணும் கட்டாயமா' என்று சில மாதங்களுக்கு முன்பு அம்மாவிடம் சொன்னது நினைவுக்கு வந்தது.

விரும்பியபடியே அமைந்துவிட்டது. அதுவும் என் படுக்கையறைக்கு அருகிலேயே மொட்டைமாடி! தலைக்கு குளித்துவிட்டு வந்து இரண்டு நிமிடம் நின்று உதறினால் போதும்! நின்றுகொண்டு கோயில் கோபுரங்களை வேடிக்கை பார்த்துக் கொண்டிருந்தாலே மனதுக்குள் ஒரு அமைதி கிடைக்கும்.

இவர் இந்த மொட்டை மாடிக்கு வருவதே இல்லை போலிருக்கிறது. நிற்கும் இடத்தில் பாத அச்சு பதியும்படி அவ்வளவு தூசு! குப்பை! நாளைக்கு கூட்டி, கழுவித் தள்ள வேண்டும். மொட்டை மாடிக்கு ஒரு லைட் போடச் சொல்ல வேண்டும்.

சென்னையில் சிறுமியாக இருந்தபோது, சுதர்சனம் டவுசர் போட்டுக் கொண்டு மொட்டை மாடியில் பட்டம் விட, அக்காக்களோடு சேர்ந்து குதூகலித்தது நினைவுக்கு வந்தது.

எல்லோரும் சேர்ந்திருந்த சுமையில்லா, விபரமறியா, மகிழ்ச்சியான நாட்கள்! இப்போது ஆளுக்கு ஒரு திசையில்! மதுரை, கோவை, சேலம், பெங்களூர்!

என் திருமணத்தை சாக்கிட்டு ஒன்று கூடினார்கள். இனி எல்லோரையும் சேர்த்து எப்போது பார்க்கப் போகிறேனோ? வளர்ந்ததும் அவரவருக்கு தனி வட்டம் விழுந்து, அந்த எல்லைக்குள்ளேயே செயல்களும், சிந்தனைகளும் சுருங்கி விடுவது என்ன ஒரு கொடுமை! நம்மைச் சுற்றி நாமே பின்னிக் கொள்ளும் வலைகள்! பாச வலைகள்! படிப்பு வலைகள்! உத்தியோக வலைகள்!

யோசித்துக் கொண்டிருந்த வைதேகி, வயிற்றில் பசியை உணர்ந்தாள். மணி என்ன? மொட்டை மாடியில் இருந்து தன் அறைக்கு வந்து பார்த்தபோது, மணி பனிரெண்டை நெருங்கிக்கொண்டிருந்தது நித்ரா தேவி, கொட்டாவி மூலம் அழைப்புவிடுக்கத் துவங்கினாள்.

எங்கே இவர்... இன்னும் காணவில்லை? மோட்டார் பைக் எடுத்துக்கொண்டு வேறு சென்றார். எட்டரை மணிக்குத்தானே வீட்டிற்கே வந்தோம்... வெளி வேலைகளை நாளைக்கு வைத்துக் கொண்டிருக்கலாமே! வந்ததும் புறப்பட்டிருக்க வேண்டுமா? பசிக்கிறதே. அத்தை சாப்பிடச் சொன்னார்கள். ஆனால் அவர் ஏதாவது நினைத்துக்கொண்டால்? எப்போது வருவார் இவர்? கட்டிலில் சாய்ந்து கொண்ட வைதேகியின் இமைகளை தூக்கம் அழுத்தியது. பிடிவாதமாக உதறினாள். ஒரு புத்தகம் புரட்டலாம் என்று மேஜையில் இருந்து சினிமா பத்திரிகை எடுத்து பிரித்து நடிகர் நடிகைகளின் படங்களைப் பார்த்தாள்.

ரஜினிகாந்த் படத்துக்கு அடியில் பேனாவால் 'இந்த போஸ் தூள் தலைவா!' என்று எழுதியிருந்தது. அது ராமச்சந்திரனின் கையெழுத்து தான். தனக்கு கடிதம் எழுதியிருக்கிறாரே, அதே கையெழுத்து! அவளுக்கு சிரிப்பு வந்தது. ஒரு நடிகரின்

மேல் இதென்ன மோகம்! மேலும் புரட்டிக் கொண்டிருக்க கீழே தடதடவென்று மோட்டார் பைக் வந்து நிற்கும் சத்தம் கேட்டது. உடனே வைதேகி கீழே இறங்கி வந்தாள்.

அதற்குள் கதவைத் திறந்துகொண்டு உள்ளே வந்த ராமச்சந்திரன், வாயில் பீடா மென்று கொண்டே, "இன்னும் தூங்கலை நீ? என்கிட்டே சாவி இருக்கு. கதவை திறக்கறதுக்காக நீ கீழே இறங்கி வர வேண்டியதில்லை" என்றான் செருப்புகளைக் கழற்றி.

"சாப்பிட வர்றீங்களா?"

"ஆச்சு. கல்யாணத்துக்கு வராத ஒரு ஃப்ரெண்டை பார்த்தேன். அவன் ஹோட்டலுக்கு அழைச்சுட்டுப் போயிட்டான். உனக்கு பீடா பிடிக்குமா? வாங்கிட்டு வந்திருக்கேன்..."

"பிடிக்கும்" என்றாள். 'நான் இன்னும் சாப்பிடலை' என்று சொல்ல தயக்கமாக இருந்தது.

"நீ சாப்பிட்டுட்டேயில்லே?"- நல்ல வேளையாக அவனே கேட்டுவிட்டான்.

"இன்னும் இல்லைங்க. நீங்க வந்துடட்டும்ன்னு..."

"இந்த மாதிரி அசட்டு சென்டிமெண்ட் எல்லாம் எனக்குப் பிடிக்காது. எப்பவும் எனக்காக வெயிட் பண்ணாம நீ சாப்பிட்டுடு. நான் சமயத்துல வெளியில சாப்பிட்டுடுவேன். லேட்டா வருவேன். சேர்ந்து சாப்பிடறதுங்கறது சரியா வராது. சாப்பிட்டுட்டு வந்துடு..."

ராமச்சந்திரன் மாடியேறிச் செல்ல, வைதேகி சாப்பிட்டு முடித்து, தட்டுகளை கழுவி வைத்துவிட்டு, விளக்கணைத்து மாடிக்கு வந்தபோது ராமச்சந்திரன் லுங்கிக்கு மாறி, சட்டை அணியாமல் கட்டிலில் அமர்ந்து சிகரெட் பிடித்துக் கொண்டிருக்க, "வீட்டுலயே பிடிப்பீங்களா?" என்றாள் அதிர்ந்து! இருமல் வந்தது.

"அதான் நேத்தே விவரமா சொன்னேனே! பீடா போடு. பக்கத்துல வந்து உக்காரு. இன்னைக்கு இந்த வீட்டைப் பொறுத்தவரைக்கும் நமக்கு ஃபர்ஸ்ட் நைட்!" என்று அவள் கையைப் பிடித்து தன் அருகில் இழுத்து அமர்த்தி, கன்னத்தில் முத்தமிட்ட போது...

லேசாக மது வாடை அடித்தது!

✵ ✵ ✵

13

பகீரென்றது வைதேகிக்கு.

இவருக்கு மதுப் பழக்கம் வேறு உண்டா? ஐயோ!

ராமச்சந்திரன் அவளை உஷ்ணமாக அணைத்துக் கொள்ள முற்பட்டான். அவன் தொடுகையில், அணைப்பில் தேகம் ஒருபுறம் சூடேறிக்கொண்டு இருந்தாலும், மனதில் கறுப்பு மேகம் உலா வந்தது. கேட்கலாமா?

''என்னங்க... ஏதோ வாடை அடிக்குது?''

''எங்கே?'' என்று காற்றில் மூச்சை உபரியாக இழுத்து முகர்ந்து பார்த்தான். ''எனக்கு ஒண்ணும் தெரியலையே... நம்ம வீட்டுக்கும், பக்கத்து வீட்டுக்கும் நடுவுல ரெண்டடி சந்து ஒண்ணு இருக்கு. கண்ட குப்பையும் அங்கேதான் போடுவாங்க. ஏதாச்சும் எலி செத்திருக்கும். இரு. வர்றேன்...''

ராமச்சந்திரன் எழுந்து மேஜை டிராயரைத் திறந்து, ''அட! இதெல்லாம் சுத்தம் பண்ணி வெச்சியா நீ?'' என்று ஊதுபத்தி எடுத்து, இரண்டைக் கொளுத்தி ஜன்னல் இடுக்கில் செருகி விட்டு வந்து கட்டிலில் அமர்ந்தான். ''இப்போ எப்படி இருக்கு?''

''வாடை உங்ககிட்டேர்ந்து வர்ற மாதிரி இருக்குங்க!'' என்றாள் அவன் முகத்தைப் பார்க்காமல்.

“என் கிட்டேர்ந்தா? பீடா வாடைதான் அடிக்கும் ம்... புரியுது! ரயில்ல வந்தோம். நீ குளிச்சுட்டே நான் குளிக்கலை. அதான் வேர்வை! வேற எதுவும் இல்லை!”

அவளுக்கு நிச்சயமாக தெரிந்தது. அது மதுவின் வாடை தான். சென்னையில் அவள் வீட்டிற்கு பத்து வீடு தாண்டி ஒயின் ஷாப் இருக்கிறது. பல பேர் வாங்கி, மூடியைத் திருகி அங்கேயே நின்று குடிப்பார்கள். அந்த கடையைத் தாண்டும் போது, ‘குப்’பென்று ஆல்கஹாலின் நெடி தூக்கியடிக்கும்.

அதே வாடைதான் இவர் வாயிலிருந்து பீடாவை மீறி வீசுகிறது. அதில் சந்தேகமே இல்லை. சமாளிக்கிறார். ‘நான் சிகரெட் பிடிப்பவன்’ என்று தைரியமாக சொன்ன மாதிரி. ‘ஆமாம். நான் கொஞ்சம் பிராந்தி குடிச்சுட்டு வந்தேன்’ என்று சொல்லத் தயங்குகிறார்.

தயக்கத்திற்கு அடிப்படை - இது தப்பென்று உணர்வதால், புது மனைவியிடம் தன் மதிப்பு குறையக் கூடாது என்பதால். ஆக, ‘யார் எப்படி நினைத்தால் என்ன? நான் இப்படித்தான்!’ என்று சாதிக்கும் ஒரு பிடிவாத குணம் இல்லை என்பதே ஒரு ஆறுதல்.

இப்போதைக்கு இந்த விஷயத்தை மேலும் கிளறக் கூடாது என்று நினைத்துக் கொண்டாள் வைதேகி.

உடம்பு சுகம் - புது சுகம். உரிமையான சுகம் அவசியமான சுகம். ஆரம்ப சரசங்களிலேயே மனசு நகர்ந்து வழி விட்டு ஒதுங்கிக்கொள்ள, பிறகு உடம்புக்கு மட்டும் தனியாட்சி உரிமை கிடைத்து...

வைதேகி முனகினாள். தன் உதடுகளை கடித்துக் கொண்டாள்.

‘ராமச்சந்திரா... நீ சிகரெட் பிடிப்பாயா? பிடித்துக் கொள்! மது அருந்துவாயா? அருந்திக் கொள்! என்ன வேண்டுமானாலும் செய்து கொள்! இந்த நிமிடங்களை எனக்கு மீண்டும், மீண்டும் தா...’ - தேகத்தின் குரல்!

★★★

மறுநாள் காலையில் சென்னையிலிருந்து விஸ்வநாதன். நாகேஸ்வரி, சுதர்சனம் குடும்பம், மற்றும் வைதேகியின் அக்காக்கள் வரவேற்புக்காக வந்து சேர்ந்தார்கள்.

அவர்களுக்கு தன் வீட்டின் அருகிலேயே ஒரு லாட்ஜில் ரூம் போட்டுக் கொடுத்தான் ராமச்சந்திரன்.

வீட்டின் வாசலில் சின்ன பந்தல் போடப்பட்டது. நாற்பது நாற்காலிகள் மட்டுமே போட முடிந்தது. அந்த இடத்தில் கச்சேரி என்று எதுவும் ஏற்பாடு செய்யவில்லை. ஸ்பீக்கர் கட்டி, சினிமா பாடல்கள் தான் காலையிலிருந்தே போட்டார்கள்.

''சரியான முகூர்த்த நாள் இன்னைக்கு. மதுரையில் இருக்கற நாலைஞ்சு மெல்லிசைக் குழுக்களைப் பார்த்தோம். எல்லாரும் ஏற்கனவே புக் ஆயிட்டாங்க'' என்றான் ராமச்சந்திரன்.

ஸ்வீட், காரம், காபிக்கு ஹோட்டலில் சொல்லியிருந்தான்.

மாலை ஐந்து மணிக்கு பக்கத்து வீட்டில் வாங்கி வந்த வெல்வெட் விரிப்பு போர்த்திய சோபாவில் சூட், கோட், டையில் ராமச்சந்திரனும், அருகில் கொண்டை போட்ட, பட்டு சேலை கட்டிய வைதேகியும் ஆளுக்கொரு ஆப்பிள் செருகின பூச்செண்டு பிடித்துக் கொண்டு அமர்ந்திருந்தார்கள்.

வருபவர்களை வரவேற்பதையும், வீட்டுக்குள் அழைத்து மொட்டைமாடியில் அமைத்த ஷாமியானாவுக்கு அடியில் டிபன் சாப்பிடச் சொல்வதையும் ராமச்சந்திரனின் நண்பர்கள் கவனித்துக் கொண்டார்கள்.

முதல் வரிசையில் வைதேகியின் குடும்பத்தினர் அமர்ந்திருந்தனர்.

விஸ்வநாதன் தன் மனைவி பக்கம் திரும்பி, ''கொண்டை போட்டு, பட்டுப் புடவை கட்டி வைதேகியை நாம பார்த்ததே இல்லை! ஆண்டாள் மாதிரியே இருக்கா!'' என்றார்.

''பொண்ணைப் பார்த்து நீங்களே திருஷ்டி வைங்க... நல்லா இருக்கு!''

“நாம பெருமிதப்பட்டு பேசினா அது திருஷ்டியில் சேராதுடி அசடு! வீடு எப்படி இருக்கு? இப்பதானே பார்க்கறே நீ? சொல்லு...”

“போதுங்க. அவ மாமியார், மூணு பையங்க வீட்டுலயும் மாறி மாறி இருக்கப் போறாங்க. இவங்க ரெண்டு பேர் தானே? வசதியாதான் இருக்கு. ஊருக்கு மையமா, கோவிலுக்குப் பக்கமா வீடு அமையறதே பெரிசு. நினைச்சா பொறப்பட்டுப் போய் மீனாட்சியை தரிசனம் பண்ணிட்டு வந்துடலாம்!”

“மொத்தமா பார்த்தா எண்ணூறு, இல்லை தொள்ளாயிரம் சதுர அடிதான் கணக்கு வரும். ஆனா இன்னைக்கு இந்த வீட்டுக்கு என்ன மதிப்பு தெரியுமா?”

“எனக்கென்ன தெரியும்? நீங்களே சொல்லிடுங்க...”

“இன்னைக்கு நம்ம மாப்பிள்ளை ‘வீட்டை விக்கறேன்’னு வாயைத் திறந்தா, அஞ்சு ரூபா வரைக்கும் கொடுத்து வாங்கத் தயாரா இருக்காங்களாம்!”

“யம்மாடி”

“நிரந்தரமா இந்தவீடு இருக்கு. நல்லா ஓடிக்கிட்டிருக்கற ஜவுளிக்கடை இருக்கு. இதெல்லாம் மனசுல வெச்சுக்கிட்டு தான் அவங்க கொஞ்சம் அதிகமா எதிர்பார்த்தப்ப எப்படியாச்சும் சமாளிச்சுக்கலாம்ன்னு ஒப்புக்கிட்டேன். நாளைக்கு வேற வகையில பிக்கல் பிடுங்கல் வராது பாரு...”

“நியாயம்தாங்க” என்றாள் நாகேஸ்வரி.

இவர்களைப் போலவே சற்றுதள்ளி அமர்ந்திருந்த சுதர்சனமும், அவன் மனைவி கௌசல்யாவும் குசுகுசுப்பாகப் பேசிக்கொண்டிருந்தார்கள்.

“என்னங்க...”

“என்ன கௌசல்யா?”

“எப்ப கேக்கப் போறீங்க?”

"எதைச் சொல்றே?"

"மறந்துடுவீங்களே... கல்யாணத்துல வீடியோ எடுக்க நாம பணம் கொடுத்திருக்கோம். அந்த செலவை வைதேகி புருஷன் ஏத்துக்கறதா சொன்னதாலதான் தூக்கிக் கொடுத்தோம். எவ்வளவு வந்திருக்கு பில்லு?"

"இரண்டாயிரத்து நானூறு!"

"பில் கொண்டாந்திருக்கீங்க இல்லையா?"

"பாக்கெட்டுலயே வெச்சிருக்கேன்."

"அப்புறம் என்ன? காலையில நாம ஊருக்கு புறப்படப் போறோம். புறப்படற அவசரத்துல கேக்க முடியாது. இப்ப ரிசப்ஷன் முடிஞ்சு அவர் டிரஸ் மாத்திட்டு வந்ததுமே கேட்டுடுங்க..."

"எப்படி கௌசல்யா? கல்யாணமாகி ரெண்டு நாள் தான் ஆகுது. எப்படி உடனே கேக்கறது? இதெல்லாம் மெதுவா வாங்கிக்கலாமே..."

"மெதுவா வாங்கிக்கலாம்ன்னுவிட்டா... அவ்வளவுதான்! வரவே வராது. அவர் தர்றதா ஒப்புக்கிட்ட பணத்தைத் தானே கேக்கறோம்? கடனாவா கேக்கறோம்?"

"அப்படிங்கறியா?"

"உங்களுக்கு உங்க மச்சானை நேரடியா கேக்க தயக்கமா இருந்தா வைதேகிகிட்டே பில்லை கொடுத்து, 'இந்தப் பணத்தை உன் புருஷன் கிட்டேர்ந்து கேட்டு வாங்கிக் கொடும்மா'ன்னு சொல்லுங்க. இப்பதான் அவளுக்கு உரிமை வந்துடுச்சே! ரெண்டாவது, அவ கேட்டான்னா புது மோகத்துல எதுவும் சால்ஜாப்பு சொல்லி மறுக்கத் தோணாது அவருக்கு. நமக்கு பணம் வந்துடும்."

"அதான் நல்ல யோசனை" என்றான் சுதர்சனம்.

ஏழரை மணிக்கெல்லாம் எல்லாரும் வந்துவிட்டுப் போய்விட, ரிசப்ஷன் நிறைவு பெற்று... சினிமா பாடல்கள்

நிறுத்தப்பட்டன. சோபாவை விட்டு ராமச்சந்திரனும், வைதேகியும் எழுந்துகொண்டு, உடை மாற்றச் சென்றார்கள்.

ராமச்சந்திரனின் உறவினர்களும், நண்பர்களும் ஒவ்வொருவராக வந்த போதெல்லாம் அவன் எழுந்து கொண்ட போது, கூடவே எழுந்து எழுந்து உட்கார்ந்ததால் கால்கள் வலித்தன வைதேகிக்கு.

இரவு சாப்பாடு முடிந்து ஆண்கள் வாசலில் பந்தலுக்கடியில் நாற்காலிகளை வட்டமாக அமைத்துக்கொண்டு, நடுவில் தாம்பூலத் தட்டை வைத்து வெற்றிலை போட்டபடியே இந்திய, தமிழக அரசியல், சினிமா என்று கலந்து கட்டிப் பேசிக்கொண்டிருக்க...

குழந்தைகள் தூங்கிவிட்டார்கள் என்று காரணம் காட்டி இரண்டு அக்காக்களும் லாட்ஜ் அறைக்கு சென்று விட்டிருக்க...

மாடியில் ரமச்சந்திரனின் அறையில் வைதேகியும், அவள் அம்மாவும், அப்பாவும் மட்டும் அமர்ந்து பேசிக்கொண்டிருந்தார்கள்.

"மாப்பிள்ளையை கேளும்மா... நாளைக்கு காலையில ஒரு வேனோ, காரோ ஏற்பாடு பண்ணிக்கிட்டு திருப்பரங்குன்றம், பழமுதிர்ச்சோலை இங்கே எல்லாம் போயிட்டு வரலாம். கல்யாணமானதும் ரெண்டு கோயிலுக்கு போயிட்டு வந்தா நல்லது. எல்லாரும் சேர்ந்து போன மாதிரியும் இருக்கும்..." என்றாள் அம்மா.

"நான் கேக்கறேம்மா..."

"நாளைக்கு மத்தியானம் நாங்க புறப்படறோம்மா" என்றார் அப்பா.

"என்னப்பா இது? ரெண்டு நாள் தங்குவீங்கன்னு நினைச்சுட்டு இருந்தேன்..."

"இல்லைம்மா. அங்கேயே ரிட்டர்ன் டிக்கெட் எடுத்துட்டோம். பொண்ணு வீட்டுல ரெண்டு, மூணு நாள்

தங்கக் கூடாதுன்னு இல்லையம்மா. ஆனா அதுக்கு இது சந்தர்ப்பமில்லையம்மா..."

"அண்ணன், அண்ணி?"

"அவங்க காலையில டிபன் சாப்பிட்டதுமே புறப்படுவாங்கன்னு நினைக்கிறேன். திருப்பரங்குன்றம் எல்லாம் போற ட்ரிப் கன்ஃபர்ம் ஆனா, அவனை மத்தியானம் புறப்படச் சொல்லலாம்."

"நான் அவர்கிட்டே கேட்டுடறேன்ப்பா. அப்புறம்..." என்று தயங்கினாள் வைதேகி.

"என்னம்மா?"

"இல்லை... இந்த வீடு சொந்த வீடுன்னுதானே என்கிட்டே நீங்க சொன்னிங்க?"

"ஆமாம். சாயங்காலம்கூட நானும், அம்மாவும் 'இந்த சின்ன வயசுலேயே சம்பாதிச்சு, கெட்டிக்காரத்தனமா ஒரு வீடு வாங்கிப் போட்டுட்டார் பாரு'ன்னு மாப்பிள்ளையைப் பத்தி பெருமையா பேசிட்டு இருந்தோம்மா..."

"வந்துப்பா... இது சொந்த வீடு இல்லையாமே! வாடகை வீடாம்."

விஸ்வநாதன் அதிர்ந்துபோனார். "என்னம்மா இப்படி சொல்றே? யார் உன்கிட்டே அப்படி சொன்னது?"

"அவரேதான் சொன்னாரு. எழுநூறு ரூபா வாடகைன்னு சொன்னாரே..."

"என்னங்க இது... இவ இப்படி சொல்றா?" பதறினாள் நாகேஸ்வரி. "நீங்க நல்லாதான் விசாரிச்சீங்களா? உங்ககிட்டே சொந்த வீடுன்னு சொன்னது யாரு? பத்திரம் எதுவும் வாங்கி பார்த்தீங்களா?"

"இரு. நானே ஆடிப் போயிருக்கேன். பதறாதே. யார் சொன்னது? மாப்பிள்ளையேதான் சொன்னதா ஞாபகம்.

'பத்திரம் என் பேர்லதான் இருக்கு'ன்னு கூட சொன்னாரே? அதுக்கு மேல எங்கே, காமிங்க'ன்னு கேக்க முடியுமா?''

வைதேகி குறுக்கிட்டாள். ''ஆனா இந்த வீட்டை விலைக்கு வாங்க வீட்டுக்காரர்கிட்டே விலை பேசிட்டிருக்கறதா சொன்னார். 'சொந்த வீடுன்னு எங்கப்பா சொன்னாரே?'ன்னு நான் கேட்டதுக்கு, 'சொந்த வீடு மாதிரி தான்'னு யாராச்சும் சொல்லியிருப்பாங்கன்னு சொன்னாருப்பா...''

அப்போது சுதர்சனம் அறைக்குள் வர...

''வாப்பா. நீயே வந்துட்டே இப்படி உக்காரு. இந்த வீடு வாடகை வீடாமே!'' என்று விஸ்வநாதன், சற்றுமுன் தாங்கள் பேசிக்கொண்ட விபரங்களை அவனிடம் தணிந்த குரலில் சொன்னார்.

''இதென்ன மோசடியா இருக்கு? வாடகை வீட்டை எதுக்காக சொந்த வீடுன்னு பொய் சொல்லணும்? இன்னும் அவங்க சொன்னதில் என்னென்ன பொய்யோன்னு ஒரு பயம் வருதில்லே? இதை விட்டுடக் கூடாதுப்பா. கேட்டுடணும்...'' என்றான் சுதர்சனம் ஆவேசமாக!

✲ ✲ ✲

14

"இருப்பா, அவசரப்படாதே..." என்று சுதர்சனத்தை கையமர்த்தினார் விஸ்வநாதன்.

"நேரா கேட்டுட வேண்டியதுதான். இந்த வீடு சொந்த வீடுன்னு ஏன் பொய் சொன்னீங்கன்னு கேக்க வேண்டியது தான்!" என்றான் சுதர்சனம் ஆவேசமாய்.

"இரு பதறாதே. கேட்டா? என்ன சொல்வார்? 'இல்லையே... நான் அப்படி எதுவும் சொல்லலையே'ன்னு பொய்தான் சொல்வார். நாம போனதும் கோபம் எல்லாம் நம்ம வைதேகி பக்கம் தான் திரும்பும். 'ஏண்டி, வந்த முதல் நாளே இந்த வீட்டு விஷயத்தை அம்மா வீட்டுக்கு பத்த வெச்சுட்டியா?'ன்னு கேப்பாரு. வேணாம், விட்டுடுப்பா. கல்யாணமான புதுசுல அவங்களுக்குள்ளே மனக் கசப்பு எதுவும் வர்றது நல்லதில்லை!" என்றார் விஸ்வநாதன்.

"அதுக்காக?"

"அதான் சொல்றாளே... வீட்டை விலைக்கு வாங்கறதுக்கு பேரம் பேசிக்கிட்டு இருக்காங்களாமே! கொஞ்ச நாள்ல வாங்கிடத்தானே போறோமுன்னு சொந்த வீடுன்னே கொஞ்சம் அதிகப்படியாவே சொல்லியிருக்கலாம். ஒரு கல்யாணம்ன்னு வர்றப்ப இப்படி கூட்டிக் குறைச்சு சொல்றதெல்லாம் சகஜம் தான்..." என்றாள் அம்மா நாகேஸ்வரி.

"அப்போ இதைப் பத்தி எதுவுமே மாப்பிள்ளையை கேக்க வேணாம்ன்னு சொல்றீங்களா? பெரிய பொய் இல்லையா இது?"

"இப்ப விட்டுடலாம். கேக்கறத்துக்கு ஒரு சந்தர்ப்பம் வர்றப்போ கேட்டுக்கலாம்..." என்று எழுந்துகொண்ட விஸ்வநாதன், "நாம் எல்லாம் இங்கேயே நமக்குள்ளே ரொம்ப நேரம் தனியா பேசிட்டிருந்தா ஏதாச்சும் நினைச்சுக்கப் போறாங்க. வா நாகு, கீழே போகலாம்" என்றார்.

அம்மாவும், அப்பாவும் வைதேகியின் அறையை விட்டுப் போன பிறகு சுதர்சனம் வைதேகியின் அருகில் அமர்ந்தான்.

"இதெல்லாம் நீ ஒண்ணும் மனசுல வெச்சுக்காதே வைதேகி..."

"இல்லை..." என்றாள் தாம்பூலத் தட்டில் இருந்து ஒரு வெற்றிலையை எடுத்து, அதன் காம்பைக் கிள்ளியபடி "ஆனா கொஞ்சம் பயமா இருக்குண்ணா..."

"என்ன பயம்?"

"உன்னை மாதிரி, அப்பா மாதிரி இல்லைண்ணா! கொஞ்சம் கோபக்காரரா தெரியுது. யோசிச்சு யோசிச்சுப் பேச வேண்டியிருக்கு..."

"அசடு! உன் அண்ணி கல்யாணமாகி நாலைஞ்சு நாளைக்கு என்கிட்டே ஒரு வார்த்தைகூட பேசலை! இப்போ? என்னை ஒரு வார்த்தை கூட பேச விடறதில்லை. ஆரம்பத்துல அப்படித்தான் இருக்கும். போகப்போக சரியாப் போய்டும்..."

வைதேகி கதவுக்கு வெளியே எட்டிப்பார்த்து விட்டு, குரலைக் குறைத்து, "அவருக்கு சிகரெட் பிடிக்கற பழக்கம் இருக்கு. நீ அப்பாகிட்டே சொல்லிடாதே!"

"எனக்கு முதல்லேயே தெரியும் வைதேகி!"

"ஏண்ணா முதல்லேயே என்கிட்டே சொல்லலை?"

“சொல்லக் கூடிய அளவுக்கு அது ஒரு பெரிய தப்பு இல்லை வைதேகி. அதனால சொல்லலை. இப்ப நிறைய பேர். சிகரெட் பிடிக்கறாங்க. அது உடம்புக்கு கெடுதிதான். ஆனா எவ்வளவு டாக்டர்ஸே பிடிக்கறாங்க! மனசைதான் நாம் பார்க்கணும். நீ இதுக்கெல்லாம் ஒர்ரி பண்ணிக்காதே வைதேகி!”

“இல்லை. இருந்தாலும், மனசுக்கு கஷ்டமாதான் இருக்கு.”

“அசடு! அவர் நினைச்சா உனக்கு தெரியாம இதை வெச்சிருந்திருக்க முடியாதா? எப்ப வெளிப்படையா ஒரு காரியத்தை சொல்றாரோ, அப்ப மனசுல ரகசியம் எதுவும் இல்லைன்னு அர்த்தம்.”

“அப்படித்தான் நினைச்சுக்க வேண்டியிருக்கு...” என்று பெருமூச்சுவிட்டாள் வைதேகி.

“சரி... அதைவிடு” என்று சட்டை பாக்கெட்டில் இருந்து வீடியோ பில்லை எடுத்து அவளிடம் கொடுத்தான் சுதர்சனம்.

“என்னண்ணா இது?.”

“கல்யாணத்துல வீடியோ கவரேஜ் வெச்சே ஆகணும்ன்னு மச்சான் வற்புறுத்தினதால ஏற்பாடு செய்தோம் இல்லையா? அந்த பில்லும்மா. இதை என் பணத்திலேர்ந்து கொடுத்து செட்டில் பண்ணியிருக்கேன். மச்சான் இந்த செலவை ஒத்துக்கிறேன்னு சொன்னார். நாளைக்கு ஊருக்குப் புறப்படற அவசரத்துல கேக்க முடியாது. அதனால இந்த பில்லை அவர்கிட்டே கொடுத்து பணம் வாங்கிக் கொடு வைதேகி. அங்கே கட்டிட வேலை கடைசி கட்டத்துல நிக்குது. எவ்வளவு கடன் வாங்கிப் போட்டாலும், உடனே கரைஞ்சு போய்டுது. இல்லைன்னா நான் அவசரப்படாம மெதுவா வாங்கிக்குவேன்!”

“நீயே அவர்கிட்டே கேக்கலாமே அண்ணா?”

“எனக்கு கொஞ்சம் சங்கடமா இருக்கு வைதேகி நீயே கேட்டு வாங்கிக் கொடுத்துடேன்...” என்றான் சுதர்சனம்.

“சரிண்ணா” என்றாள் வைதேகி.

சுதர்சனம் கீழே இறங்கிச் சென்றதும், மெத்தை விரிப்பின் சுருக்கங்களை சரிசெய்து, தலையணைகளை நேராகப் போட்டு விட்டு கீழே புறப்பட்ட போது, ராமச்சந்திரன் அறைக்குள் வந்தான்.

“என்ன இங்கேயே உக்காந்துட்டே வைதேகி?”

“அப்பா அம்மா கூட பேசிட்டிருந்தேன்...”

“சாப்பிடலையா நீ?”

“பசிக்கவே இல்லை...”

“என்ன பேசினீங்க ரொம்ப நேரமா?”

“நாளைக்கு எல்லாருமா சேர்ந்து திருப்பரங்குன்றமும், பழமுதிர்ச் சோலையும் போயிட்டு வரலாமான்னு அம்மா உங்களை கேக்கச் சொன்னாங்க...”

“போகலாமே! ஒரு வாரம் கழிச்சுதான் நான் கடைக்கு வருவேன்னு என் பார்ட்னர்ஸ்கிட்டே சொல்லி விட்டேன். எல்லாரும் போயிட்டு வரலாம். அப்புறம்... நாளன்னைக்கு நானும், நீயும் கொடைக்கானல் போறோம் வைதேகி”

“இப்பவா? இந்த குளிர்லயா?”

“குளிரவே குளிராது வைதேகி. போறது ஹனிமூன் ட்ரிப்பாச்சே!” என்று அவளைப் பார்த்து கண்ணடித்தான்.

“போங்க...” என்று வெட்கப்பட்டாள் வைதேகி.

“நாலுநாள் ஜாலியா இருந்துவிட்டு திரும்ப வர்றப்போ... திண்டுக்கல்ல எனக்கு ஒரு அத்தை இருக்காங்க. அவங்க வீட்டுக்கு போயிட்டு வந்துடலாம்...”

“சரிங்க...” என்று சற்று தயங்கிவிட்டு, அந்த வீடியோ பில்லை எடுத்துக் கொடுத்துவிட்டு, “அண்ணன் கொடுத்தாரு...” என்றாள்.

''அப்படியா, சரி...'' என்று மேலோட்டமாக பார்த்துவிட்டு, பாக்கெட்டில் வைத்துக் கொண்டான்.

''இந்த செலவு மட்டும் நீங்க ஒத்துக்கறதா சொன்னீங்களாம்...''

''ஆமாம்''

''அண்ணன் பெங்களூர்ல வீடு கட்டியிருக்கார். அதனால பணம் அவசரமா தேவைப்படுதாம்...''

''ஒரு வாரம் கழிச்சு டிராஃப்ட் எடுத்து அனுப்பிவெச்சுடலாம்.''

''சரிங்க...'' என்றாள் பாதி வார்த்தையாய்.

''ஏன் உம்முன்னு ஆயிட்டே? நாளைக்கே கொடுக்கணுமா?''

''அவர் அப்படித்தான் கேட்டாரு.''

''இரண்டாயிரத்து சொச்சம் ஒரு பெரிய செலவா வைதேகி? கல்யாண வீட்டுல என் தன்மானத்தை விட்டுக்கொடுக்க முடியாம, அந்தச் செலவை நான் ஏத்துக்கறேன்னு சொன்னேன். அந்த வார்த்தையை அப்படியே பிடிச்சுகிட்டு, என்னமோ நான் கடன் வாங்கிட்ட மாதிரி இப்படி மூணு நாள்லேயே வசூலிச்சுதான் ஆகணுமா?''

வைதேகி பேசாமல் இருந்தாள்.

''எடுத்த வீடியோ கேசட்கூட இன்னும் கைக்கு வரலை...''

''ரெண்டு நாள்ல ரெடியாயிடுமாம். கூரியர் சர்வீஸ்ல அனுப்பி வெக்கறாங்களாம்...''

''நீயே யோசிச்சுப் பாரு வைதேகி. நாளைக்கு கல்யாண கேசட்டை உங்கப்பா, அம்மா பார்க்கப் போறதில்லையா? உங்கண்ணன் பார்க்கப் போறதில்லையா? இந்த செலவை என்னை ஏத்துக்க சொல்றது நியாயமா? என் ஃப்ரெண்ட்ஸ்கிட்டே வீடியோ செலவை நான் ஏத்துக்கிட்டேன்னு சொன்னா சிரிக்க மாட்டாங்களா?''

வைதேகிக்கு என்ன பதில் சொல்வது என்று தெரியவில்லை. ஆனால் தன் கணவன் பேசுவதில் நியாயமே இல்லை என்பது மட்டும் புரிந்தது.

கல்யாண வீட்டில் எதற்காக ஒப்புக்கொள்ள வேண்டும்? இப்போது எதற்காக வாழைப் பழத்தில் ஊசி ஏற்றுவது போல நைஸாக மாற்றிப் பேச வேண்டும்?

"நீ என்ன சொல்றே வைதேகி?"

"எனக்கு என்ன சொல்றதுன்னு தெரியலைங்க..."

"சொல்லு. உங்கப்பாகிட்டே சொல்லு. 'மாப்பிள்ளை இது மாதிரி சொல்றாரு. இந்த செலவை நீங்க ஏத்துக்கறது தான் கௌரவமா இருக்கும்'ன்னு நினைக்கறாரு 'இல்லை முடியாதுன்னு சொல்லிட்டா அவர் பணம் கொடுக்க தயரா இருக்காரு'ன்னு சொல்லு. சொல்றியா? போ. பசிக்குதோ, பசிக்கலையோ... ஏதாச்சும் பேருக்காவது சாப்பிட்டு வந்துடு" என்றான் ராமச்சந்திரன்.

வைதேகி அமைதியாய் கீழே இறங்கி வந்தாள்.

'என்ன இது? என்னை மத்தளம் போல ஆக்கிவிட்டார்களே! இந்த பக்கமும் எதுவும் பேச முடியவில்லை... அந்தபக்கமும் எதுவும் பேச முடியவில்லை... இல்லைங்க, நீங்க ஒப்புக்கிட்ட வரைக்கும் இந்த செலவை நீங்க ஏத்துக்கறது தான் முறை' என்று சொல்ல நாக்கு துடிக்கிறது. ஆனால் வார்த்தைகள் தொண்டைக் குழிக்குள்ளேயே சறுக்கி விழுந்து விடுகின்றன.

வைதேகி சாப்பிட்டுவிட்டு தன் அப்பாவை சற்று தனிமையில் அழைத்துப் போய், கணவன் சொன்னவற்றை சொல்லிக் கொண்டிருக்க, அங்கே சுதர்சனம் வந்து சேர்ந்து கொண்டான்.

இவள் சொல்லி முடித்ததும் வெடித்தார் அப்பா.

"இது எந்த ஊர் நியாயம்மா? நானே ஊர் பூரா கடனை வாங்கி அதைப் போட்டு, இதைப் போட்டு இந்த கல்யாணத்தை முடிச்சிருக்கேன். இன்னும் அவருக்கு அவணி அவிட்டம், தலை தீபாளின்னு சீர் வரிசை செய்ய வேண்டிய கடமைகள் இருக்கு. வீடியோ செலவை நீ ஏத்துக்கோன்னா எப்படி?"

“அவர் செலவை ஏத்துக்கிட்டதா ஃப்ரெண்ட்ஸ்கிட்டே சொன்னா... கௌரவமா இருக்காதாம்.”

“அதே ஃப்ரெண்ட்ஸ் முன்னாடி தானே ஏத்துக்கறேன்னு சொன்னார்?” என்றான் சுதர்சனம்.

“என்னை என்ன பண்ணச் சொல்றே? அவர் சொன்னதை நான் சொல்றேன்.”

“இப்படி பட்டுக்காம பேசினா எப்படி வைதேகி? அப்பாவை முடிஞ்சா ஏத்துக்கச் சொல்லு. என்னால முடியாது எனக்கு பணம் தேவைப்படுது” என்றான் சுதர்சனம்.

“என்னால முடியவே முடியாது. என்னை மேல மேல கடனாளி ஆக்காதே. தாங்க முடியாது. ஏற்கனவே முழி பிதுங்கிட்டிருக்கேன்...” என்றார் அப்பா.

“என்னப்பா இப்படி சொல்றீங்க? நானாப்பா சொல்றேன். அவர் சொல்லச் சொன்னதைத்தானே சொல்றேன்? அவர்கிட்டே என்ன சொல்லட்டும்?”

“சொல்லிடு. கண்டிப்பா சொல்லிடு. இந்த செலவைப் பொறுத்தவரைக்கும் எங்கண்ணனோ இல்லை அப்பாவோ ஏத்துக்கற சூழ்நிலையில் இல்லை. நீங்கதான் சொன்னபடி ஏத்துக்கணும்ன்னு சொல்லிடு. என்ன பிரச்சனை வந்தாலும் சரி...” என்றான் சுதர்சனம்.

நாகேஸ்வரி அங்கே வர, விஸ்வநாதன் அவளுக்கு விபரங்களைச் சொன்னதும் அவள் ஒரு நிமிடம் யோசித்து விட்டு, “வேணாம் வைதேகி இவங்க சொன்ன மாதிரி மாப்பிள்ளைகிட்ட சொல்ல வேணாம். அவர் கேக்கறது முறையில்லை தான். ஆனாலும் ஆசைப்படறார். பல்லை கடிச்சிக்கிட்டாவது நாங்களே சமாளிச்சுட்றோம் பல கடனோட இன்னொரு கடனா சுமை ஏறிட்டுப் போகுது! என்னங்க?” என்றாள் தன் கணவனைப் பார்த்து.

“எனக்கென்னவோ எதுவும் சரியாப்படலை” என்றார். விஸ்வநாதன் வெறுப்பாக.

"பேசாம இருங்க. பொண்ணைப் பெத்தவங்க நாம. அனுசரிச்சுதான் போகணும். நம்ம பொண்ணு இப்ப அவரோட பொண்டாட்டிங்கறதை மறந்துடக் கூடாதுங்க." என்றாள் நாகேஸ்வரி.

***

அன்றைக்கு இரவு தன் அறையில் ராமச்சந்திரன் வைதேகியை அணைத்தபடி படுத்துக் கொண்டிருக்கும் போது...

"என்ன ஆச்சு வீடியோ பில் விவகாரம்? பேசினியா?" என்றான்.

"பேசினேங்க. அந்த செலவை அப்பா ஏத்துக்கறேன்னு சொல்லிட்டார்."

"வெரி குட் அதுதான் கௌரவம்."

"ஆனா இது நியாயமே இல்லைங்க" என்றாள் வைதேகி தெளிவான குரலில்.

***

15

அவளை அணைத்திருந்த கையை உடனே எடுத்துக்கொண்டு நிமிர்ந்து அமர்ந்தான் ராமச்சந்திரன்.

''என்ன சொன்னே?'' என்றான். குரலில் மிளகாய் இருந்தது.

வைதேகி தன் மனதில்பட்டதைச் சொல்லிவிட வேண்டும் என்ற துடிப்பில் 'ஆனா, இது நியாயமே இல்லை' என்று சொல்லிவிட்டாலும், அவன் கேட்டதும் மறுபடி சொல்வதற்கு தைரியம் வரவில்லை.

''எங்கே, இன்னொரு தடவை சொல்லு. என்ன சொன்னே?''

வைதேகிக்கு உள்ளுக்குள் லேசாக நடுக்கம் ஏற்படத் துவங்கியது. ஐயோ! தவறிப் போய் எண்ணம் வார்த்தைகளாக பிரசவமாகி... கோபம் தலைக்கேறிவிட்டது போலத் தெரிகிறதே!

''ஒண்ணுமில்லைங்க... விடுங்க'' என்றாள் பலவீனமாக.

''இப்ப நீ என்ன சொன்னே? அதை முதல்ல சொல்லு...'' என்றான் ராமச்சந்திரன். தன் குரலில் காட்டம் சிறிதும் குறையாமல்.

''ஏதோ என் மனசுக்குப்பட்டது. மனசோட வெச்சிருந்திருக்கணும். அவசரப்பட்டு சொல்லிட்டேன்.''

''இது நியாயமே இல்லையா? எது நியாயம் இல்லை? வீடியோ செலவை உங்கப்பாவை ஏத்துக்கச் சொன்னதா?

இல்லை, இதைவிட அதிகமா நகை போடறேன்னு சொன்ன இடத்தை எல்லாம் வேண்டாம்ன்னு சொல்லிட்டு உன்னை கல்யாணம் செய்துகிட்டதா? எதுடி நியாயமில்லை? ம்...?''

''எது...டி!''

நெஞ்சில் ஒவ்வொரு வார்த்தையும் முள்ளாய் இறங்கியது.

ராமச்சந்திரன், அருகில் வைத்திருந்த சிகரெட் எடுத்து பற்ற வைத்துக் கொண்டு, அதன் முதல் புகையை நேராக வைதேகியின் முகத்தில் ஊதினான்.

அதன் நெடி தாங்காமல் வைதேகி இருமினாள். ''எப்ப நான் உனக்கு தாலி கட்டினேனோ, அப்பவே நீ என் உடமை ஆயாச்சு. அப்புறம் என்னடி பொறந்த வீட்டுக்கு வக்காலத்து வாங்கி பேசறே?''

சாட்டையால் அடித்தது போல வலித்தது வைதேகிக்கு.

''இனிமே காலங்காலமா உனக்கு சோறு போட்டு, துணி மணி எடுத்துக் கொடுக்கப் போறது நானா, இல்லை உங்கப்பனா?''

வைதேகி மிகவும் நொறுங்கிப் போனாள். திருமணமாகி மூன்றே நாட்களில் எந்தப் பெண்ணாவது கணவனிடம் இப்படி பேச்சு வாங்கியிருப்பாளா?

அவனை கண்களில் முட்டும் கண்ணீருடன் அமைதியாகப் பார்த்தாள்.

''என்னடி... முறைக்கறியா?''

''ஐய்யோ! இல்லைங்க.''

''எவ்வளவு தைரியம் இருந்தா என்கிட்டே நியாயம் பேசுவே நீ? இப்படி திமிரா எதிர்த்துப் பேசற பழக்கம் எல்லாம் எனக்கு பிடிக்காது. அதெல்லாம் உங்கம்மா வீட்டோட மறந்துடு. இங்கே நான் சொல்றதைக் கேட்டுக்கிட்டு அடக்க ஒடுக்கமா இருக்கறதுக்கு முதல்ல கத்துக்கோ. புரியுதா?''

மௌனமாக தலையசைத்தாள்.

"நல்லது, கெட்டது எனக்கு தெரியும். உன்னைக் கேட்டாலொழிய உன்னோட யோசனையோ, அபிப்பிராயமோ சொல்லத் தேவையில்லை. தெரிஞ்சதா?"

"ம்..." என்றாள். கண்களிலிருந்து பொலபொலவென்று கண்ணீர் கொட்டத் துவங்கியது. கேவல் வந்தது.

"ச்சீ வாயை மூடு. உடனே அழ ஆரம்பிச்சிடுவீங்களே! வேற என்ன தெரியும் பொட்டைப் புள்ளைங்களுக்கு! கண்ணைத்துடை சொல்றேன்"- உத்தரவாக சொன்னான்.

வைதேகி கண்களை துடைத்துக் கொண்டாலும், மீறி கன்னங்கள் ஈரமாயின.

"நல்ல மூடுல இருந்தேன் கெடுத்துட்டியே..."

ராமச்சந்திரன் படுத்துக்கொண்டு கைகளை கட்டிக்கொண்டான். வைதேகி உட்கார்ந்தபடியே இருந்தாள்.

சில நிமிடங்கள் கழித்து, "எவ்வளவு நேரம் உக்காந்துட்டிருப்பே? படு" என்று அவள் புஜத்தைத் தொட்டு படுக்கவைத்தான்.

மீண்டும் அவனது கை அவளை அணைத்துக் கொண்டபோது, வைதேகிக்கு வெறுப்பாக இருந்தது. அவனது கையைத் தள்ளிவிட துடிப்பாய் இருந்தது.

"எதுக்கு அனாவசியா என் கோபத்தைக் கிளறி இப்படி வாங்கிக்கட்டிக்கறே? இனிமே என்னைப் புரிஞ்சு பக்குவமா நடத்துக்க" என்றான்.

மௌனமாகவே இருந்தாள்.

"ஸாரிம்மா. ரொம்ப திட்டிட்டேனா?" என்று அவளின் ஈரமான கன்னத்தைத் தடவினான். "இன்னும் அழறியா?"

அவள் பதில் பேசாதிருக்க, அவனே தொடர்ந்தான். இப்படித்தான் சட்டு சட்டுன்னு எனக்கு முன்கோபம் வருது.

பாவம்... புதுப் பொண்ணு நீ. உன்கிட்டே போய் இப்படி எரிஞ்சு விழுந்திருக்கக் கூடாதுதான். அரண்டு போயிட்டியா?''

எச்சில் விழுங்கினாள்.

''மகாராணிக்கு என் மேல கோபம் வந்துடுச்சா?''

அவள் கன்னத்தில் முத்தமிட்டான். அவன் கை தோளிலிருந்து வேறு திசையில் நகர்ந்தது.

''என்ன வைதேகி? பேசமாட்டியா? அதான் ஸாரின்னு சொல்லிட்டேன் இல்ல? சொல்லு, இன்னும் கோபமா?''

வைதேகியால் அவன் குணத்தை புரிந்துகொள்ளவே முடியவில்லை. சற்றுமுன் தான் என்னமோ ஜென்ம எதிரியிடம் பேசுவது போல பாய்ந்தார். இப்போது அப்படியே மாறி திடீர் குழைவு - கொதிக்கிற ஈயம் உடனே குளிர்வது போல. என்ன குணாதிசயம் இது?

''இல்லைங்க...'' என்று சொல்லி வைத்தாள். பிரச்சினையை வளர்க்க விரும்பாமல்.

பிறகு அவனது தீண்டல்களுக்கும், சீண்டல்களுக்கும், சேஷ்டைகளுக்கும் மனம் ஒட்டாமல் இடம் கொடுத்து ஈடுபாடில்லாமல் ஈடுபட்டாள்.

அரை மணி நேரம் கழித்து ராமச்சந்திரன் குப்புறப்படுத்து, காலிடுக்கில் தலையணையை செருகிக்கொண்டு உறங்கிக் கொண்டிருக்க, வைதேகிக்கு தூக்கம் வரவில்லை.

உடைகளை திருத்திக் கொண்டு, கதவைத் திறந்துகொண்டு மொட்டைமாடிக்கு வந்தாள். அரையிருட்டில் மரங்கள் காற்றுக்கு கட்டுப்பட்டு தலையாட்டிக் கொண்டிருந்தன.

ஏன்? எனக்குமட்டும் ஏன் இப்படி ஒரு கணவன் அமைய வேண்டும்? இவரோடுதான் இனி நான் வாழ்நாள் முழுவதும் கழிக்க வேண்டுமா? இது எனக்கு விதிக்கப்பட்ட விதியா?

கணவன் என்பவனிடம் உரிமையாக மனதில் படுவதை எல்லாம் பேச முடியாதா? எந்த வார்த்தைக்கு கோபப்பட மாட்டார் என்றெல்லாம் ஒவ்வொரு முறை பேசும்போதும் யோசித்துப் பேச வேண்டுமா?

சுருக், சுருக்கென்று என்னென்ன வார்த்தைகள் பேசிவிட்டார்!

'இதை விட அதிகமா நகை போட்றேன்னு சொன்ன இடத்தை எல்லாம் வேண்டாம்ன்னு சொல்லிட்டு உன்னைக் கல்யாணம் செய்துக்கிட்டது நியாயமில்லையா?'

அந்த இடத்தை எல்லாம் வேண்டாம் என்று நானா சொல்லச் சொன்னேன்?

'எப்ப உனக்கு நான் தாலி கட்டினேனோ, அப்பவே நீ என் உடமை ஆயாச்சு!'

உடமை! உரிமை என்று சொல்லியிருந்தாலும் அர்த்தமுண்டு. உடமை என்றால்? 'இந்த குடை எனது உடமை, இந்த சட்டை எனது உடமை' என்பது போல... நானும் ஒரு பொருளா? விலை கொடுத்து வாங்கப்பட்ட அடிமையா? என்ன ஒரு ஆணாதிக்கப் பேச்சு இது!

'இனிமே காலங்காலமா உனக்கு சோறு போட்டு, துணி மணி எடுத்துக் கொடுக்கப் போறது நானா, இல்லை உங்கப்பனா?'

ஒரு கணவன், மனைவிக்கு செய்ய வேண்டியதெல்லாம் சோறு போடுவதும், துணிமணி எடுத்துக்கொடுப்பதும் தானா? நான் ஏதோ சோற்றுக்கு வழியில்லாமல் கையேந்தி வாசலுக்கு வந்து நின்று குரல் கொடுத்தது போலவும், இவர் எனக்கு அடைக்கலம் கொடுத்துவிட்டது போலவும்!

இல்லறம் என்பது வெறும் செலவுக் கணக்கு சமாச்சாரம் என்றுதான் நினைத்துக் கொண்டிருக்கிறாரா?

'இங்கே நான் சொல்றபடி கேட்டுக்கிட்டு, அடக்க ஒடுக்கமா இருக்கறதுக்கு முதல்ல கத்துக்கோ!'

ஒரு வேலைக்காரியிடம் நாம் இப்படித்தானே சொல்வோம்!

'உன்னைக் கேட்டாலொழிய உன்னோட யோசனையோ, அபிப்பிராயமோ சொல்லத் தேவையில்லை.'

பிறகு மனைவி என்பவள் எதற்காகத்தான்? கட்டில் சமாச்சாரத்திற்கு மட்டும்தானா?

எனக்கு அமையும் கணவன் மிகவும் சாந்தமான குணமுள்ளவனாக, என்மேல் திகட்டத் திகட்ட அன்பைப் பொழிபவனாக, நான் தப்பாகவே ஒரு காரியம் செய்துவிட்டாலும், அதை பொறுமையாக, இதமாக எடுத்துச்சொல்லித் திருத்துபவனாக... இன்னும் எப்படியெல்லாம் கற்பனை செய்து வைத்திருந்தேன்!

வைதேகிக்கு திமிறிக் கொண்டு அழுகை வந்தது.

அப்படியே அமர்ந்து, முழங்கால்களுக்கிடையில் தலை புதைத்து அழத் துவங்கினாள் வைதேகி!

★★★

மறுநாள் காலையில் டிபன் சாப்பிட்டுவிட்டு திருப்பரங்குன்றம் பார்ப்பதற்கு வரவில்லை என்று சொல்லிலிட்டு சுதர்சனமும், கௌசல்யாவும் புறப்பட்டுச் சென்றார்கள்.

ஏற்பாடு செய்த ஒரு வேனில் மற்ற எல்லோரும் திருப்பரங்குன்றமும், பழமுதிர்ச் சோலையும் சென்றார்கள்.

தன் அக்காக்களிடம் சிரித்துப் பேச முயன்றாலும், இரவு சம்பவம் நடுநடுவில் எட்டிப்பார்த்து, வைதேகியை முழுதும் கலகலப்பாக இருக்க முடியாமல் செய்து கொண்டிருந்தது.

ராமச்சந்திரன் வேனில் மிகவும் உற்சாகமாக எல்லோரிடமும் பேசியபடி வந்தான். எந்த இடத்திலும் தன் மாமனாரை பத்து பைசாகூட செலவு செய்ய விடாமல், தானே செய்துவந்தான்.

கோவில் பிரகாரத்தில் அம்மா தனியாக அழைத்துக் கேட்டுவிட்டாள். "வைதேகி... காலையிலேர்ந்து உன் முகமே சரியில்லை. என்னாச்சும்மா?"

"அதெல்லாம் எதுவும் இல்லையே!"

"ஏண்டி, உன்னைத் தெரியாதா எனக்கு? மாப்பிள்ளை எதுவும் சத்தம் போட்டாரா?"

"சேச்சே! அதெல்லாம் எதுவும் இல்லைம்மா. நீயா எதாச்சும் கற்பனை பண்ணிக்கிட்டு கேட்டா நான் என்ன பதில் சொல்றது?" என்று விலகி, தன் அக்காக்களோடு சேர்ந்துகொண்டாள் வைதேகி.

மதியம் அப்பா, அம்மா, அக்காக்கள் அனைவரும் ஊருக்கு புறப்பட்டபோது வைதேகி உதட்டைக் கடித்து அழுகையை அடக்கிக்கொண்டாள்.

அம்மா புறப்படும் முன்பு தனியாக அமைதியான குரலில் சொன்னாள். "வைதேகி, உலகத்துல எல்லாரும் ஒரே மாதிரி இருக்கமாட்டாங்க. உன் புருஷன் கொஞ்சம் முன்கோபி, முரட்டுச் சுபாவம்ங்கறது எல்லாருக்கும் தெரியுது. ஆனா அடிப்படையில் நல்லவரு. நாம பொம்பளைங்கதான் ஆம்பளைங்களோட குணத்துக்குத் தகுந்த மாதிரி அனுசரிச்சுக்கிட்டுப் போகணும். அப்படி அனுசரிச்சுக்கிட்டு போனாதான் உனக்கும் நிம்மதி, எல்லாருக்கும் நிம்மதி. எதையும் நினைச்சு மனசைப் போட்டுக் குழப்பிக்காதே. தைரியமா இரு. வாரத்துக்கு ரெண்டு தடவை கடுதாசி போடு..."

எல்லாவற்றுக்கும் அமைதியாக தலையசைத்தாள் வைதேகி.

எல்லோரும் போனதும் திடீரென்று வைதேகியை ஒரு தனிமை சூழ்ந்தது. மாமியாரும், கணவரும் வீட்டிலிருந்தாலும், அதையும் மீறிய தனிமை!

ராமச்சந்திரன் அவளிடம் வந்தான். "நான் வெளியில போயிட்டு அஞ்சு, அஞ்சரைக்கெல்லாம் வந்துடறேன். ரெடியா இரு. சாயங்காலம் ரஜினிகாந்த் படத்துக்கு போறோம்" என்றான். சென்றான்.

வைதேகி கொஞ்ச நேரம் தன் அத்தையிடம் பேசிக்கொண்டிருந்து விட்டு மாடியில் தன் அறைக்கு வந்தாள்.

மேஜையை சுத்தம் செய்தது போல மர அலமாரியையும் சுத்தம் செய்யலாம் என்று தீர்மானித்து, சேலைத் தலைப்பை இடுப்பில் செருகிக் கொண்டு, முதலில் ஒவ்வொரு பொருளாக எடுத்து கீழே வைக்கத் துவங்கினாள்.

அப்போது நடுத்தட்டில் இருந்து அந்த காகிதம் கீழே விழுந்தது. எடுத்துப் பிரித்துப் பார்க்க... அது ஒரு வக்கீல் நோட்டீஸ் என்பது புரிந்தது. தமிழில் தான் இருந்தது.

படித்துப் பார்க்கத் துவங்கினாள் வைதேகி.

✲ ✲ ✲

16

அந்த வக்கீல் நோட்டீஸை வரிவரியாகப் படித்துப் பார்த்தாள் வைதேகி.

குடியிருக்கும் வீட்டின் சொந்தக்காரர் தனது வக்கீல் மூலம் அந்த வீடு தனது சொந்த உபயோகத்திற்கு தேவைப்படுவதால் காலிசெய்து தருமாறு நோட்டீஸ் அனுப்பியிருந்தார்.

இந்த நோட்டீஸ் கிடைத்த ஒரு மாத காலத்திற்குள் வீட்டை காலி செய்யவில்லை என்றால், கோர்ட் மூலம் நடவடிக்கை எடுக்க நேரிடும் என்றும், அப்படி ஒரு நிலை ஏற்பட்டால், கோர்ட் செலவு முழுவதையும் கொடுத்தாக வேண்டியிருக்கும் என்றும் அதில் குறிப்பிடப்பட்டிருந்தது.

அந்த நோட்டீஸ் அனுப்பப்பட்ட தேதியைப் பார்த்தாள். ஆறு மாதங்களுக்கு முந்தைய தேதி இருந்தது.

வைதேகிக்கு குழப்பமாக இருந்தது. தொடர்ந்து அலமாரியை ஆராய்ந்தபோது, அந்த வக்கீல் நோட்டீஸுக்கு ராமச்சந்திரன் அனுப்பிய பதில் நோட்டீஸ் பிரதியும், கோர்ட் வாய்தா பிரதிகளும் இருந்தன.

அவற்றை எல்லாம் படித்தபோது, பிரச்சினை இப்போது கோர்ட்டில் இருப்பது தெளிவாகப் புரிந்தது.

வீட்டுச் சொந்தக்காரர் தன் வீட்டைக் கேட்கிறார். வேறு வீடு பார்த்துக்கொண்டு காலி செய்து தருவது தானே நியாயம்!

அல்லது அவரிடம் இதமாகப் பேசி அவகாசம் கேட்கலாம். அதிக வாடகை தருவதாகச் சொல்லலாம்.

இதையெல்லாம் விட்டுவிட்டு கோர்ட்டுக்குப் போகும் அளவுக்கு ஏன் விட வேண்டும்? அலைச்சலும், மனக் கசப்பும் வீண் செலவும்தானே மிஞ்சும்?

எடுத்துப் பார்த்த காகிதங்கள் அனைத்தையும் இருந்த இடத்திலேயே வைத்தாள் வைதேகி.

ஒரு பழைய வார இதழை எடுத்துக்கொண்டு படுக்கையில் சாய்ந்து புரட்டத் துவங்கினாள்.

சற்று நேரத்தில் உறங்கத் துவங்கிய வைதேகி, அறைக் கதவைத் திறந்து கொண்டு ராமச்சந்திரன் உள்ளே வந்த ஓசையில் விழித்துக் கொண்டாள்.

நேரம் பார்த்தாள். இரண்டே கால் என்பதை அவளால் நம்பவே முடியவில்லை. இவ்வளவு நேரம் கழித்தா வந்திருக்கிறார்?

ராமச்சந்திரன் ஒரு சின்ன தடுமாற்றத்துடன் கட்டிலை நெருங்க, 'குப்'பென்று மதுவின் வாடை வீச, அவளுக்கு வயிற்றைப் புரட்டியது.

"வைதேகி... 'போதும், போதும்'ன்னு தான் சொன்னேன். ஆனா கேக்காம ஊத்திக் கொடுத்துட்டாங்க..." என்று அவன் குழறலாகச் சொன்னதை, யூகித்துத்தான் புரிந்துகொள்ள வேண்டியிருந்தது.

"என்னங்க இது?" என்றாள் தள்ளி நின்று.

"ஷ்...! சத்தம் போடாதே. அம்மா எந்திரிச்சிடுவாங்க. உன்னை சினிமாவுக்கு அழைச்சுட்டுப் போறேன்னு சொல்லியிருந்தேன்ல? சீட்டாட்டத்துல எழுநூறு ரூபா விட்டுட்டேன். விட்டதைப் பிடிச்சுடலாம்ன்னு ஒரு வெறி. அப்படியே உட்கார்ந்துட்டேன். விட்டதுக்கு மேல ஒரு மடங்கு அடிச்சுட்டேன்! உடனே பார்ட்டி கொடுத்தாகணும்ன்னு

சொல்லிட்டாங்க...'' என்று சொல்லிக்கொண்டே வந்தவன் முகம் திடீரென்று அஷ்டகோணலாகியது.

''என்னங்க... என்ன பண்ணுது?...'' - பதறினாள் வைதேகி.

தன் நெஞ்சைத் தடவி விட்டுக்கொண்டான். வயிற்றை ஒரு கையால் பிசைந்தான்.

'உவ்வே' என்று நடு அறையில் ஓங்காரத்துடன் வாந்தி எடுக்கத் துவங்கினான். இரண்டு மூன்று முறை வாந்தி எடுத்துவிட்டு, பொத்தென்று படுக்கையில் விழுந்தான்.

அறை முழுக்க குப்பென்று நாற்றம் வீச, மூக்கைப் பிடித்துக் கொண்டு தனக்கு வர இருந்த வாந்தியை கட்டுப்படுத்திக் கொண்டு அவனருகில் சென்றாள்.

''அம்மாவை கூப்பிடட்டுமா? டாக்டர்கிட்டே போகலாமா?'' என்றாள்.

வேண்டாம் என்பதுபோல கையசைத்தான்.

''ஒண்ணுமில்லை. இப்பத்தான் ஃப்ரீயா இருக்கு. தூங்கினா சரியாப் போய்டும்'' என்றவன், கண்கள் செருக உறங்கத் துவங்கினான்.

அவனையே சில வினாடிகள் பார்த்துக் கொண்டிருந்தாள் வைதேகி.

''என்னம்மா சத்தம்?'' கீழிருந்து அத்தையின் குரல் கேட்டது.

''ஒண்ணுமில்லை அத்தை...'' என்றாள் அவசரமாக.

''ராமு வந்துட்டானா?''

''இப்பத்தான் வந்தாரு அத்தை''

''ஏதோ வாந்தி எடுக்கற மாதிரி சத்தம் கேட்டதேம்மா...''

என்ன சொல்வதென்று புரியாமல் அமைதியாக நின்றாள்.

அதற்குள் அத்தையே படியேறி மாடிக்கு வந்து, உடனே சேலைத் தலைப்பால் மூக்கைப் பொத்திக் கொண்டு நிலைமையைப் புரிந்து கொண்டார்.

“ஆரம்பிச்சுட்டானா ரகளையை? வைதேகி, நீ கீழே போம்மா. இதை எல்லாம் நான் சுத்தம் பண்ணிடறேன்.”

“பரவாயில்லை அத்தை. நீங்க போய் படுத்துக்கங்க. நான் கழுவித் தள்ளிடறேன்...” என்று வைதேகி சேலையை சற்றே தூக்கிச் செருகிக்கொண்டு அறையின் மூலையில் இருந்த துடைப்பத்தை நோக்கிச் சென்றாள்.

“இரு... நான் தண்ணி கொண்டு வர்றேன்.”

அத்தை கீழே சென்று இரண்டு பக்கெட்டுகளில் தண்ணீர் கொண்டுவர, இரண்டு பேரும் சேர்ந்து மௌனமாக அறையை சுத்தம் செய்யத் துவங்கினார்கள்.

நன்றாகக் கழுவி, டெட்டால் தெளித்து, பெட்ஷீட் மாற்றி, ஊதுபத்திகள் நான்கைக் கொளுத்தி வைத்தபிறகு...

“வைதேகி, நீ கீழே வந்து என்கூட படுத்துக்கம்மா” என்றார் அத்தை.

“பரவாயில்லை அத்தை” என்றாள் வைதேகி.

“இல்லை வாம்மா. உன்கூட கொஞ்சம் பேசணும்...”

அத்தை படியிறங்கிச் சென்றதும், வைதேகி அறைக் கதவை லேசாக சார்த்தி வைத்து விட்டு, முந்தானையால் வியர்வையை ஒற்றிக்கொண்டு, கீழே இறங்கி வந்தாள்.

சோபாவில் அமர்ந்திருந்த அத்தை, அவளைத் தன் அருகில் அமரச் செய்து, சற்று நேரம் எதுவும் பேசாமல் இருந்து, பிறகு கண்கள் பளபளக்க, “யம்மாடி... ஒரு வகையில நான் உனக்கு துரோகம் செய்துட்டேன்ம்மா!” என்றார்.

“எதுக்கு அத்தை என்னென்னமோ சொல்றீங்க?”

"பாவம்மா, நீ வாயில்லாப் பொண்ணு. வெளியில சொல்ல முடியாம தவிக்கறே. ஆனா எனக்கு புரியாம போய்டுமாம்மா? உன் புருஷனைப் பத்தி அதுக்குள்ளே ஓரளவாவது புரிஞ்சிட்டிருப்பே நீ! கொஞ்சம் தான்தோன்றியாவே வளர்த்துட்டேன். என் மேலேதான் தப்பு. கண்டிக்க வேண்டிய வயசுல நிறைய செல்லம் கொடுத்துட்டு, இப்போ வருத்தப்படறதில் நியாயமில்லை" என்றார் அத்தை.

வைதேகி மௌனமாக இருந்தாள்.

"இதுல ஒளிவு மறைவு எதுவும் இல்லைம்மா. ராமு கொஞ்சம் பொறுப்பில்லாம திரிஞ்சுக்கிட்டு இருக்கான். ஒண்ணு பாக்கியில்லாம எல்லா கெட்ட பழக்கங்களையும் கத்து வெச்சுட்டு இருக்கான். முன்கோபம், கூடப் பொறந்த குணம். ஒரு லெவலுக்கு மேலே என் வார்த்தை எல்லாம் எடுபடறதில்லை. ஒரு கல்யாணம்ன்னு பண்ணி வெச்சா மாறிடுவான்ங்கற நம்பிக்கையிலதாம்மா கல்யாணம் நடத்தினோம்..."

'அதுக்கு பலிகடாவா நான்தான் கிடைச்சேனா?' என்று வார்த்தைகள் வைதேகியின் வாய்வரைவரத் துடித்தன.

"ஒரு கல்யாணம்ன்னு பண்றப்ப, சில விஷயங்களை மூடி மறைச்சுதானே செய்ய வேண்டியிருக்கு. உனக்கு, 'ஐயோ! நம்ம தலையெழுத்து இப்படியா அமையணும்?'ன்னு பகீர்ன்னு இருக்கும். ஆனா மனசை திடப்படுத்திக்கோ வைதேகி. அவனை பக்குவப்படுத்தும்மா. அவனை ஒரு நல்ல மனுஷனா மாத்தும்மா. அது உன்கையிலதான் இருக்கு. ஒரு பொண்ணு நினைச்சா முடியாதது எதுவும் இல்லை"

"ஆனா அத்தை..." என்று ஏதோ சொல்லவந்து விழுங்கினாள் வைதேகி.

"என்னம்மா?"

"ஒண்ணுமில்லை. நீங்க சொல்லுங்க..."

“இது ஒரு பெரிய பொறுப்புதாம்மா. பெரிய பாரம்தான். அடிப்படையா உன் புருஷன் நல்லவன் தான். சேர்க்கை சரியில்லை. கொஞ்சம் பொறுமையா போம்மா. கொஞ்சம் விட்டுக்கொடுத்து உன்னோட கட்டுப்பாட்டுக்கு கொண்டு வாம்மா. அவசரப்பட்டு எந்த முடிவுக்கும் வந்துடாதே வைதேகி. அவனைப் பத்தி உன் வீட்டுக்கு எந்த தகவலும் சொல்லிடாதேம்மா...” என்று சொல்லிவிட்டு, மேற்கொண்டு பேச்சை வளர்க்க விரும்பாதவராக, எழுந்து சென்று ஒரு பாயும், தலையணையும் கொண்டு வந்து கூடத்தில் போட்டார் அத்தை.

“படுத்துக்கம்மா...”

சோபாவில் படுத்துக்கொண்டு அவர் போர்த்திக்கொள்ள, வைதேகியும் தனது பாயில் படுத்துக்கொண்டாள்.

இதமாக, பதமாக, சாந்தமாக எல்லாவற்றையும் சொல்லிவிட்டார்கள். ஆனால் என் நிலை? தன் மகனைத் திருத்த நான் பொறுமையாகப் போக வேண்டும் என்று எதிர்பார்ப்பது எல்லாம் நியாயம்தான். ஆனால்...

கேள்விகளும், குழப்பங்களும் வைதேகியைச் சுழன்று மொய்த்தன.

☆☆☆

காலையில் வைதேகி குளித்து, உடை மாற்றிக்கொண்டு, தலை பின்னிக்கொள்ள மாடிக்கு வந்தபோது, கட்டிலில் கைகளைக் கட்டிக்கொண்டு அமர்ந்திருந்தான் ராமச்சந்திரன் அமைதியாக.

“வைதேகி...” என்றான்.

இவள் திரும்பிப் பார்க்க, நேராகப் பார்ப்பதைத் தவிர்த்தான்.

“இங்கே வா!”

அருகில் சென்றாள்.

''ராத்திரி ரொம்ப கலாட்டா பண்ணிட்டேனா? பண்ணிட்டேனா என்ன...? பண்ணிட்டேன்தான். வாந்தி எடுத்து... அம்மா காலையிலேயே என்னை எழுப்பி ஒரு மணி நேரம் டோஸ்விட்டாங்க. நீயும், அம்மாவும் ரூமை கழுவித் தள்ளிட்டு படுக்கப் போனப்போ நாலு மணி இருக்கும்னு சொன்னாங்க. என் மேலே கோபமா இருக்கியா வைதேகி!''

''கோபப்படறதுக்கு எனக்கு உரிமை இருக்கான்னு தெரியலைங்க!''

''அப்படிச் சொல்லாதே வைதேகி. உனக்கு எல்லா உரிமையும் இருக்கு. நான் தான் திடீர் திடீர்ன்னு உன் மனசை நோகடிச்சுட்டு இருக்கேன்.''

கைகளை கட்டிக்கொண்டு நின்றாள்.

''நான் மட்டும் இருந்தேன். என் இஷ்டப்படி சுத்திக்கிட்டு இருந்தேன். இப்ப நீ ஒருத்தி இருக்கே. நான் அதுக்குத் தகுந்த மாதிரி பொறுப்பா நடந்துக்கணும் வைதேகி.''

''நீங்க உணர்ந்து பேசறதைக் கேக்க சந்தோஷமா இருக்குங்க...'' என்றாள் வைதேகி நிஜமான சந்தோஷத்துடன். ''உங்களை நான் இன்னும் நிறைய புரிஞ்சுக்க வேண்டியிருக்குங்க...''

''புரிஞ்சுக்கலாம். கொடைக்கானல் போறோமில்லே... அங்கே புரிஞ்சுக்கலாம்'' என்று கண்ணடித்த ராமச்சந்திரன், ''அப்பாடா! உனக்கு கோபம் இல்லைன்னு தெரிஞ்சதே திருப்தியா இருக்கு. இன்னிக்கு கண்டிப்பா சினிமாவுக்கு போறோம்...'' என்றான்.

''சினிமாவுக்குப் போகணும்ன்னு ஒண்ணும் முக்கியமில்லைங்க!''

''எனக்கு முக்கியம். 'பாருங்கடா...எனக்கு எவ்வளவு அழகான பொண்டாட்டி வாய்ச்சிருக்கா பாருங்கடா'ன்னு நூறு பேரை பெருமூச்சு விட வைக்க வேண்டாமா?'' என்று சிரித்து அவள் கன்னத்தைக் கிள்ளினான்.

வைதேகிக்கு, ராத்திரி அவன் இருந்த நிலையையும், இப்போது அவன் பேசும் விதத்தையும் ஒப்பிட்டுப் பார்க்கவே சிரமமாய் இருந்தது. புதிராகத் தெரிந்தான்.

"சொன்னியா உங்கப்பாகிட்டே, ஹனிமூனுக்கு கொடைக்கானல் போகப் போறோம்ன்னு?" என்றான்.

"சொன்னேங்க..."

"ஹனிமூன் செலவுக்கு வெச்சுக்கச் சொல்லி ஏதாவது பணம் கொடுத்தாரா?" என்றான் ராமச்சந்திரன்.

அவனைப் பற்றி அவள் மனதில் சற்றுமுன் வளர்ந்து வந்த மதிப்பு... பரமபதத்தில் பாம்பு கடித்தது போல சரசரவென்று கீழே இறங்கத் துவங்கியது.

✲ ✲ ✲

17

“என்ன கேட்டீங்க?” என்றாள் வைதேகி.

“ஹனிமூன் போறதுக்கு ஏதாவது பணம் கொடுத்தாரா உங்கப்பான்னு கேட்டேன்!”

“இல்லை...”

“சரி, விடு!” என்றான் ராமச்சந்திரன்.

மறுநாள் புறப்பட்டு பஸ்ஸில் கொடைக்கானல் வந்தார்கள். மூன்று லாட்ஜ்களில் விசாரித்து. வாடகை சீப்பாக இருந்த லாட்ஜில் ரூம் வாடகைக்கு எடுத்தான் ராமச்சந்திரன்.

அறையின் தரையில் செருப்பைக் கழற்றிவிட்டு கால்களை வைத்ததும், ஜில்லென்று குளிர் உச்சந்தலை வரைக்கும் ஏறியது. உடனே செருப்புகளை அணிந்துகொண்டாள் வைதேகி.

ராத்திரியா, பகலா என்று தெரியாதபடி ஜன்னல்களை மறைத்துக்கொண்டு தடிமனான திரைச்சீலைகள் தொங்கின. கட்டில்மேல் கம்பளிப் போர்வை விரிக்கப்பட்டிருந்தது.

ராமச்சந்திரன் சூட்கேஸை மேஜை மேல் வைத்துவிட்டு, கதவைச் சார்த்தினான். வைதேகி கைகளை கட்டிக் கொண்டிருந்தாள். குளிரில் உதடுகள் நடுங்கின.

“ரொம்ப குளிருதுங்க...” என்ற வார்த்தைகள் தடுக்கித் தடுக்கி எழுத்தெழுத்தாய் வெளியே வந்தது.

"இப்ப குளிராது பாரு!" என்று அவளை அணைத்துக்கொண்டு, கைகளை அவள் முதுகில் படரவிட்டான் ராமச்சந்திரன்.

வைதேகி கண்கள் செருக கிறங்கினாள்.

அவளை கட்டிலில் சாய்த்து, அருகில் படுத்துக்கொண்ட ராமச்சந்திரன், அடுத்த கட்டத்திற்கு விரல்களை நகர்த்த...

"என்னங்க இது.... வந்ததுமேவா?" என்று சிணுங்கினாள்.

"வேற எதுக்கு வந்தோமாம்?" என்று தொடர்ந்தான்.

பிறகு அவன் மார்பில் கைகளை அலையவிட்டபடி வைதேகி கேட்டாள்.

"நான் ஒண்ணு கேட்கட்டுமா?"

"கேளு."

"நீங்க திட்டுவீங்களோன்னு பயமா இருக்கு."

"அப்போ கேக்காதே!"

"கேட்டுட்டா தேவலாம்ன்னு படுது. திட்டினாலும் சரி..."

"அப்போ கேளு!"

"இதுவரைக்கும் எப்படியோ இருந்தீங்க, சரி. இனிமே நீங்க கொஞ்சம் மாறணுங்க!"

"இவ்வளவுதானா? சரி, என்ன மாறணும்? அதையும் மகாராணியே உத்தரவு போட்டுடுங்க."

"கிண்டலா?"

"இல்லை, சீரியஸா கேக்கறேன். சொல்லு."

"சிகரெட் பிடிக்கறதை குறைச்சுக்கங்க."

"முயற்சிக்கலாம். அப்புறம்?"

"மது சாப்பிடறதை கம்ப்ளீட்டா நிறுத்திடுங்க!"

"யோசிக்கலாம் அப்புறம்?"

"காசு வெச்சு சீட்டாட்ற பழக்கம் வேண்டாம்."

''பரிசீலிக்கலாம். அப்புறம்?''

''ராத்திரி ரொம்ப நேரம் கழிச்சு வீட்டுக்கு வர்றதில்லைன்னு வெச்சுக்கங்க!''

''ரொம்ப நேரமாயிட்டா வெளியிலயே தங்கிக்கணும்னு சொல்றியா?''

''ஐயோ! என்னங்க இது?''

''சும்மா தமாஷ்! அவ்வளவுதானா? இன்னும் இருக்கா?''

''முன்கோபத்தை நிறுத்தணும்''

''முடிஞ்சுதா?''

''முடிஞ்சுது.''

''இப்போ நான் உனக்கு ஒரே ஒரு அட்வைஸ் சொல்லட்டுமா வைதேகி?''

''சொல்லுங்க.''

''எனக்கு நல்லது, கெட்டது தெரியும். பொறுப்பா நடந்துக்கணும்னு புரியும். அதனால இப்படி எனக்கு அட்வைஸ் பண்ற வேலையை இன்னையோட நிறுத்திடு. ஒரு மனுஷன்னு இருந்தா, அவனுக்கு கோபம் வரத்தான் செய்யும். எனக்கு கோபம் வராதபடி நடந்துக்க வேண்டியது உன் பொறுப்பு. அதேமாதிரி ஒவ்வொருத்தர்கிட்டே ஒவ்வொரு பலவீனம் இருக்கும். நாளடைவில் குறைச்சுக்கப் பார்க்கறேன். சும்மா இதையே நீ சொல்லிச் சொல்லிக் காட்டணும்னு அவசியம் இல்லை. புரிஞ்சுதா?''

சாதாரணமாக ஆரம்பித்த அவனது குரலில், சொல்லி முடிக்கும்போது ஒருவித எரிச்சலும், கோபமும் குடிவந்திருந்தன.

வைதேகி மௌனமானாள். நல்ல மனநிலையில் இருக்கும்போது இதமாக, பதமாக எடுத்துச் சொல்லலாம் என்று நினைத்தால், நல்லவிதமாகப் பேசிக் கொண்டிருக்கும்

போதே திடீரென்று கோபம் வந்து விடுகிறதே! இவரை எப்படி முழுக்க புரிந்துகொண்டு மாற்றுவது?

"என்ன... உடனே சைலண்ட் ஆயிட்டே?"

"ஒண்ணுமில்லை."

"உனக்கு கல்யாணத்துக்கு அப்புறம் ஏதாச்சும் ஆசையா வாங்கித்தரச் சொல்லி அம்மா சொன்னாங்க. என்ன வேணும்? கேளு..."

'அம்மா சொன்னாங்க!' இவருக்குத் தோன்றவில்லையா?

"எதுவும் வேணாங்க"

"வெக்கப்படாமே கேளு!"

"எதுவும் வேணாங்க."

"வாங்கித் தர்றேன்னு சொல்றேன் இல்லே? கேளு!" என்றான் அதிகாரமாய்.

"உங்களுக்குப் புடிச்சதை வாங்கித் தாங்க!"

"எனக்கு 'ட்ரிபிள் எக்ஸ் ரம்' பிடிக்கும். வாங்கித் தந்தா நீ குடிப்பியா வைதேகி?"

என்ன பேச்சு இது என்பதைப் போல அவனை அருவருப்பாக பார்த்தாள் வைதேகி.

"அதுக்குதான் உனக்குப் பிடிச்சதைக் கேளுன்னு சொல்றேன்" என்றான்.

"சரி, ஒண்ணும் அவசரமில்லை. மதுரை போனதும் நம்ம கடைக்கு அழைச்சுட்டுப் போய் ஒரு புடவை வாங்கிக் கொடுங்க"

"நம்ம கடையிலேயா?"

"ஏன், நம்ம கடையில புடவை டிஸைன்ஸ் நல்லா இருக்குமில்ல?"

"அதுக்கில்லை... நீ ஏதாச்சும் தோடு, டாலர் இந்த மாதிரி நகை சமாச்சாரம் ஆசைப்படுவேன்னு நினைச்சேன்."

"எனக்கு பொதுவா நகைகள்ல ஆசை இல்லைங்க!"

"நல்லது தான். செலவு மிச்சம். நான் பணம் தர்றேன். உனக்குப் பிடிச்ச டிஸைன்ல புடவை எடுத்துக்க. நம்ம கடையில வேணாம். கொஞ்சம் காஸ்ட்லியான புடவைங்க தான் நம்ம கடையில் இருக்கும்..." என்றான் ராமச்சந்திரன்.

"சரிங்க..." என்றாள்.

"அப்புறம்... கேக்கணும்ன்னு இருந்தேன். உன் பெரிய அண்ணன் சொத்துல எந்தப் பங்கும் வேணாம்ன்னு விடுதலைப் பத்திரமே எழுதிக்கொடுத்துட்டு பெங்களூர் போனாராமே... அப்படியா?"

"ஆமாங்க."

"என்ன பிரச்சனை?"

"அண்ணிக்கும், அம்மாவுக்கும் ஒத்து வரலை. சதா சண்டை! அதுல ஒரு சண்டை ரொம்ப பெரிசா போய்டுச்சு. அப்புறம் ரொம்ப நாள் கழிச்சுதான் ராசியாகி, வரப்போக இருக்காங்க. இப்பக் கூட எங்கண்ணனைப் பொறுத்தவரைக்கும் குடும்பத்து மேலே அவனுக்கு கொஞ்சம் ஒட்டுதல் கம்மிதான்!"

"அதான் தெரிஞ்சுதே... வீடியோ பில்லை நீட்டி விவரமா வசூல் பண்றதுலேயே குறியா இருந்தாரே! அப்படின்னா, நாளைக்கு உங்கப்பா, அம்மாவுக்கு அப்புறம் உங்க வீடு மூணு பொண்ணுங்களுக்குதான். இல்லையா?"

"ஆமாம்."

"நல்ல சென்ட்டரான இடத்துல வீடு. மாம்பலத்துல சொந்த வீடு இருக்கிறதுன்னா... உங்க வீடு என்ன விலை போகும்?"

"தெரியலைங்க."

"எவ்வளவு கடன் இருக்க வீட்டு மேலே?"

“அதெல்லாம் அப்பாவுக்குத்தான் தெரியும்.”

“நீ பொய் சொல்றே. உனக்குத் தெரியும் வைதேகி. நீ விவரமானவ. உங்க வீட்டு மேலே எவ்வளவு கடன் இருக்கும்ன்னு உனக்கு தெரியாதுங்கறதை நான் நம்பணுமா?”

“ஐயோ! எனக்கு நிஜமாவே தெரியாதுங்க!” ராமச்சந்திரன் சற்று நேரம் அமைதியாக இருந்தான்.

“எதுக்காக இதெல்லாம் கேட்டீங்க?”

“சும்மா தெரிஞ்சுக்கத்தான்!”

“நாம எப்போ வீடு வாங்கப் போறோம்?”

“சம்பாதிச்சதும்!”

“வீட்டுக்காரரோட பேசிக்கிட்டு இருக்கிறதா சொன்னீங்க?”

ராமச்சந்திரன் பதில் பேசாமல் எழுந்துபோய் தண்ணீர் குடித்தான்.

“வீட்டை காலி பண்ணச் சொல்லி வீட்டுக்காரர் உங்க மேலே கேஸ் போட்டிருக்காரா?” என்றாள் அமைதியாக.

ராமச்சந்திரன் அதிர்ந்து போனான். “யார் சொன்னது உனக்கு?” என்றான் ஆத்திரமாக.

“ரூம்ல கேஸ் பேப்பர்ஸ் பார்த்தேன்!”

“ஆராய்ஞ்சுட்டியாக்கும்?”

“சுத்தம் பண்ணி வைக்கலாம்ன்னு பீரோவைத் திறந்தப்ப பார்த்தேன்.”

“ஆமாம். கேஸ் போட்டிருக்கான். நான் காலி பண்ணிடுவேனா? விட்டுடுவேனா அவ்வளவு சுலபமா? எத்தனை கோர்ட் இருக்கு!”

“எதுக்குங்க வீம்பு? சொத்து அவருது இல்லைன்னு ஆயிடுமா?”

"அதுக்காக? என்ன வார்த்தை சொன்னான் தெரியுமா? ரோஷம் உள்ளவன் வைதேகி நான்! இதுல கடைசி வரைக்கும் பார்த்துடறதுன்னு இருக்கேன். அலையட்டும்! கோர்ட்டுக்கும், வக்கீல் வீட்டுக்கும் ஆயிரம் தடவை அலையட்டும்"

"அப்படி அலைய வைக்கிறதுல நம்ம பக்கம் தீர்ப்பாயிடுமா?"

"ஆகாது. ஆனா அந்த ஆள் உணர்வான்!..."

"எதுக்கு இந்த வீம்புங்க?"

"உனக்குத் தெரியாது வைதேகி! இதுல எல்லாம் நீ தலையிட வேண்டாம்!" என்றான் ராமச்சந்திரன் பட்டென்று.

☆☆☆

நான்கு தினங்கள் கொடைக்கானலில் இருந்துவிட்டு மதுரை திரும்பிய தினம், அவளிடம் இருநூற்றைம்பது ரூபாய் பணம் கொடுத்து, அவளுக்குப் பிடித்த புடவை எடுத்துக்கொள்ளச் சொல்லிவிட்டு வெளியே புறப்பட்டுச் சென்றான் ராமச்சந்திரன்.

அத்தையிடம் விபரம் சொல்ல, துணைக்கு வருகிறேன் என்று அவரும் வைதேகியோடு புறப்பட்டார். வீதியில் நடந்தார்கள்.

"நம்ம கடையில் காஸ்ட்லி புடவைங்கதான் இருக்குன்னு சொல்லி, வேற கடையில எடுத்துக்கச் சொன்னாரு. ஆனா எனக்கு முதன் முதல்ல ஒரு ஜாக்கெட் துணியாவது நம்ம துணிக்கடையிலே எடுக்கணும்ன்னு ஆசையா இருக்கு!" என்றாள் வைதேகி.

"அதுக்கென்னம்மா? நம்ம ஜவுளிக் கடைக்கே போகலாம்!" என்ற அத்தை, ஒரு ரிக்ஷா அமர்த்தினார்.

மேலமாசி வீதியில் 'மீனாட்சி ஜவுளிக் கடல்' என்ற பெயரில் இருந்த மீடியம் சைஸ் ஜவுளிக் கடையின் முன் இறங்கிக்கொண்டு உள்ளே நுழைந்தார்கள்.

அந்தக் கடையில், வைதேகிக்காக ஒரு அதிர்ச்சி, புன்னகையுடன் காத்துக் கொண்டிருந்தது!

✲ ✲ ✲

18

'மீனாட்சி ஜவுளிக் கடல்' என்று பெயர் தாங்கிய அந்த ஜவுளிக் கடை நடுத்தர சைஸில் இருந்தது. நல்லவிதமாக அலங்கரிக்கப்பட்டு, நிறைய டியூப் லைட்டுகள் போடப்பட்டிருந்தன.

வைதேகியும் அத்தையும் உள்ளே நுழைந்தபோது கடையில் நல்ல கூட்டம் இருந்தது. கல்லா மேஜையில் கண்ணாடி போட்டு அமர்ந்திருந்தவனைக் காட்டி அத்தை சன்னக் குரலில், "இவன்தான் கடையோட முழுப் பொறுப்பையும் பார்த்துக்கறான். ரொம்ப நல்ல பையன்!" என்றாள்.

இவர்களைப் பார்த்ததும் அவன் எழுந்துகொண்டு கை கூப்பினான். "வாங்கம்மா... நல்லா இருக்கீங்களா?" என்றான்.

"நல்லா இருக்கோம்ப்பா. நீதான் கல்யாணத்துக்கு வராம டிமிக்கி கொடுத்துட்டே! இவதான் என் மருமகப் பொண்ணு..." என்றாள் அத்தை.

அவன் புன்னகைத்ததற்கு அர்த்தம் புரியவில்லை. வைதேகியைப் பார்த்து, "வணக்கங்க..." என்றான். பதிலுக்கு வணக்கம் சொன்னாள் வைதேகி.

"வா வைதேகி" என்று அத்தை அவளை அழைத்துக்கொண்டு கடைக்குள் நுழைந்து குஷன் வைத்த நாற்காலிகளில் அமர்ந்தார்கள்.

"பணம் எவ்வளவு கொடுத்திருக்கான்?" என்றாள் அத்தை.

"முதல் முதலா துணி வாங்கித் தர்றவன் இன்னும் நல்ல விலையில் வாங்கக் கூடாதா? நீ நம்ம கடையிலேயே புடவை எடுத்துக்கோ. நான் அவன்கிட்டே சொல்லிக்கறேன்..." என்ற அத்தை இவள் பதில் சொல்லும் முன்பாக சிப்பந்தியிடம், "நானூறு ரூபா திட்டத்துல எடுத்துப் போடுப்பா. நல்ல டிஸைனா, புது சேலையா எடுத்துப் போடு!" என்றாள்.

"அவர் கோவிச்சுக்கப் போறாரு அத்தை..."

"ஒண்ணும் கோவிச்சுக்க மாட்டான். நம்ம கடைதானே! கணக்குல எழுதிக்கச் சொல்லலாம். இப்படி செய். நானூறு ரூபா திட்டத்துல ஒரு தடவை எடுத்துக்கோ. இருநூத்தம்பது ரூபா திட்டத்துலேயும் ஒண்ணு எடுத்துக்கோ. ஒண்ணு நான் வாங்கிக் கொடுத்ததா இருக்கட்டும். ஒண்ணு அவன் வாங்கிக் கொடுத்ததா இருக்கட்டும்."

"எதுக்கு அத்தை இப்போ ரெண்டு புடவை? கல்யாண புடவைங்களே நாலைஞ்சு புதுசா சேர்ந்திருக்கே!"

"இருக்கட்டும்மா. நம்ம வீட்டுக்கு வந்த மருமகளுக்கு என் பிரியத்துக்கு ஒண்ணு எடுத்துக் கொடுக்கணும்ன்னு எனக்கு ஆசை இருக்காதா?"

புடவைகள் எடுத்துப் போடப்பட, இவர்கள் தேர்வு செய்து கொண்டிருக்கும் போதே ஒரு பணியாள் இரண்டு குளிர்பானங்கள் வாங்கி வந்து இருவருக்கும் கொடுத்தான்.

"இந்த கருநீலப் புடவையும் பச்சையும் எடுத்துக்கோம்மா. உன் நிறத்துக்கு பொருத்தமா இருக்கும்."

"சரி அத்தை..."

இரண்டு சேலைகள் எடுத்து, அவற்றுக்கு பொருத்தமாய் ரவிக்கைத் துணிகளும் எடுத்ததும் பில் போடச் சொன்னார்கள்.

பில் அறுநூற்றி எண்பது ரூபாய்க்கு வந்தது. இருவரும் கல்லா மேஜைக்கு வந்தார்கள்.

''இந்த பில்லுல இருநூத்தி ஐம்பது மட்டும் வரவு வெச்சுக்கப்பா. மீதியை ராமச்சந்திரன் கணக்குல பற்று எழுதிடுங்க...''

அந்த கண்ணாடி இளைஞன் சற்றேத் தயங்கியது தெரிந்தது.

''என்னப்பா? அப்படி செய்துக்கலாமில்லே?''

''மிச்ச பணத்தை ரொக்கமாவே கொடுத்து அனுப்பிடுங்கம்மா. உங்களுக்கு எப்போ வசதிப்படுதோ, அப்போ கொடுத்து அனுப்பினா போதும்மா!''

''எல்லாம் ஒண்ணுதானேப்பா? கடையில வர்ற லாபத்தை வீட்டுக்கு எடுத்துட்டு வரப் போறான். அந்த பணத்தைதான் திரும்ப கொண்டு வந்து கொடுக்கப் போறோம். கணக்குல எழுதிக்கிட்டா என்ன பிரச்சினை?''

''இல்லைம்மா... அப்படி கணக்கு எழுத முடியாதும்மா!'' என்றான் அவன் மீண்டும் தயங்கி.

''எனக்கு புரியலை. ஏன் எழுத முடியாதுன்னு சொல்லேன்ப்பா...''

அவன் மிகவும் தயங்கி, ஒருமுறை வைதேகியைப் பார்த்துக்கொண்டான். மீண்டும் சொன்னான். ''இல்லைம்மா. பணமாவே கொடுத்து அனுப்பிடுங்க!''

''எதுக்காக நீ இப்படி பிடிவாதம் பிடிக்கறேன்னு சொல்லேன்... எனக்குதான் கணக்கு வரவு, செலவு புரியலையா? ஏன் அப்படி கணக்குல எழுதிக்கக் கூடாதுன்னு விளக்கமா சொல்லேன்... தெரிஞ்சுக்கறேன்!''

''ராமச்சந்திரன் பேர்ல கணக்கு நோட்டுல பக்கமே இல்லைம்மா. விளக்கமா அப்புறம் வீட்டுக்கு வந்து சொல்றேம்மா...''

''பரவாயில்லை. இப்பவே சொல்லு. ஏன் அவன் பேர்ல பக்கம் இல்லைன்னு சொல்றே? இந்த கடையோட நாலு பார்ட்னர்ஸ்ல அவனும் ஒருத்தன் தானே?''

"உங்க மருமகப் பொண்ணை வீட்டுக்கு போகச் சொல்லுங்கம்மா, சொல்றேன்..."

"என்ன சிதம்பர ரகசியம் சொல்லிட்டுப் போறே நீ? சொல்லு, அவ இங்கேதான் இருப்பா. இப்போதான் உன்னைப்பத்தி நல்லவிதமா அவகிட்டே சொன்னேன். நீ இப்படி வில்லங்கமா பேசிட்டிருக்கே இன்னைக்கு. எனக்கு விபரம் தெரிஞ்சாகணும்!"

அவன் மீண்டும் ஒருமுறை வைதேகியைப் பார்த்து விட்டு, "அம்மா... தப்பா நினைக்காதீங்க. சொல்ல வேண்டாம்ன்னு தான் பார்த்தேன். சொல்ல வெக்கறீங்க. சரி, சொல்லிடறேன். உங்க பிள்ளை ராமச்சந்திரன் இப்போ இந்த கடையில் பார்ட்னர் இல்லைம்மா! விலகி அஞ்சு மாசமாச்சு 'விலகி'ன்னு சொல்றதை விட 'விலக்கி'ன்னு தான் சொல்லணும்."

வைதேகிக்கு தலை சுற்றியது! வாங்கின அதிர்ச்சிகள் பற்றாதா? இன்னுமா? இப்படி அஸ்திவாரத்தையே ஆட்டம் காணவைக்கும் அதிர்ச்சியா வந்து வெடிக்க வேண்டும்?

"என்னப்பா சொல்றே நீ?" அத்தையும் அதிர்ந்து போய் தடுமாறிய குரலில் கேட்டாள்.

"ஆமாம்மா. ஆளுக்கு ஒரு லட்சம் போட்டு இந்த கடையை ஆரம்பிச்சது உங்களுக்குத் தெரியும். நல்லா லாபம் வந்தது. ராமச்சந்திரன் அப்பப்போ தன்னோட பங்குலேர்ந்து லாபத்தொகை தவிர, முதலீட்டுத் தொகையிலேர்ந்தும் பத்தாயிரம், அஞ்சாயிரமா கிட்டத்தட்ட தொண்ணூறு ஆயிரம் வரை வாங்கிட்டார். மத்த மூணு பேரும் லாபத் தொகையைக் கூட எடுத்துக்கலை. நாங்க பல தடவை சொல்லிப் பார்த்தோம். திருப்பி கட்டிடறேன்னு சொல்லித்தான் ஒவ்வொரு தடவையும் பணம் வாங்குவார். ஆனா கட்டவே இல்லை. இதனால எங்களுக்குள்ள அடிக்கடி பிரச்சினை வந்தது. ஒருநாள் அவருக்கு கோபம் வந்து, 'பைசா சுத்தமா கணக்கு பார்த்து கொடுத்துடுங்க. பார்ட்னர்ஷிப்பில் இருந்து

விலகிக்கறேன்'னு சொன்னார். சரின்னு செட்டில் பண்ணி, பத்திரங்கள்ல கையெழுத்து வாங்கிட்டோம்!"

அத்தையின் முகம் விகாரமாகியது. திரும்பி தன் மருமகளைப் பார்த்தாள். வைதேகி உறைந்து போன முகத்துடன் பொம்மை போல நின்று கொண்டிருந்தாள்.

"அப்படி தொண்ணூறு ஆயிரம், ஒரு லட்சம்ன்னு வாங்கி செலவு பண்ண வேண்டிய அளவு அவனுக்கு என்னப்பா செலவு இருக்கு?"

"அது நீங்க உங்க பையனைக் கேக்க வேண்டிய கேள்விம்மா, விலகி கொஞ்ச நாள் ஆனப்புறம் ஒரு பொதுவான ஃப்ரெண்டு மூலமா எனக்கு கல்யாணத்துக்கு பொண்ணு பார்த்துட்டு இருக்காங்க. அதனால கல்யாணம் ஆகற வரைக்கும் யாராச்சும் விசாரிச்சா பார்ட்னர்ஷிப்பில் இருந்து விலகிட்ட தகவலை சொல்ல வேணாம்'ன்னு சொல்லிட்டாரு. ஏதோ பழகின தோஷத்துக்காக நாங்க யார்கிட்டேயும் உண்மையை உடைக்கலை. இன்னைக்கு நீங்கதான் என் வாயைக் கிளறி சொல்ல வெச்சுட்டீங்க! என்னை மன்னிச்சிடுங்கம்மா!"

"நீ என்னப்பா தப்பு செஞ்சே மன்னிக்கறதுக்கு? வைதேகி, வாம்மா போலாம்..." என்று நடந்தாள் அத்தை.

"அம்மா... துணியை எடுத்துக்காம போறீங்களே! மெதுவா சௌகரியப் படறப்போ பணம் கொடுத்து விடுங்க..." என்றான் அவன்.

"பரவாயில்லைப்பா. அப்புறமா வந்து வாங்கிக்கறோம்!"

சாலையில் வேகமாக நடந்த அத்தையைத் தொடர்ந்தாள் வைதேகி. இருவரும் ரிக்ஷாவில் ஏறி வீடு வந்து சேரும் வரையில் யாரும் ஒரு வார்த்தை பேசவில்லை.

வீட்டுக்குள் வந்ததும் அத்தை நேராக சமையலறைக்குள் இருந்த ஸ்டோர் ரூமுக்குள் சென்றாள். கரப்பான் பூச்சியைக்

கொல்லும் மருந்து டப்பாவை எடுத்து, அதன் மூடியைத் திறந்து தன் உதட்டில் வைத்துக் கவிழ்த்துக்கொள்ளச் சென்ற போது...

பின்னாலேயே வந்த வைதேகி, பதறிப்போய் அவசரமாக அதைப் பிடுங்கி ஓரமாக வைத்தாள்.

"என்ன காரியம் பண்றீங்க அத்தை?"

"இதை விட வேற என்ன அவமானம் வேணும் ஒரு மனுஷிக்கு? இவனை பிள்ளையா பெத்ததுக்கும், வளர்க்கத் தெரியாம வளர்த்ததுக்கும் நான் எனக்குத்தான் தண்டனை கொடுத்துக்க முடியும். விடும்மா என்னை" என்ற அத்தை மீண்டும் அந்த டப்பாவை எடுக்கச் செல்ல...

வைதேகி, அத்தையின் கையைப் பிடித்து வலுவாக இழுத்துக்கொண்டு சமையல் அறையில் இருந்து கூடத்துக்கு அழைத்து வந்து உட்கார வைத்தாள்.

அத்தை தன் தலையில் அடித்து அழுது கொண்டே, "யம்மாடி! இந்த சமாச்சாரம் சத்தியமா எனக்கு முன்னாடியே தெரியாதும்மா. ஒரு வருமானம் நிலையா மாசா மாசம் வந்துட்டு இருக்கிற நம்பிக்கையிலே தான் இவனுக்கு ஒரு கல்யாணம் பண்ணி வைக்கலாம்ன்னு முடிவுக்கே வந்தேன்! இந்த உருப்படாத பய நகையை வித்து, அதை வித்து, இதை வித்துப் போட்ட முதலீட்டுப் பணத்தை எல்லாம் திரும்ப எடுத்து என்ன செஞ்சான்னு தெரியலையேம்மா! என்ன நெஞ்சழுத்தம் பாரு... என்கிட்டேயே மறைச்சுட்டான்! தினம் கடைக்கு போயிட்டு வர்றேன்னு சொல்லிட்டு, ஊர் சுத்திட்டு வந்திருக்கான். நானும் மடச்சி மாதிரி ஏமாந்திருக்கேன்!"

அழுகையை கட்டுப்படுத்திக் கொண்ட வைதேகி, "நீங்க ஏமாந்ததுனால உங்களுக்கு எந்த பாதிப்பும் இல்லை அத்தை. ஆனா நானும், எங்க குடும்பமும் சேர்ந்து ஏமாந்திருக்கோமே! இத்தனை பொய் சொல்லி என்னை

கல்யாணம் பண்ணியிருக்காரே அத்தை... என்ன நியாயம் அத்தை?'' என்றாள்.

அத்தை நிமிர்ந்தாள்.

''நீ கண்ணை துடைச்சுக்கம்மா. நடந்தது சின்ன விஷயம் இல்லைதான். வரட்டும் அவன். இன்னைக்கு ஒரு முடிவுக்கு வந்தாகணும்!'' என்றாள் அத்தை உறுதியாக.

✲ ✲ ✲

19

இரவு ஒரு மணிக்கு பைக்கில் வந்து இறங்கிய ராமச்சந்திரன், தன் வீட்டின் உள்ளே விளக்குகள் எரிந்து கொண்டிருப்பதைப் பார்த்து ஆச்சரியப்பட்டான்.

அவன் சாவி போட்டுத் திறக்க அவசியமில்லாமல், வாசல் கதவு திறந்தே இருந்தது.

ராமச்சந்திரன் உள்ளே வந்தான்.

கூடத்தில் தரையில் வைதேகியும், அம்மாவும் அமைதியாக உட்கார்ந்திருப்பதைப் பார்த்தான்.

"என்ன ஆச்சு? இவ்வளவு நேரத்துக்கு ரெண்டு பேரும் தூங்காம முழிச்சுட்டு இருக்கீங்க? இன்னிக்கு என்ன வைகுண்ட ஏகாதசியா?" என்றபடி வாசல் கதவைச் சாத்தி தாழ்போட்டு விட்டுத் திரும்பினான்.

தன் அம்மா தன்னையே முறைப்பதைப் பார்த்தான்.

"என்னம்மா, என்னாச்சு?"

வைதேகி ஒருமுறை அவனைப் பார்த்துவிட்டு பார்வையை தாழ்த்திக் கொண்டாள்.

"என்ன வைதேகி? என்ன நடந்துச்சு? சொல்லேன்..."

வைதேகி ஏதோ சொல்ல வாயெடுக்க, கையமர்த்தினாள் அத்தை.

"நான் கேக்கறேன்" என்றாள்.

"எங்கே போயிட்டு வர்றே ராமு?"

"என்னம்மா புதுசா கேக்கறீங்க?"

"எல்லாமே புதுசா இருக்கறதால தான் கேக்கறேன். சொல்லு..."

கடைக்கு போயிட்டு, கணக்கு வழக்கெல்லாம் பார்த்துட்டு, வழக்கம் போல ஃப்ரெண்ட்ஸ்கிட்ட பேசிட்டு வர்றேன்!"

"டேய்! இப்படி கூசாம பொய் சொல்லாதே! நானும், வைதேகியும் ஜவுளிக் கடைக்கு போயிருந்தோம்."

ராமச்சந்திரன் அதிர்ச்சி அடைந்தது அவன் முகத்தில் அப்பட்டமாகத் தெரிந்தது, அமைதியானான்.

"சொன்னான். எல்லாம் சொன்னான். நாக்கை பிடுகிக்கற மாதிரி சொன்னான். உங்க பிள்ளை இப்ப கடையில பார்ட்னர் இல்லை... பைசா சுத்தமா கணக்கு தீர்த்தாச்சுன்னு செவுட்டுல அறைஞ்ச மாதிரி சொன்னான்."

ராமச்சந்திரன் தனியாய் இருந்த நாற்காலியில் அமர்ந்து தன் கை விரல்களைப் பார்த்தபடி நிதானமாக சொன்னான்.

"ஆமாம்மா... எனக்கும், மத்த பார்டனர்ஸுக்கும் ஒத்துவரலை. நான் அடிக்கடி கணக்கு சரியா இருக்கான்னு செக்கப் பண்றதால என் மேல அவங்களுக்கு எரிச்சல். அதனால என்னை கழட்டி விட்டுட்டாங்க."

"ஏண்டா மறுபடி மறுபடி பொய் சொல்றே? அதான் எல்லாம் சொன்னான்னு சொல்றேன்ல? நீ முதலீட்டுப் பணம் முழுக்க அப்பப்ப எடுத்ததை தெளிவா சொன்னான் அவன்."

"சண்டைக்காரன் ஆயிரம் சொல்வான். அதையெல்லாம் நம்பிடறதா? கடை பார்த்துட்டு இருக்கேன். பார்ட்னர்ஷிப் எல்லாம் கிடையாது. தனியாவே ஆரம்பிக்கப் போறேன்... பாரு!"

"இந்தக் கதை எல்லாம் வேணாம், ஒரு லட்ச ரூபா பணத்தை என்ன செஞ்சே?"

"பேங்க்குல போட்டு வெச்சிருக்கோம்மா."

"எங்கே, பேங்க் பாஸ் புத்தகம் காமி!"

"என் மேல நம்பிக்கை இல்லையா?"

"இல்லை!"

ராமச்சந்திரன் தன் ஆத்திரத்தை கட்டுப்படுத்திக் கொண்டான்.

"அம்மா... அனாவசியமா எனக்கு கோபமூட்டாதீங்க!"

"கோபப்பட வேண்டியவங்க நாங்கடா!"

"இப்ப என்ன நடந்து போச்சுன்னு இப்படி கத்தறீங்க?"

"ஏண்டா ராஸ்கல், கடையில நீ பார்ட்னர் இல்லைங்கற சாமச்சாரத்தை என்கிட்ட சொன்னியாடா?"

"சொல்லலைதான். சொல்லியிருந்தா?"

"சொல்லியிருந்தா... நிலையான வருமானம் இல்லாம இருக்கற உனக்கு கல்யாணம் பண்ணி வெச்சிருக்கவே மாட்டேன்."

"அதனாலதான் சொல்லலை!"

"அப்போ பொண்ணு வீட்டுக்காரங்க ஏமாந்தவங்களா?"

"நீங்க யார் பக்கம் பேசறீங்கன்னு புரியலை."

"நியாயத்தோட பக்கம்டா! எந்த நம்பிக்கையிலடா உன் மாமனார் உனக்கு பொண்ணை கொடுத்தார்? சொல்லு... சொந்த வீடு இருக்கு. வருமானத்துக்கு நல்ல தொழில் இருக்குன்னு நம்பித்தானே கொடுத்தார்? உன் குணத்தை மூடி மறைச்சோம், சரி இந்த அளவுக்கு ஏமாத்து வேலை செய்யலாமா? இதெல்லாம் இந்த பொண்ணு கேக்க வேண்டிய கேள்விடா அவளுக்கு வாய் இல்லை. நான் கேக்கறேன்."

ராமச்சந்திரன் எழுந்து கொண்டான்.

"எல்லாருக்கும் வாய் இருக்கு" என்றான். "அவ கேக்கட்டும். நான் பதில் சொல்லிக்கறேன்."

வேகமாக மாடிப் படிகளில் ஏறி மேலே சென்றான். சற்று நேரம் இருவரும் அமைதியாக இருந்தார்கள்.

"வைதேகி, நீ படுத்துக்கோ. மாடிக்குப் போனா ஏதாச்சும் வார்த்தை முத்தி பிரச்சினை வரும் இங்கேயே படு..." என்றாள் அத்தை.

"இல்லை அத்தை. நான் மாடிக்குப் போறேன்."

வைதேகி நிதானமாக படிகள் ஏறி மாடிக்கு வந்து அறைக்குள் நுழைந்தாள். ராமச்சந்திரன் லுங்கிக்கு மாறியிருந்தான். நாற்காலியில் அமர்ந்து இரண்டு கால்களையும் தூக்கி மேஜை மேல் போட்டுக் கொண்டு சிகரெட் பிடித்துக் கொண்டிருந்தான்.

"இதுக்குதான் நம்ம கடைக்கு போக வேணாம்ன்னு சொன்னேன்."

வைதேகி எதுவும் சொல்லாமல், கொடியில் கலைந்து கிடந்த தன் புடவையை எடுத்து மடிக்கத் துவங்கினாள்.

"தனியா கடை ஆரம்பிக்கப் போறது உண்மைதான் வைதேகி."

வைதேகி ஒவ்வொரு துணியாக மடித்து மடித்து கட்டில் மேல் வைக்கத் துவங்கினாள்.

"மனுஷனுக்கு ரோஷம் முக்கியம் வைதேகி. தன்மானக் குறைவா ஒரு வார்த்தை சொல்லிட்டாங்க. அது தாங்காம தான் பார்ட்னர்ஷிப்பில இருந்து விலகிட்டேன். அந்தப் பணத்தை அப்படியே பேங்க்குல போட்டு வெச்சிருக்கேன். இன்னும் ஒரு மாசத்துல தனியா கடை வைக்கப் போறேன்."

பீரோவுக்கு மேலே வைத்திருந்த தனது சூட்கேஸை எடுத்து கட்டிலில் வைத்துத் திறந்து, தனது துணிகளை எல்லாம் அடுக்கத் துவங்கினாள்.

"ஏய்... என்ன அர்த்தத்துல இப்படி துணி எல்லாம் எடுத்துவெச்சுட்டு இருக்கே நீ?"

அதற்கும் பதில் சொல்லாமல் வைதேகி தன் மேக்கப் பெட்டி, சோப்பு டப்பா, டூத் பிரஷ் என்று எடுத்து வைக்க... ராமச்சந்திரன் அவள் அருகில் வந்து, அழுத்தமாக தோளில் கை வைத்தான்.

"என்ன நினைச்சுட்டிருக்கே நீ?"

"கையை எடுங்க!" என்றாள்.

"ஊருக்கு போகப் போறியா?"

"ஆமாம், விடிஞ்சதும்."

"வேணாம். உன்னை எங்கேயும் போக விடமாட்டேன்"

"முதல்ல கையை எடுங்க!"

"நான் உன்னைத் தொட்டு தாலி கட்டினவன்டி!"

"இல்லை. ஏமாத்தி தாலி கட்டினவர்!"

அவன் கையை தன் தோளில் இருந்து வலுக்கட்டாயமாக விலக்கிய வைதேகி, சூட்கேஸை மூடினாள்.

"உனக்கு அவ்வளவு திமிரா? போய்விடுயா நீ?" திரும்பி அவனை நேராகப் பார்த்தாள்.

"எந்த உரிமையில் என்னை தடுக்கறீங்க? உங்களுக்கு வெக்கமா இல்லை? உடம்பு முழுக்க பித்தலாட்டம் வாயைத் திறந்தா பொய்! எந்த நம்பிக்கையில் என்னை இங்கே இருக்கச் சொல்றீங்க? இன்னும் புதுசு புதுசா வெடிக்கிற பூகம்பத்தை எல்லாம் நான் தெரிஞ்சுக்கணுமா?"

"வைதேகி! உறுதியா சொல்றேன். நீ போகக் கூடாது!"

"ஏன்?"

"நான் மாறப்போறேன் வைதேகி. புதுசா தொழில் தொடங்கப் போறேன்."

"நிச்சயமா?"

"நிச்சயமா!"

"எங்கே, பேங்க் பாஸ் புத்தகத்தை காமிங்க!"

"அது... அது..."

"ஏன், தொலைஞ்சு போச்சா?"

"பேங்க்ல போட்டதா அம்மாகிட்ட சும்மா பொய் சொன்னேன். ஒரு நம்பிக்கையான ஃபரெண்ட்கிட்ட கொடுத்து வெச்சிருக்கேன்."

"எப்படி? சீட்டாட்டத்துல தோத்த வகையிலேயா?"

"என்னடி, நானும் பார்த்துட்டே இருக்கேன்... எதிர்க் கேள்வி கேட்டுக்கிட்டே இருக்கே?" என்று ராமச்சந்திரன் பளாரென்று அவள் கன்னத்தில் அறைந்தான்.

வைதேகி தடுமாறி கட்டிலில் விழுந்தாள். விழுந்த வேகத்தில் சட்டென்று எழுந்து முறைத்தாள்.

"இன்னொரு தடவை அடிச்சீங்கன்னா பாருங்க!" என்றாள்.

"என்னடி செய்வே?" என்று முழுக்கை சட்டையின் கைகளை உயர்த்திக்கொண்டு அவளை நோக்கி வந்தான்.

"போலீஸ் ஸ்டேஷன் போவேன். என்னைக் கொலை செய்ய முயற்சி பண்ணீங்கன்னு சொல்வேன்."

அதிர்ந்து போய் நின்றான் அவன்.

வைதேகி பெட்டியை எடுத்துக்கொண்டு நிதானமாகப் படியிறங்கி கீழே வந்தாள். அத்தை தூங்காமல் எல்லாவற்றையும் கேட்டுக்கொண்டு அமைதியாய் இருந்தாள்.

வைதேகி அத்தை அருகில் சென்று பெட்டியை வைத்து விட்டு, "காலையில் முதல் பஸ்ஸுல நான் மெட்ராஸ் போறேன் அத்தை. என்னை மன்னிச்சிடுங்க. என்னால இங்கே இருக்க

முடியாது. மனசுல வெறுப்பை வெச்சுக்கிட்டு உதட்டுல சிரிப்பை வெச்சுக்க என்னால முடியாது. உங்க புள்ளையை திருத்த முடியும்ங்கற நம்பிக்கை எனக்கு இல்லை. காலை வரைக்கும் இந்த வீட்ல தங்கறதுக்கு பர்மிஷன் கொடுங்க அத்தை..." என்றாள் கண்ணீருடன். அத்தை அமைதியாய் இருந்தாள். வைதேகி அத்தை அருகில் பாயில் படுத்துக்கொண்டாள்.

அத்தை எழுந்தாள். மாடிப்படிகளில் ஏறி மேலே ராமச்சந்திரனின் அறைக்கு தீர்மானமான முடிவோடு வந்தாள்.

✲ ✲ ✲

20

புகைத்துக் கொண்டிருந்த சிகரெட்டை, அம்மாவைப் பார்த்ததும் அவசரமாக அணைத்து ஆஷ்ட்ரேயில் போட்டான் ராமச்சந்திரன்.

‘‘டேய், நீ அம்மாவுக்கு கொடுத்த மரியாதை எல்லாம் போதும். முதல்ல உன் பொண்டாட்டிக்கு மரியாதை கொடுடா!'' என்றாள் அம்மா. ‘‘அவ ஊருக்குப் போறேன்னு சொல்றா!''

‘‘போகாதேன்னு சொன்னா, போலீஸுக்குப் போவேன்னு சொல்றாம்மா!''

‘‘எல்லாம் கேட்டுக்கிட்டேதான் இருந்தேன். இவ பொறுமைசாலிங்கறதால சொன்னதோட நிறுத்திக்கிட்டா இன்னொருத்தியா இருந்தா இந்நேரம் போலீஸுக்கே போயிருப்பாடா...''

‘‘போவா? போக விட்ருவேனா?'' என்று சட்டையின் கையை உயர்த்தினான்.

‘‘சீச்சீ...! சும்மா இந்த சவடால் பேச்சே பேசிக்கிட்டு! இந்த மாதிரி ஒரு பொண்ணு பொண்டாட்டியா அமைய பிறவியில் நல்ல காரியம் எதாச்சும் செஞ்சிருக்கணும்டா. எவ்வளவு சாந்தம்! எவ்வளவு பொறுமை! இதோ பாரு. அவளை சமாதானப்படுத்து. நீ என்ன செய்வியோ எனக்குத் தெரியாது. அவ இந்த வீட்டை விட்டு போகக்கூடாது, போனா

நமக்குக் கேவலம். அது மட்டுமில்லை... உன் எதிர்காலமே போயிடும்டா!''

"சரி, அதுக்காக? அவ கால்ல விழச் சொல்றீங்களா?''

"விழலாம்டா. நீ செஞ்ச காரியத்துக்கு நூறு தடவை அவ கால்ல விழலாம்!''

"சும்மா அர்த்தமில்லாம பேசாதேம்மா. எல்லாம் சும்மா உதார் காமிக்கறா. போக மாட்டாம்மா. அப்படியே போனாலும், அம்மா வீட்டுல எத்தனை நாள் இருந்துடுவா? நான் பார்க்கறேன். இவளே கோபமா போனாலும் இவ அப்பா, அம்மா இங்கே அலறிக்கிட்டு வந்துடுவாங்க! போனா போகட்டும் விடும்மா!''

"ஏண்டா உனக்கு எல்லாத்துலயும் அலட்சியம்! இது தப்புடா! ரொம்ப தப்புடா...''

"நான் அவளைக் கெஞ்ச மாட்டேன். இருக்கிறதா இருந்தா இருக்கட்டும். போறதா இருந்தா போகட்டும். நான் தெளிவா சொல்லிட்டேன்... தனியா தொழில் ஆரம்பிக்கப் போறேன்னுட்டு!''

"அதுக்கு பணம் வேணாமா?''

"பேங்க் லோனுக்கு முயற்சி பண்ணிட்டு இருக்கேன்...''

"அப்ப கடையிலேர்ந்து அப்பப்போ எடுத்த பணம்?''

"செலவாய்டுச்சு!''

"ஒரு லட்ச ரூபாயுமா?''

தலையைத் தொங்கப் போட்டுக் கொண்டான். "என்னடா முழிக்கறே? பதில் சொல்லுடா...''

"சீட்டாட்டத்துல கொஞ்சம் போயிடுச்சு. ஒரு ஃப்ரெண்டிடம் கொஞ்சம் கொடுத்து வெச்சிருந்தேன். அவன் ஊரை விட்டே ஓடிப்போயிட்டான். என் நேரம் நல்லால்லைம்மா!''

"இல்லைடா. உன்னை கட்டிக்கிட்டா பாரு... அவளோட நேரம்தான் நல்லா இல்லை. வா என்னோட கீழே வந்து அவகிட்டே இதமா, பதமா எடுத்துச் சொல்லு. உண்மையை மறைச்சு உன்னைக் கல்யாணம் பண்ணக்கிட்டது தப்புதான்னு மன்னிப்பு கேளு. 'கொஞ்சம் அவகாசம் கொடும்மா, நான் நிச்சயமா ஒரு தொழில் ஏற்பாடு செய்துக்கறேன். உன்னையும் நல்லபடியா வெச்சுக்கறேன்'னு சொல்லு...வா!" என்று அம்மா அவன் கையைப் பிடித்து இழுக்க, கையை உதறி இழுத்துக்கொண்டான்.

"இப்ப என்ன ஏமாத்திட்டேன்? ஒரு பொட்டச்சிகிட்டே போய் மன்னிப்பு கேக்கச் சொல்றீங்க? புருஷன்னு கூட பார்க்காம என்னென்ன வார்த்தை பேசறா! போலீஸ்கிட்ட போவாளாமில்ல கழுதை! 'தெரியாத்தனமா பேசிட்டேன்... என்னை ஏத்துக்கங்க'ன்னு என் கால்ல வந்து விழுவா பாருங்க..."

"இந்த வீம்பு நல்லதுக்கில்லை ராமு..."

"இப்ப நீங்க பேசாம போகப் போறீங்களா, இல்லையா?"

"அப்போ அவ இந்த வீட்டை விட்டு போகட்டுமா?"

"போறதுன்னு முடிவாயிட்டா அப்புறம் என்ன காலையில போறது? அந்த கழுதையை இப்பவே வீட்டை விட்டு துரத்துங்க..." என்ற ராமச்சந்திரன் ஆவேசமாக படியிறங்கி வந்தான்.

படுத்திருந்த வைதேகியின் இடுப்பில் காலால் லேசாக உதைத்து, "ஏய்...எந்திரிடி! இப்ப என்ன? உங்கம்மா வீட்டுக்கு போறியா?" என்றான் காட்டமாக.

"ஆமாம்..." என்றாள் வைதேகி தீர்மானமாக.

"அவ்வளவு ரோஷம்ன்னா புறப்படுடி இப்பவே! காலையில் வரைக்கும் என்னடி தங்கல் இங்கே? கிளம்புடி! பொட்டியை தூக்கிட்டு கிளம்புடின்னா!"

அம்மா பதறினாள். "டேய்... என்னடா இது? ராத்திரி ஒரு மணிக்கு மேல அந்த பொண்ணு எங்கேடா போவா?"

"அம்மா... நீங்க சும்மா இருங்க. புருஷன் வேணாம்ன்னு போறவ மேல என்ன அக்கறை நமக்கு? ஏண்டி நிக்கற? இப்பவே வெளியில போ!"

வைதேகி அவனை ஈனமாகப் பார்த்தாள். தன் பெட்டியை கையில் எடுத்தாள்.

"பொட்டியை கீழே வைம்மா நீ. அவன் தான் சொல்றான்னா... நீயும் புறப்பட்டுட்டியே! இந்த ராத்திரியில எங்கே போவே நீ?" என்றாள் அத்தை.

"வீட்டுக்குள்ள இருக்கறதை விட வெளியில் ஆபத்து கம்மியாதான் இருக்கும் அத்தை! நான் வர்றேன்" என்று நடந்தாள்.

"நில்லுடி! வர்றேன்னு சொல்லாதே. எப்ப என்னை மதிக்காம இந்த வீட்டை விட்டு போறியோ... உன்னை இந்த வீட்டு வாசலை மிதிக்க விடமாட்டேன். அதை மனசுல வெச்சுக்கிட்டு புறப்படு!" என்றான் அவன்.

வைதேகி ஒரே ஒருமுறை தன் கணவனை எரிச்சலுடன் பார்த்துவிட்டு, வேகமாக வீட்டை விட்டு வெளியேறி நடந்தாள்.

★★★

வாசல் கதவு தட்டப்பட்ட போது, நாகேஸ்வரி சமையலறையில் காரியமாக இருந்தாள். பைப்பைத் திறந்து கைகளை கழுவி, முந்தானையில் துடைத்தபடி வந்து கதவைத் திறந்தவள் - கையில் சூட்கேஸுடன் நிற்கும் வைதேகியைப் பார்த்ததும் ஆச்சரியப்பட்டு பூரித்துப் போனாள்.

"வைதேகி! நீதானா! நம்பவே முடியலை. வாடி உள்ளே... அவரு எங்கே மாப்பிள்ளை!" என்று இவளைத் தாண்டி எட்டிப் பார்த்தாள்.

"ஆட்டோவுல வந்து என்னை இறக்கி விட்டுட்டு அதே ஆட்டோவுல பாரீஸ் கார்னர் போயிட்டாரும்மா. வியாபார வேலை இருக்காம்..."

அவளிடமிருந்து சூட்கேஸை வாங்கிக் கொண்ட அம்மா, "நல்லா இருக்குடி கதை! கல்யாணத்துக்கு அப்புறம் மாப்பிள்ளை முதல் தடவையா வீட்டுக்கு வர்றார்... வாசலோட போயிடறதா? உள்ளே வந்து பேசிட்டு, சாப்பிட்டுட்டு அப்புறம் போகலாமில்லே? நீ சொல்லக் கூடாதா?" என்றாள் சற்றே கோபமாக.

"சொன்னேன்ம்மா. ரொம்ப முக்கியமான காரியமாம். போயிட்டு சாயங்காலம் வீட்டுக்கு வந்துடறேன்னு சொன்னார். உள்ளே வந்துட்டு புறப்படறதா இருந்தா எப்படியும் அரை மணி நேரம் ஆயிடும்ன்னு சொல்லி, அதே ஆட்டோவுல போயிட்டார். வரத்தானே போறார்... நீ எப்படிம்மா இருக்கே?"

"வேலையே ஓட மாட்டேங்குது வைதேகி. பொழுதன்னைக்கும் உன்கூட எதையாச்சும் பேசிக்கிட்டே இருப்பேனா, நீ இல்லாம பைத்தியம் பிடிச்ச மாதிரி இருக்கு. மனசு எதுலயும் ஒட்ட மாட்டேங்குது. எனக்கும் அப்பாவுக்கும் மட்டும் சமைக்க அளவு கூட புரியமாட்டேங்குது திடீர்ன்னு என்னமோ தண்டனை கொடுத்த மாதிரிதான் இருக்கு. உக்காருடி"

நாற்காலியை இழுத்துப் போட்டாள் அம்மா. அமர்ந்துகொண்டாள் வைதேகி. அம்மா அருகில் தரையில் அமர்ந்து கொண்டு, அவளின் முழங்கால்கள் மேல் கைகளை வைத்துக்கொண்டு கேட்டாள். "நீ எப்படி இருக்கே வைதேகி?"

"நல்லா இருக்கேன்ம்மா..." என்றாள்.

'உடனே அம்மாவின் மனதை உடைக்க வேண்டாமே என்று இப்படி வரிசையாக பொய் சொல்லிக் கொண்டிருக்கிறேன். சாயங்காலம் மாப்பிள்ளை வரப் போகிறார் என்று அம்மா

நம்புகிறாள். சாயங்காலம் வரை கேள்வி வராது. பிறகு? எப்படி சொல்லப் போகிறேன்? சொல்லித்தான் ஆக வேண்டும். ஆனால்... எப்படி?'

"அப்பா எங்கேம்மா?"

"நம்ம தெருவுல இருக்கற பிள்ளையார் கோயிலுக்கு கும்பாபிஷேகம் நடக்கப் போகுது வைதேகி. அந்த கமிட்டியில் உங்கப்பாதான் தீவிரமான மெம்பர். நன்கொடை வசூல் பண்றது, ஏற்பாடுகளை கவனிக்கறதுன்னு அலைஞ்சுக்கிட்டு இருக்கார். அவருக்கும் பொழுது போகணுமே! காலையிலேயே போனவர்... இப்ப வந்துடுவார். ஜில்லுன்னு மோர் தர்றேன். சாப்பிடறியா?"

பதிலை எதிர்பார்க்காமலேயே அம்மா சமையலறைக்குச் சென்றாள். திரும்ப மோர் எடுத்துக்கொண்டு வந்து கொடுத்தபோது கேட்டாள். "எதுல வந்தீங்க நீங்க? பஸ்ஸுலேயா? இந்த நேரத்துக்கு ரயில் எதுவும் கிடையாதே?"

"ஆமாம்மா. பஸ்ஸுலதான் வந்தேன்."

"என்னடி வந்தேன்னு சொல்றே? வந்தோம்ன்னு சொல்லு..."

"வந்தோம்ன்னுதான் சொன்னேன்..." என்று சமாளித்தாள்.

"அவசரமா புறப்பட்டதால வீட்டுக்கு எதுவும் வாங்கிட்டு வர முடியலைம்மா!"

"போடி இவளே! நாங்கதான் உன் வீட்டுக்கு வர்றப்போ பூ, பழம், அது இதுன்னு எதாச்சும் வாங்கிட்டு வரணும். நீ இங்கே வர்றதுக்கு என்னடி சம்பிரதாயம் எல்லாம்? அப்புறம்? இன்னொரு டம்ளர் மோர் தரவா?"

"போதும்மா."

"மாப்பிள்ளை உன்கிட்டே எப்படி நடந்துக்கறார் வைதேகி?"

வைதேகி வரத் துடித்த அழுகையை அதட்டி அடக்கி விழுங்கினாள்.

“ரொம்ப சந்தோஷமா வெச்சிருக்காரும்மா. நான் காலையில் குளிக்கலை. முதல்ல குளிச்சுட்டு வந்துடறேனே...”

வைதேகி! மாற்றுத் துணிகளும், துண்டும் எடுத்துச்சென்று குளித்து விட்டு வந்தபோது அப்பா வந்திருந்தார்.

“வைதேகி! எப்படிம்மா இருக்கே?” என்று முகமெல்லாம் மலர்ந்து கேட்டார். “தபால் போட்டிருந்தா பஸ் ஸ்டாண்டுக்கு வந்திருப்பேனே கண்ணு...” என்றார்.

“திடீர்ன்னு புறப்பட்டதுப்பா!”

வைதேகி கூடத்திலேயே அமர்ந்து பொட்டு வைத்துக்கொள்ள, அம்மா அவள் பின்புறம் அமர்ந்து தலை சீவி பின்னி விடத் துவங்கினாள்.

“உன்னை பார்க்கணும்ன்னு எங்களுக்கே ரொம்ப ஏக்கமா இருந்துச்சும்மா. சொல்லி வெச்ச மாதிரி நீங்க வந்துட்டீங்க. மாப்பிள்ளை வேலையை முடிச்சுட்டு எத்தனை மணிக்கு வீட்டுக்கு வர்றேன்னு சொன்னாரும்மா?”

“சாயங்காலம் வர்றேன்னாரு. எத்தனை மணிக்குன்னு சொல்லலைப்பா!”

“ஒரு வாரம் தங்கிப் போற மாதிரிதானே வந்திருக்கீங்க?” என்றார் விஸ்வநாதன் ஆர்வமாக.

வில்லில் இருந்து புறப்படக் காத்திருக்கும் அம்பு விடுதலை பெற்றது போல இதற்குமேல் அடக்க முடியாமல் கண்ணீர் வெளிப்பட, வைதேகி கம்மிப் போன குரலில் சொன்னாள்

“ஒரு வாரம் இல்லைப்பா. இனிமே நிரந்தரமா இங்கேயேதான் நான் இருக்கப் போறேன்!”

✵ ✵ ✵

21

சிரித்த முகமாய் பேசிக் கொண்டிருந்த விஸ்வநாதனின் முகம் உறைந்து போய், சிரிப்பு மாறியது. பின்னலிட்டுக் கொண்டிருந்த அம்மா பதறிப் போனாள்.

“என்னடி சொல்றே நீ?”

தலையைக் குனிந்தபடி சொன்னாள் வைதேகி “ஆமாம்மா. இனிமே நான் நிரந்தரமா இங்கேயேதான் இருக்கப் போறேன்!”

“யம்மாடி! என்னம்மா ஆச்சு?” அவசரமாக அவள் எதிரில் வந்து அமர்ந்த அப்பா இரண்டு கைகளாலும் அவள் முகத்தை ஏந்தி நிமிர்த்தியபடி உதடுகள் துடிக்கக் கேட்டார்.

“அவர் வரலைப்பா. நான் மட்டும் தான் வந்தேன். நேத்து நடுராத்திரின்னு கூட பார்க்காம என்னை ‘வீட்டை விட்டு வெளியில போ’ன்னு சொல்லிட்டாருப்பா. விடிகாலையில முதல் பஸ் புறப்படற வரைக்கும் பஸ் ஸ்டாண்டுல அனாதை மாதிரி உட்காந்திருந்துட்டு புறப்பட்டு வந்தேன்ப்பா. எனக்கு கல்யாணம் பண்ணி வெச்சுப் பார்க்கணும்ன்னு ஆசைப்பட்டீங்களேப்பா, அவரு நல்லவரா, நாணயஸ்தரா, நம்ம பொண்ணை வெச்சு குடும்பம் நடத்த தகுதி உள்ளவரான்னு சரியா பார்க்காம விட்டுட்டீங்களேப்பா!” என்றவள் அவர் தோளில் சாய்ந்து மடமட வென்று அழத் துவங்கினாள் வைதேகி.

சவுக்கடி பட்டவராய் உணர்ந்தார் விஸ்வநாதன்.

நடந்த சம்பவங்களை ஒன்றுவிடாமல் அழுகையினூடே சொல்லத் துவங்கினாள் வைதேகி. பதைப்போடு கேட்டுக் கொண்டிருந்தார்கள்.

"சொல்லுங்கப்பா. இதுக்கு மேலே எந்த நம்பிக்கையில எந்த ஒட்டுதலோட நான் அங்கே இருக்க முடியும்? ஏமாந்துட்டோம்ன்னு தெரிஞ்சதுக்கு அப்புறம் எப்படிப்பா அவரோட என்னால சிரிச்சுப் பேச முடியும்? எப்படிப்பா இவ்வளவு அதிர்ச்சிகளையும் தாங்கிக்கிட்டு அங்கேயே உக்காந்திருக்க முடியும்?"

இரண்டு பேரும் இடிந்து போய் உட்கார்ந்திருந்தார்கள். சில நிமிட அமைதிக்குப் பிறகு ஆத்திரம் வெடிக்க, சட்டென்று எழுந்துகொண்டார் விஸ்வநாதன். நேராக உள் அறைக்குச் சென்று பீரோவைத் திறந்து பணம் எடுத்து சட்டைப் பாக்கெட்டில் வைத்துக் கொண்டு வேகமாக வெளியில் வந்தார்.

"என்னங்க... எங்கே கிளம்பிட்டீங்க?" என்றாள் நாகேஸ்வரி.

"இப்பவே மதுரைக்குப் போறேன்."

"போய்?"

"ஏண்டா, நீயெல்லாம் ஒரு மனுஷனான்னு நாக்கை புடுங்கிக்கற மாதிரி கேட்டுட்டு வர்றேன்!"

"கேட்டுட்டா? எல்லாம் சரியாப் போய்டுமா? அவதான் ஆத்திரத்துல அவசரப்பட்டு ஒரு காரியம் செய்துட்டான்னா, அதையே நீங்களும் செய்யறீங்களா?"

"என்னடி பேசறே நீ? இவ சொன்னதை எல்லாம் கேட்டே இல்லை?"

"கேட்டேன்!"

"அப்புறமும் இப்படி பேசினா என்ன அர்த்தம்? தாலிகட்டி ஒரு மாசம் கூட ஆகலை. இரக்கமே இல்லாம 'போடி'ன்னு அனுப்பி வெச்சிருக்கான்! இவனுக்கெல்லாம் எதுக்கு கல்யாணம்?"

"முதல்ல நீங்க பதட்டப்படாம உக்காருங்க. நான் சொல்றதைக் கொஞ்சம் காது கொடுத்து கேக்கறதா இருந்தா சொல்றேன்..."

விஸ்வநாதன் ஈஸிசேரில் அமர்ந்துகொண்டார்.

"என்ன சொல்லப்போறே? சொல்லு..." என்றார்.

"மாப்பிள்ளை விஷயத்துல எல்லாமே மோசடியாத்தான் இருக்கு. தப்புதான். பெரிய ஏமாத்து வேலைதான் இது. குணமும் சரியில்லை, பொறுமையும் இல்லை. ஆனா இவளை வீட்டை விட்டு வெளியே போன்னு அவர் சொன்னாரா?" என்றாள் நாகேஸ்வரி.

"அதான் தெளிவா சொன்னாளே?"

"என்ன தெளிவா சொன்னா? வீட்டை விட்டுப் போறதுன்னு முதல்ல இவதானே முடிவெடுத்தா? காலையில போறேன்னவளை ராத்திரியே போய்க்கோன்னு அவர் சொன்னார். அதுதானே நடந்தது?"

புரியாமல் தன் அம்மாவைப் பார்த்தாள் வைதேகி.

"அம்மா... நீ என்னம்மா சொல்றே? நான் புறப்பட்டது தப்புன்னு சொல்றியா?" என்றாள் வைதேகி சற்றே உணர்ச்சிவசப்பட்டு.

"நீ எடுத்த முடிவு தப்புதான்னு என்னால அடிச்சு சொல்ல முடியலைம்மா. ஆனா இது சரியான முடிவுதான்னு என்னால ஏத்துக்க முடியலை!"

"வேற நான் என்னம்மா செய்திருக்கணும்?"

"இன்னும் கொஞ்சம் பொறுமையா போயிருக்கலாம் வைதேகி. எங்களுக்கு லெட்டர் எழுதி வரவழைச்சிருக்கலாம்!"

விஸ்வநாதனுக்கு தன் மனைவி மேல் கோபம் துடிக்க, "அறிவு கெட்டதனமா பேசாதே நீ! கல்யாணமான புதுசு. இன்னும் சரியா தன் புருஷனோட பழகலை இவ.

அதுக்குள்ளேயே இத்தனை சமாச்சாரம் தொடர்ந்து நடந்தா எப்படி எல்லாத்தையும் தாங்கிட்டு பொறுமையா இருக்க முடியும்?''

''இருக்க முடியாது தான். அதுக்காக? நடந்த கல்யாணம் இல்லைன்னு ஆயிடுமா? கட்டின தாலிக்கு மரியாதை இல்லைன்னு ஆயிடுமா?''

''உடனே தாலின்னு ஒரு சென்டிமெண்ட் பேசிடுவீங்களே நீங்க!'' என்றார் விஸ்வநாதன் எரிச்சலுடன்.

''நீங்க கிண்டலுக்கு பேசினாலும் சரி... தாலி சென்டிமெண்ட்டான விஷயம் தான்! பொண்ணுங்க ரத்தத்துல ஊறிப்போன விஷயம் தான்! இவ எடுத்த எடுப்புல என்ன வார்த்தை சொன்னா? இனிமே நிரந்தரமா உங்ககூடத்தான் இருக்கப் போறேன்னு சொன்னாளா இல்லையா?'' என்ற அம்மா திரும்பி தன் மகளைப் பார்த்து, ''என்னடி சொன்னியா இல்லையா?'' என்றாள்.

''ஆமாம். சொன்னேன்...'' என்றாள் வைதேகி.

''அதுக்கு என்ன அர்த்தம்? உன் புருஷனை நிரந்தரமா பிரிஞ்சுடறதுன்னுதானே அர்த்தம்? அவரோட திரும்ப வாழவே போறதில்லைன்னுதானே அர்த்தம்?''

''ஆமாம்'' என்றாள் தீர்மானமாக.

''அப்படின்னா நீ அந்த வீட்டை விட்டு புறப்பட்டப்பவே உன் கழுத்துல தொங்கற தாலியை அவர்கிட்டே கழட்டி வீசிட்டு வந்திருக்கணும். செஞ்சியா? செய்யத் தோணிச்சா உனக்கு?''

வைதேகி வாயடைத்துப் போனாள். அவளின் கை, அனிச்சையாக உயர்ந்து தன் கழுத்தில் தொங்கும் தாலியைத் தொட்டுப் பார்த்தது.

''என்னை தப்பா நினைக்காதேம்மா. உன்னை நோகடிக்கறதுக்காக இப்படி குதர்க்கமா பேசலை. வேகமா

புறப்படறாரே உங்கப்பா... அவருக்கு நிலைமை புரியணும்ன்னு தான் சொன்னேன்...'' என்ற நாகேஸ்வரி, தன் கணவன் பக்கம் திரும்பினாள்.

விஸ்வநாதன் அவளையே பார்த்தார்.

''அவ நம்ம மகளா இங்கே வரலைங்க. நம்ம மாப்பிள்ளையோட மனைவியாத்தான் வந்திருக்கா - குடும்பம்ன்னு ஆனப்புறம் என்ன பிரச்சினை வந்தாலும் அதை எப்படியெல்லாம் சரி செஞ்சு சின்னஞ் சிறுசுகளை வாழ வைக்க முடியும்ன்னுதான் நாம யோசிக்கணும். இப்ப ஆத்திரத்துல சூடா இருக்கா. அவ மட்டுமில்லை. கேட்ட நமக்கும் ஆத்திரமாதான் இருக்கு. ஆனா இந்த மனநிலையோட அவசரப்பட்டு எந்த முடிவும் எடுத்துட்டா... அப்புறம் அவளோட எதிர்காலமே பாழாப் போயிடும். நாலையும் யோசிக்கணுங்க. பொறுமையாப் போகணும். ஒரு வாரம் போகட்டும். நிதானமா யோசிச்சு என்ன முடிவுக்கு வர்றதுன்னு தீர்மானிக்கலாம்னு எனக்கு படுது!'' என்றாள் அம்மா.

கண்ணீர் வழிய நிற்கும் வைதேகி அருகில் வந்த விஸ்வநாதன், ''வைதேகி... உங்கம்மா சொல்றது தான் நியாயமா தெரியுது. உடனே எதுவும் செய்ய வேணாம்!'' என்றவர், ''நான் கொஞ்சம் வெளியில போயிட்டு வந்துடறேன்...'' என்று நடந்தார்.

வைதேகி அம்மாவிடம் வந்தாள்.

''அம்மா, உன் மனசை என்னால புரிஞ்சுக்க முடியுதம்மா. ரொம்ப பக்குவப்பட்டு பேசறே. ஆனா எந்த ஒரு பொண்ணுக்கும் கல்யாணம் ஆனதும் தொடர்ச்சியாக இப்படி அதிர்ச்சியை வாங்கிக்கிட்டு பொறுமையா போற பக்குவம் வராதும்மா. என் புருஷன் எப்படி எல்லாம் இருக்கணும், என்கிட்டே எப்படி எல்லாம் நடக்கணும்ன்னு எனக்குள்ளே எவ்வளவோ கற்பனைகள் இருந்திருக்கும்மா!''

வைதேகி தனியறைக்குச் சென்று கட்டிலில் விழுந்து முதுகு குலுங்க வாய் விட்டு அழத்துவங்கினாள்.

* * *

நான்கு தினங்கள் அந்த வீட்டில் அப்பா, அம்மா, மகள் நடுவில் வெகுகுறைவான வார்த்தைகளே உபயோகிக்கப்பட்டன. தனிமையில் வைதேகி அழுவதும், அவளுக்கு அம்மா ஆறுதல் சொல்வதுமாக இருந்தாள். விஸ்வநாதன் ஈஸிசேரில், சாய்ந்து கொண்டு இரவெல்லாம் தூக்கம் வராமல் தவித்துக் கொண்டிருந்தார்.

கோயிலில் சாமி கும்பிட்டு விட்டு பிரகாரம் சுற்றி வந்து, ஒரு படிக்கட்டில் வைதேகியும், அம்மா நாகேஸ்வரியும் அமர்ந்து கொண்டார்கள்.

"வைதேகி..." என்றாள் அம்மா.

"இந்த நாலு நாள்ல மதுரையிலேர்ந்து மாப்பிள்ளை புறப்பட்டு வந்து பேசுவார்ன்னு எதிர்பார்த்தோம். வரலை. இப்போ அடுத்த என்ன செய்யலாம்ன்னு நினைக்கறே?"

வைதேகி மௌனமாக இருந்தாள்.

"வைதேகி... உன்னோட கஷ்டம் எனக்கு புரியுதும்மா. ஆனா எதிர்பார்க்கற மாதிரியே எல்லாருக்கும் வாழ்க்கை அமைஞ்சுடறதில்லை நினைக்கிறது ஒண்ணு, நடக்கறது ஒண்ணாத்தான் நிறைய பேருக்கு நடக்குது. தன்மானம், வீம்பு, ரோஷம் இதெல்லாம் பொம்பளைங்களுக்கு கூடாதுன்னு நான் சொல்லலை. ஆனா அதனால ஏற்படற விளைவுகள் அவங்களை மோசமான நிலைமைக்கு கொண்டு போய்விட்டுடுதும்மா! மரத்தை வெட்டறது ரொம்ப சுலபம். மரத்தை உருவாக்கிறது தான் கஷ்டம். உனக்கு புரியாததில்லை இதெல்லாம்!"

"என்னை என்னம்மா பண்ணச் சொல்றே?"

"நேரடியா கேக்கறேன். இன்னைக்கு உள்ள சூழ்நிலையில் உன் புருஷனோட உன்னை சமரசம் பேசி அனுப்பி வெச்சா அவரோட அனுசரிச்சுட்டு வாழ முடியும்ன்னு உனக்குத் தோணுதா, இல்லையா? அதைமட்டும் சொல்லு!" என்றாள் அம்மா.

வைதேகி நிமிர்ந்து தன் அம்மாவைப் பார்த்தாள்!

✲ ✲ ✲

22

அமைதியாக தன் முகத்தையே பார்த்த வைதேகியின் தோளில் ஆதரவாக கையை வைத்துக்கொண்டாள் அம்மா.

ஒரு கணவனும், மனைவியும் சிரித்துப் பேசியபடி அர்ச்சனைக் கூடையுடன் அவர்களைக் கடந்து நடந்தார்கள்.

கோயிலின் பிரகாரத்திற்குள்ளேயே ஒரு மூலையில் வளர்ந்திருந்த அரச மரத்தின் இலைகள், மாலைக் காற்றில் படபடத்து சன்ன ஒலியை எழுப்பிக் கொண்டிருந்தன.

''சொல்லு வைதேகி... என் முகத்தையே பார்த்துக்கிட்டிருந்தா என்ன அர்த்தம்? சமரசம் பேசி உன்னை அனுப்பி வெச்சா நீ போய் மாப்பிள்ளையோட குடும்பம் நடத்தத் தயாரா, இல்லையா?''

''என்னால முடியும்ன்னு தோணலைம்மா!''

''உன் மேல தப்பில்லை வைதேகி. ஒரு வருஷம், ரெண்டு வருஷம் நீ புருஷனோட பழகியிருந்தா ஒரு பிடிப்பு இருக்கும். என்னதான் சண்டைன்னு வந்தாலும் அவரோட இருந்த சந்தோஷமான சம்பவங்களை நினைக்கிறப்போ சமாதானமா போயிடலாம்ன்னு தோணும். உன் விஷயத்துல அப்படி இல்லை. காலை எடுத்து வெச்சதிலேர்ந்தே தொடர்ச்சியா அதிர்ச்சி. ஆனா...'' என்று நாகேஸ்வரி தயக்கத்துடன் நிறுத்தினாள்.

"சொல்லும்மா. ஆனா?"

"இது உன் வாழ்க்கைம்மா. நீதாள் தீர்மானிக்கணும். நியாயம் எதுன்னு பார்த்தா எடுக்கற முடிவுகள் வேறதான். ஆனா அதனால ஏற்படற விளைவுகளையும் யோசிச்சாகணும் வைதேகி!"

"அம்மா, பச்சையா உடைச்சு பேசிடலாம். என்ன விளைவுகள்? அடுத்த கட்டம் விவாகரத்து. அதுக்கப்புறம் நான் வீட்டோட இருப்பேன். சொந்தக்காரங்க எல்லாம் என்னை 'ராங்கிக்காரி; புருஷனோட அனுசரிச்சுப் போகத் தெரியாவ; அது இது'ன்னு பேசுவாங்க. மனவேதனையையும், ரணத்தையும் ஏற்படுத்துவாங்க. அப்படி பேசறவங்களா அனுபவிக்கப் போறாங்க? எனக்கு நிச்சயமா தெரியும்மா... மறுபடி நான் அவரோட அனுசரிச்சுக்கிட்டு வாழணும்ன்னு போறேன்னு வெச்சுக்க... என்னை தினம் தினம் வார்த்தைகளாலேயே கொலை செஞ்சுடுவார்ம்மா!"

"வைதேகி, உலகத்துல யாருமே முழுக்க கெட்டவங்க இல்லை; யாருமே முழுக்க நல்லவங்க இல்லை! விகிதாச்சாரத்துலதான் வித்தியாசம். ஒரு பொண்ணு நினைச்சா எதுவும் முடியும்மா. நீ அன்பால் அவரை மாத்திட முடியும்ன்னு நான் நினைக்கறேன்."

"அப்படின்னா என்னை அவரோட வாழச் சொல்றே, இல்லையா?"

"ஆமாம். அதுதான் சரின்னு எனக்கு படுது. கஷ்டமோ, நஷ்டமோ... பல்லை கடிச்சுக்கிட்டு ஒரு வருஷம் அவரோட வாழ்ந்துடு. அவரும் மனுஷர்தான். அவர் மனசுலயும் பாசம் எல்லாம் இருக்கும். உங்களுக்கு ஒரு குழந்தை பிறந்ததுன்னு வெச்சுக்க... உங்க ரெண்டு பேர் மனப்போக்கையுமே அது மாத்திடும் வைதேகி!"

வைதேகி அமைதியாய் இருந்தாள். பிரகாரச் சுவற்றில் அடிக்கப்பட்டிருந்த காவிப்பட்டைகளையே பார்த்தபடி இருந்தாள்.

"வைதேகி... உன் வயசுதான் உன்னை கண்டபடி யோசிக்கச் சொல்லுது. விவாகரத்துங்கற எண்ணம் எல்லாம் வரலாமா உனக்கு? அதென்ன அவ்வளவு சுலபமா? சரி, விவாகரத்தாகி பிரிஞ்சு வீட்டுல தனி மனுஷியா செட்டில் ஆயிட்டே! சொந்தக்காரங்க பேசறதை விடு. உன்னைப்பத்தி யோசி... அப்புறம்? உன் எதிர்காலம் என்ன? இன்னொரு கல்யாணம் பண்ணிக்கிட்டு புரட்சி செய்வியா?"

"அம்மா!"

"இரு நான் சொல்லி முடிச்சுடறேன். அப்படி இரண்டாவது தடவையா பண்ணிக்கற புருஷனை உன் இஷ்டத்துக்கு நிதானமா அலசி ஆராய்ஞ்சு பார்த்து பண்ணிக்கறேன்னே வை... நாளைக்கு அவன் மட்டும் புத்தி மாற மாட்டான்னு என்ன நிச்சயம்? ஒரு சட்டை கிழிஞ்சுட்டா இன்னொரு சட்டை வாங்கிக்கலாம்ங்கற மாதிரியாம்மா கல்யாணம்?"

"அம்மா! நான் மறுபடி கல்யாணம் பண்ணிக்கறதா இல்லை!"

"இது ரோஷத்துல பேசற பேச்சு. எத்தனை வருஷம் கல்யாணம் பண்ணிக்காம இருப்பே வைதேகி? நீ இப்ப பழைய வைதேகி இல்லைம்மா. கல்யாணம்ன்னா என்ன, சாந்திமுகூர்த்தம்ன்னா என்னன்னு எல்லாம் புரிஞ்சுக்கிட்ட அனுபவப்பட்ட பொண்ணு. நானும் ஒரு பொண்ணுதாண்டி! ஒரு அம்மாவா உன்கிட்டே பேசக் கூடாததைப் பேசறேன். தப்பா நினைச்சுக்காதே. வைராக்கியம் மனசு வரைக்கும் தான் சாத்தியம். உடம்பு பல சமயம் நம்ம கட்டுப்பாட்டை மீறத் துடிக்குதம்மா. அதை ஜெயிக்கறது பெரிய சவால். உன் வயசுக்கு அந்த அக்னிப் பரீட்சை எல்லாம் வேணாம்மா. நீ உணர்ச்சிபூர்வமா பேசறே; நான் அனுபவபூர்வமா சொல்றேன்!"

வைதேகிக்கு தன் அம்மாவின் வார்த்தைகளில் ஏராளமான எதார்த்தம் இருப்பதை உணர முடித்தது. ஆனாலும்...

''அம்மா, என்னை என்ன பண்ணச் சொல்றேம்மா?'' என்றாள் துளிர்த்த கண்ணீருடன்.

''முதல்ல அழுகையை நிறுத்து. எதுக்கும் அழறதில்லைன்னு வெச்சுக்கோ. உப்பு, உரப்பு இல்லாம பத்திய சாப்பாடு சாப்பிடறதில்லையா? அந்தமாதிரி நினைச்சுக்கோ. இப்போ உனக்கு அமைஞ்ச வாழ்க்கை சரியில்லை. அதை சரி செய்யறதுக்காக - விருப்பம் இருக்கோ இல்லையோ... ஒரு வருஷம் பல்லைக் கடிச்சுக்கிட்டு பத்திய வாழ்க்கை வாழ்ந்துடு. அதுக்கப்புறமும் உனக்கு இந்த வாழ்க்கை சரியா வரலைன்னா உன்னை வக்கீல்கிட்டே நானே அழைச்சுட்டுப் போறேன்!''

வைதேகி அமைதியாக இருந்தாள்.

''என்ன சொல்றே வைதேகி?''

''நீ சொல்றபடி இன்னும் பொறுமையா இருந்து பார்க்கறேன்ம்மா!''

நாகேஸ்வரி முகம் மலர்ந்து போனாள்.

''இப்பதாண்டி நீ என் பொண்ணு! உங்கம்மா உன்னை உனக்குப் பிடிக்காத நரகத்துல தள்ளறேன்னு வேணும்னாலும் நினைச்சுக்கோ. ஆனா கொஞ்ச நாள்ல நீயே சொல்வே பாரு... 'எல்லாம் சரியாப் போச்சும்மா'ன்னு!''

''பார்க்கலாம்மா!''

''வா, வீட்டுக்குப் போகலாம்...'' இருவரும் நடக்கத் துவங்கினார்கள்.

⋆⋆⋆

விஸ்வநாதன் தன் கண்ணாடியைக் கழற்றி கையில் எடுத்துக்கொண்டு வைதேகியை ஆச்சரியத்துடன் கேட்டார்.

''நிஜமாதான் சொல்றியா வைதேகி?''

"ஆமாம்ப்பா. நான் மதுரைக்கு போறேன். அவர்கிட்டே மன்னிப்பு கேக்கறேன். நீங்க என்னை கொண்டு போய் விட்டுட்டு, அவர்கிட்டே சமாதானமா பேசிட்டு வாங்கப்பா!" என்றாள் வைதேகி.

"ஏம்மா, ஒரு ராத்திரியில 'வீட்டை விட்டு வெளியே போடின்னு சொன்னோமே... அவ என்ன ஆனா? அம்மா வீட்டுக்கு பத்திரமா போய் சேர்ந்தாளான்'னு கூட தெரிஞ்சுக்க நினைக்கலையேம்மா அவரு? அவரோட அனுசரிச்சு வாழ முடியும்ன்னு நினைக்கறியா?"

"முயற்சி பண்ணலாம்ன்னு இருக்கேன்"

"நல்லா யோசனை பண்ணிக்கிட்டியா?"

நாகேஸ்வரிக்கு தன் கணவன் மேல் எரிச்சல் வந்தது.

"ஏங்க, நான் நாலு நாளா சாமிக்கு வேப்பிலை அடிக்கிற மாதிரி எதை எதையோ எடுத்துச்சொல்லி இப்படி ஒரு நல்ல முடிவுக்கு வர வெச்சிருக்கேன். நீங்க மறுபடி அதைப் போட்டு குடைஞ்சுட்டு இருந்தா என்ன அர்த்தம்?"

"எல்லாம் சரி, இது நல்ல முடிவாங்கறது தான் கேள்வி!"

"உடம்பு சரியில்லாம போனா அதை எப்படியாவது சரி பண்ணனும்ன்னுதானே பார்க்கறோம்? உடம்பையே மாத்திட முடியுமா? அது மாதிரி புருஷன் சரியில்லைன்னா, அவனை எப்படி சரிசெய்யலாம்ன்னு யோசிக்கறது தான் பொண்டாட்டிக்கு அழகுன்னு அவ புரிஞ்சுக்கிட்டா. நீங்க குழப்பாதீங்க!"

விஸ்வநாதன் எழுந்து கொண்டார். "இப்ப என்னை என்ன செய்யச் சொல்றே?"

"மதுரைக்கு கூட்டிக்கிட்டு போய் விட்டுட்டு வாங்க. மாப்பிள்ளைகிட்டே கோபம் எதுவும் வெச்சுக்காம சமாதானமா பேசுங்க."

"சரி வைதேகி. என் ரோஷமும், ஆத்திரமும் முக்கியம் இல்லைம்மா. அது ஜெயிச்சு எதுவும் ஆகப் போறதில்லை.

உன் வாழ்க்கைதான் முக்கியம். நீ துணிமணி எல்லாம் எடுத்து வை. நாளைக்கு காலையில் புறப்படலாம்...'' என்றார் விஸ்வநாதன்.

மறுநாள் மதியம் மதுரை பஸ் ஸ்டாண்டில் பஸ்ஸை விட்டு இறங்கிய விஸ்வநாதனும், வைதேகியும் ஒரு சைக்கிள் ரிக்ஷா அமர்த்திக்கொண்டு வீடு வந்து சேர்ந்தார்கள்.

வாசலில் ராமச்சந்திரனின் மோட்டார் பைக் இருப்பதைப் பார்த்து, ''வீட்டுல தான் இருக்கார்'' என்றாள் வைதேகி ரகசியமான குரலில்.

சற்றே தயங்கிவிட்டு அழைப்பு மணியை அழுத்தினார் விஸ்வநாதன்.

இரண்டு மூன்று முறை ஒலிக்கச் செய்த பிறகு உள்ளே நடந்து வரும் ஓசை கேட்டது. கதவு திறந்த ராமச்சந்திரன் இரண்டுபேரையும் பார்த்து அதிர்ந்து நின்றான். அவனிடம் இருந்து லேசாக மதுவின் வாடை வீசியது!

''உள்ளே போய் பேசலாமா மாப்பிள்ளை?''

உடனடியாக என்ன பதில் சொல்வது என்று புரியாமல் நின்றான் அவன்.

''நீ உள்ளே வாம்மா'' என்றார் விஸ்வநாதன்.

''இருங்க...'' என்றான் ராமச்சந்திரன். ''நீங்க உள்ளே வாங்க. அவ எந்த மூஞ்சியை வெச்சுக்கிட்டு இந்த வீட்டு வாசலுக்கு வந்திருக்கான்னு கேட்டுச்சொல்லுங்க முதல்ல...''

''இருக்கிறதே ஒரு மூஞ்சிதானே? ரொம்ப அலட்டிக்காதீங்க. நான் என் அத்தைகிட்டே பேசிக்கறேன்...'' என்று உரிமையோடு வைதேகி உளளே நடக்க, விஸ்வநாதனும் உள்ளே வந்தார்.

''அத்தையும் இல்லை, சொத்தையும் இல்லை. என்னோட சண்டை போட்டுட்டு மூத்தபிள்ளை வீட்டுக்குப் போறேன்னு வீட்டை விட்டுப்போய் ரெண்டு நாளாச்சு. இதோ பாரு, எங்கே

வந்தே நீ?'' என்றான் ராமச்சந்திரன் அவளை நேராகப் பிடித்து நிறுத்தி!

''என்னங்க, என் புருஷன் வீட்டுக்கு வர்றதுக்கு யாரை கேக்கணும்?''

''புருஷனா? ஓ! அந்த உரிமை இருக்கா எனக்கு?''

''உரிமை இருக்கறதாலதான் நீங்க என்னை தொட்டுக்கிட்டு இருக்கிங்க. நானும் சும்மா நின்னுட்டு இருக்கேன்!''

அவசரமாக அவள் தோள்களில் இருந்து கைகளை எடுத்துக்கொண்டான்.

''இதோ பாருங்க.... ஆயிரம் கோவம் இருந்தாலும், அதை வீட்டுக்குள்ளேயே தீர்த்துக்கத்தான் நான் முயற்சி செய்திருக்கணும் கோபமா வீட்டை விட்டு போறேன்னு நான் புறப்பட்டது என் தப்புதான். அதுக்காக என்னை மன்னிச்சுடுங்க. கஷ்டமோ நஷ்டமோ... உங்களோட அனுசரிச்சுக்கிட்டு நல்லவிதமா குடித்தனம் பண்ணனும்ன்னு முடிவு பண்ணிதான் நான் வந்திருக்கேன். நமக்குள்ளே உள்ள பிரச்சினைகளை பேசித் தீர்த்துக்கலாம். முதல்ல உங்க மாமனாரை உக்காரச் சொல்லுங்க... அதுதான் வீட்டுக்கு வந்திருக்கிறவங்களுக்கு காட்ட வேண்டிய மரியாதை!'' என்று படபடப்பாக பேசினாள் வைதேகி.

ராமச்சந்திரன் அவளை ஏற இறங்கப் பார்த்து விட்டு, விஸ்வநாதன் பக்கம் திரும்பினான்.

ஒரு நாற்காலியை இழுத்து அவர் அருகில் போட்டு, ''உக்காருங்க'' என்றான்.

✲ ✲ ✲

23

விஸ்வநாதன் நாற்காலியில் அமர்ந்து, கைப்பையை கீழே வைத்துவிட்டு மேல் துண்டு எடுத்து நெற்றியில் துளிர்த்திருந்த வியர்வையை துடைத்துக் கொண்டார்.

ராமச்சந்திரன் மற்றொரு நாற்காலியை எடுத்து வந்து அவருக்கு எதிரில் போட்டுக் கொண்டு அமர்ந்தான்.

வைதேகி ஃபேன் சுவிட்சைப் போட்டு விட்டு, "அப்பா... நீங்க பேசிக்கிட்டு இருங்க. நான் போய் சமையல் வேலையைப் பார்க்கறேன். காய்கறி எதுவும் இருக்கா, இல்லையான்னு தெரியலை" என்று சொல்லிக் கொண்டே சமையலறைக்குச் சென்றாள்.

உரிமையோடு உள்ளே செல்பவளிடம் என்ன சொல்வது என்று புரியாமல், தன் படபடப்பை நகம் கடித்துத் துப்புவதில் தணித்துக்கொள்ள முயன்றான் ராமச்சந்திரன்.

எப்படி துவங்குவது என்று சில வினாடிகள் தயங்கினார் விஸ்வநாதன். பிறகு அவனை நேராக முகம் பார்க்காமல் பேசினார்.

"மாப்பிள்ளை பிரச்சினை எதுவா இருந்தாலும் அம்மா வீட்டுக்குப் போறதா என் பொண்ணு முடிவெடுத்தது தப்புதான், வீட்டை விட்டுப் போறேன்னு சொன்னா யாருக்கும் கோவம் வரத்தான் செய்யும். உங்களுக்கு கோவம் வந்ததிலேயோ,

அவளை அறைஞ்சதிலேயோ எந்த தப்பும் இல்லை. உங்களுக்கு உரிமை இருக்கு மாப்பிள்ளை!''

''உங்களுக்கு புரியுது மாமா. ஆனா உங்க பொண்ணு இதை எல்லாம் இப்பவாவது புரிஞ்சுட்டுதான் இங்கே வந்திருக்காளான்னு எனக்கு தெரியணும் முதல்ல'' என்றான் கால்மேல் கால் போட்டுக்கொண்டு.

''புரிஞ்சுதான் வந்திருக்கா மாப்பிள்ளை. ஆனா, நடுராத்திரின்னு கூட பார்க்காம ஒரு சின்ன வயசுப் பொண்ணை வெளியில் அனுப்பினது...''

''போறதுன்னு முடிவு பண்ணிட்ட அப்புறம் பகல் என்ன ராத்திரி என்னன்னுதான் அனுப்பி வெச்சேன்!''

''இன்னைக்கு ஊர் உலகம் இருக்கிற மோசமான நிலைமையில் அந்த ராத்திரியில என் பொண்ணுக்கு எது வேணும்ன்னாலும் நடந்திருக்கலாம் இல்லையா? கொஞ்சம் யோசிச்சுப் பாருங்க...''

''அதான் எதுவும் நடக்காம பத்திரமா வந்து சேர்ந்துட்டாளே... அப்புறம் என்ன?''

''அவ பத்திரமா வந்து சேர்ந்ததை நீங்க தெரிஞ்சுட்டீங்களா மாப்பிள்ளை?''

''கழுதை கெட்டா குட்டிச் சுவரு. இங்கே கோவிச்சுக்கிட்டு புறப்பட்டா, அங்கேதானே வருவா? வேற எங்கே போவா அவ?''

''என் கேள்வியை கொஞ்சம் சரியா புரிஞ்சுக்கிட்டு பதில் சொல்லுங்க. அவ அங்கேதான் வருவாங்கறது எல்லாருக்கும் தெரியும். அவளுக்கு வேற போக்கிடம் இல்லை. ஆனா அவ அங்கே வந்து சேர்ந்தாளான்னு நீங்க தெரிஞ்சுக்க முயற்சி செஞ்சீங்களா?''

ராமச்சந்திரன் கால் மேல் போட்டிருந்த காலை விலக்கிக்கொண்டு லேசாக நெளிந்தான். அவர் முகத்தை

நேராக பார்த்துவிட்டு உடனே பார்வையை தவிர்த்தான். தொடைகளை ஆட்டத் துவங்கினான்.

"பதில் சொல்லுங்க மாப்பிள்ளை..."

"அதான் போயாச்சு. வந்தாச்சு. இப்ப என்ன... இது நீதி விசாரணையா? என்னமோ குற்றவாளி கூண்டுல நிறுத்தி வக்கீல் கேக்கற மாதிரி கேள்வி கேட்டுட்டு இருந்தா என்ன அர்த்தம்?"

"நான் பொண்ணை பெத்தவன் மாப்பிள்ளை. சீராட்டி, பாராட்டி வளர்த்து கல்யாணம் பண்ணி வெச்ச பொண்ணு, ஒரு மாசத்துக்குள்ள பிரச்சினைன்னு பொட்டியை தூக்கிட்டு திரும்பி வந்தா என்மனசு எப்படி இருக்கும்ன்னு அனுபவிச்சா தான் தெரியும் மாப்பிள்ளை!"

"இதோ பாருங்க மாமா. நான் அவளை போகச் சொல்லலை. அவளாதான் புறப்பட்டா. தடுத்துப் பார்த்தேன் போலீஸ்கிட்டே போவேன்னு திமிரா சொன்னா, அறைஞ்சேன். ஒரு பொம்பளைக்கு இப்படி திமிரா பேச தைரியம் இருந்தா, ஆம்பளைக்கு எவ்வளவு ரோஷம் இருக்கும்? உடனே போடி வெளியிலன்னு அனுப்பி வெச்சேன்!"

"உங்க மேலே தப்பு எதுவுமே இல்லைன்னு சொல்றீங்களா?"

"ஆமாம். என் மேலே தப்பு எதுவும் இல்லை."

விஸ்வநாதன் தன் மகள் கழுத்தில் தாலி கட்டாத வேறு எவனோ ஒருவனாக இருந்தால், பளாரென்று நிச்சயம் அறைந்திருப்பார்! எல்லா பிரச்சினைகளுக்கும் காரணமாக இருந்துவிட்டு, 'என் மேல் எந்த தப்பும் இல்லை' என்று நாக்கு கூசாமல் சொல்வதென்பது... கல்லுளிமங்கனால் தான் முடியும்!

"சரி அதை விடுங்க மாப்பிள்ளை. அவ வீட்டை விட்டு புறப்படறேன்னு சொன்னதுக்கு என்ன காரணம்?"

"என் வாயால சொல்லணும்ன்னு எதிர்பார்க்கறீங்களா? எல்லாத்தையும் தான் அவ சொல்லி இருப்பாளே?"

''உடைச்சே பேசிடலாம் மாப்பிள்ளை. இந்த வீடு உங்க சொந்த வீடுன்னு சொன்னீங்க. ஜவுளிக்கடையில் பார்ட்னரா இருக்கிறதா சொன்னீங்க. இதையெல்லாம் நம்பித்தானே நாங்க உங்களுக்கு பொண்ணு கொடுத்தோம்? எதுக்காக இவ்வளவு பெரிய பொய்களைச் சொல்லி எங்களை எல்லாம் ஏமாத்தினீங்க?''

தொடைகளை ஆட்டுவதை நிறுத்தினான் ராமச்சந்திரன்.

''இதோ பாருங்க மாமா... நான் ஒண்ணும் கொலைக் குத்தம் செஞ்சிடலை ஏற்கனவே ஒரு கல்யாணமே செஞ்சிருந்து அதை மறைச்சு இன்னொரு கல்யாணம் செய்துடலை. ஆயிரம் பொய் சொல்லி கல்யாணம் செய்யலாம்னு பெரியவங்களே சொல்லி இருக்காங்க. நான் ஜவுளிக் கடையில பார்ட்னரா இருந்தது உண்மைதான். நடுவுல ஃப்ரெண்ட்ஸுக்குள்ள சின்ன பிரச்சினை வந்தது. ரோஷமா நான்தான் விலகினேன். தனியா ஒரு ஜவுளிக் கடை சொந்தமா வைக்கறதுக்கு பஜார்ல கடை பார்த்துட்டு இருக்கேன். முதலுக்கு பணமும் ஏற்பாடு பண்ணி வெச்சிருக்கேன். ரெண்டே வருஷத்துல லாபம் சம்பாதிச்சு, இந்த வீட்டை விலைக்கு வாங்கப் போறதும் உண்மை!'' என்றான்.

''இதெல்லாம் கற்பனையா நினைச்சுப் பார்க்க நல்லா இருக்கு. எங்க பொண்ணை கட்டினப்ப இந்த நிலைமை இல்லை தானே? சரியா சொல்லணும்னா நீங்க செஞ்சதுக்கு பேர் மோசடி தானே?''

''நான் விளக்கம் சொல்லிட்டேன். அனாவசியமா தேவை இல்லாத வார்த்தைகள் வேண்டாம். வீடு தேடி வந்தவங்களுக்கு மரியாதை தந்து நான் பேசிக்கிட்டு இருக்கேன். எனக்கும் ஆத்திரமா பேசத் தெரியும். நடந்து முடிஞ்சதைப் பத்தி பேசிக்கிட்டே இருக்கலாம் நாள் கணக்குல. முடிவே இல்லை. இப்போ உள்ள பிரச்சினையை மட்டும் பேசறது நல்லதுன்னு நினைக்கறேன்!''

விஸ்வநாதன் எச்சில் விழுங்கினார். சமையலறையின் கதவோரமாக நின்று இவர்கள் பேசுவதைக் கேட்டுக் கொண்டிருக்கும் வைதேகியை ஒருமுறை பார்த்துக்கொண்டார்.

இவ்வளவு முரட்டுத்தனமாக பேசும் இவனோடு தொடர்ந்து வைதேகியால் சந்தோஷமாக வாழ்க்கை நடத்த முடியுமா என்னும் சந்தேகக் கேள்வி அவரை கவலைப்பட வைத்தது.

"சரி மாப்பிள்ளை. நடந்து முடிஞ்சதை நான் பேசலை. இனிமே நடக்க வேண்டியதைப்பத்தி மட்டும் பேசலாம். சரியோ, தப்போ... நடந்த கல்யாணம் இல்லைன்னு ஆயிடாது. என் மகள் உங்களுக்கு பொண்டாட்டின்னு ஈஸ்வரன் எழுதிவெச்சுட்டான் எனக்கு நம்பிக்கையிருக்கோ, இல்லையோ... உங்களோட கஷ்டமோ, நஷ்டமோ எல்லாத்தையும் சமாளிச்சுக்கிட்டு குடித்தனம் பண்ண முடியும்ன்னு வைதேகி நம்பறா. அவளை உங்ககிட்டே ஒப்படைச்சுட்டேன். அவளை வெச்சு காப்பாத்தி இனிமே குடித்தனம் பண்ண வேண்டியது உங்க பொறுப்பு!"

கைகளை கட்டிக்கொண்டு அமைதியாக இருந்தான் ராமச்சந்திரன்.

"தெரிஞ்சுக்கணுங்கற அக்கறையில கேக்கறேன். நிலையான வருமானத்துக்கு இப்போ என்ன செய்யப் போறீங்க?"

"அதான் சொன்னேனே, பஜார்லகடை பார்த்து ஜவுளிக்கடை வெக்கப் போறேன்னுட்டு!"

"அதுக்கு நிறைய பணம் வேணுமே! கடை பிடிக்கறதுன்னா அட்வான்ஸ் தரணும். அப்புறம் ஷோ கேஸ், கவுண்டர், அது இதுன்னு செலவு செய்யணும். அப்புறம் ஜவுளி கொள்முதல் செய்யணும். இதுக்கெல்லாம் சேர்த்து எவ்வளவு தேவைப்படும்."

"ரெண்டு லட்சமாவது தேவைப்படும்!"

"அந்த பணத்துக்கு என்ன ஏற்பாடு செஞ்சிருக்கீங்க மாப்பிள்ளை?"

"ரெண்டு பேரை கேட்டிருக்கேன். ஒரு பேங்க் மானேஜர் உதவி செய்யறதா சொல்லியிருக்கார். இப்போ என் டைம் சரியில்லை. அதனால உங்களுக்கு பதில் சொல்லிக்கிட்டு இருக்கேன். எல்லாம் கூடி வரட்டும். இன்னும் ரெண்டு, மூணு மாசத்துல கடை ஆரம்பிச்சு, கேள்வி கேக்கறவங்களை எல்லாம் வாயை மூடச் சொல்லத்தான் போறேன். அவ்வளவுதானா? இன்னும் எதாவது கேள்விகள் இருக்கா?"

"நீங்க இப்படி கோவிச்சுக்கக் கூடாது. என்னோட மாப்பிள்ளை நல்லா இருக்கணும்ன்னு எனக்கு அக்கறை இருக்காதா? அந்த அக்கறையில தான் கேட்டேன். நீங்க சொல்ற திட்டங்கள் எல்லாம் கூடிவந்து, எல்லாம் நல்லபடியா நடந்து, நீங்க ரெண்டு பேரும் அமோகமா இருந்தா எனக்கு சந்தோஷம்தானே மாப்பிள்ளை!"

ராமச்சந்திரன் எழுந்துகொண்டு, "நீங்க சாப்பிடுங்க. நான் சாப்பிட்டுட்டேன். கொஞ்சம் வெளியில் போகணும். போயிட்டு வந்துடறேன்!" என்றான்.

மேலும் பதில் சொல்கிற தர்மசங்கடங்களை தவிர்ப்பதற்காகவே அவன் வெளியில் புறப்படுகிறான் என்பதைப் புரிந்துகொண்ட விஸ்வநாதன் அவரும் எழுந்துகொண்டு, "சரி மாப்பிள்ளை. நீங்க போயிட்டு வாங்க. நானும் சாப்பிட்டு ஊருக்கு புறப்படறேன். என்னோட கடைசி பொண்ணுங்கறதால ரொம்ப செல்லமா ஒரு பையனை மாதிரி கொஞ்சம் சுதந்திரமா வளர்த்தேன். அவளை..." என்றவர், அதற்குமேல் பேசமுடியாமல் தொண்டை அடைத்துக்கொண்டு கண் கலங்கினார்.

ராமச்சந்திரன் எதுவும் சொல்லாமல் செருப்பு அணிந்து கொண்டு வெளியே நின்ற மோட்டார் பைக்கை ஸ்டார்ட் செய்து புறப்பட்டுச் சென்றான்.

சமையலறையில் இருந்து ஒரு டிபன் கேரியருடன் வந்தாள் வைதேகி.

"வீட்டுல அரிசி, பருப்பு, காய்கறி எதுவும் இல்லைப்பா. பக்கத்துல நல்ல ஹோட்டல் இருக்கு. நான் போய் ஒரு எடுப்பு சாப்பாடு வாங்கிட்டு வந்துடறேன். ரெண்டு பேரும் சாப்பிடலாம்!"

"கேரியரைக் கொண்டா. நான் வாங்கிட்டு வர்றேன்..."

"நல்லாருக்குப்பா. வீட்டுக்கு வந்த உங்களையே வாங்கிட்டு வரச் சொல்றதா?"

"அட! கொடும்மா. அந்த மரியாதை, தன்மானம் எல்லாம் பார்க்கறதா இருந்தா இந்த வீட்டுப்படியை மிதிச்சு இப்படி ஒரு கல்நெஞ்சக்காரனோட பேசிக்கிட்டு இருக்க மாட்டேம்மா. எல்லாத்தையும் கேட்டுட்டுதானே இருந்தே? 'தப்பு நடந்து போச்சு மாமா... என்னை மன்னிச்சிடுங்க'ன்னு ஒரு வார்த்தை இதமா சொல்றாரா பார்த்தியா?"

"சில பிறவி குணங்களை மாத்த முடியாதுப்பா!" என்று வைதேகி பெருமூச்சு விட்டாள். டிபன் கேரியருடன் விஸ்வநாதன் வெளியில் நடந்தார்.

***

சாப்பிட்டு முடித்து விட்டு ஒருமணி நேரம் படுத்துறங்கி எழுந்து, முகம் கழுவிக் கொண்டு ஊருக்கு புறப்பட்டார் விஸ்வநாதன்.

"வைதேகி. நான் வரட்டுமா?" என்றது அவரின் உதடுகள் வேறு எவ்வளவோ விஷயங்களை அவர் மனம் மௌனமாக சொல்லிக் கொண்டிருந்தது.

"வாங்கப்பா நான் பார்த்துக்கறேன். பிடிவாதமா அவரை அனுசரிச்சுப் போறதுன்னு ஒரு வைராக்கியம் வெச்சுட்டேன்ப்பா மனசுல. என்ன நடந்தாலும் அழறதில்லை. தைரியமா சந்திக்கறதுன்னு இன்னொரு வைராக்கியம் நீங்க கவலைப்படாம போயிட்டு வாங்க. அம்மாவையும்

கவலைப்படாம நிம்மதியா இருக்கச் சொல்லுங்க...'' என்றாள் வைதேகி உறுதியுடன்.

''சரிம்மா. அடிக்கடி தபால் மட்டும் போட்டுடும்மா. அப்பப்போ நானும் வந்து பார்த்துட்டுப் போறேன். மத்தியானம் போன மாப்பிள்ளை இன்னும் வரலையேம்மா?''

''அவரைப் பொறுத்தவரைக்கும் இன்னும் வரலையேனு ராத்திரி ஒரு மணிக்கு அப்புறம்தான் கவலைப்படணும் நீங்க போயிட்டு வாங்க...''

விஸ்வநாதன் புறப்பட்டுச் சென்றார்.

***

இரவு பத்து மணிக்கு கண்கள் இரண்டும் சிவந்திருக்க, முழு போதையுடன் பைக்கில் வந்து அதை மிகவும் தடுமாற்றத்துடன் ஸ்டாண்ட் போட்டு நிறுத்திவிட்டு, வீட்டுக்குள் வந்த ராமச்சந்திரன், ''ஏய்... இங்கே வாடி!'' என்றான்.

***

24

"இங்கே வாடின்னு சொன்னேன்'' என்று மீண்டும் அழைத்துவிட்டு, சரசரவென்று படிகள் ஏறி மாடியறைக்குச் சென்றான், ராமச்சந்திரன்.

வைதேகி வாசல் கதவைத் தாழிட்டு விட்டு மாடிக்கு வந்தாள்

ராமச்சந்திரன் கட்டிலில் அமர்ந்து சிகரெட் பற்ற வைத்துக் கொண்டான். அறைக்குள் நுழைந்த வைதேகி, அவனுக்கு அருகில் இருந்த ஜன்னலின் நான்கு கதவுகளையும் திறந்து வைத்தாள்.

''ஜன்னலை எதுக்கு திறக்கறே?''

''சிகரெட் புகை வெளியில் போகட்டும்னுதான்!''

''என்னமோ ராணி மங்கம்மா மாதிரி முறைச்சுக்கிட்டு பெட்டியை தூக்கிட்டு புறப்பட்டுப் போனியே? என்ன ஆச்சு இப்போ? நாலு நாள் தாங்கிச்சா உன் ரோஷம்? ம்?'' என்றான் அலட்சியமாக.

வைதேகி பதில் எதுவும் சொல்லாமல் மேஜை மேல் இருந்த ஊதுபத்தி எடுத்து, இரண்டைக் கொளுத்தி ஜன்னல் இடுக்கில் செருகி வைத்தாள்.

''ஏண்டி, நான் உன் கிட்டதானே கேக்கறேன்? காது என்ன செவிடா?''

"புருஷன் அர்த்தமில்லாம கோவிச்சுக்கறப்போ எல்லாம் பொண்டாட்டி காதை செவிடு மாதிரி வெச்சுக்கிட்டா குடும்பத்துல பிரச்சினையே வராதுங்க!"

வைதேகி தனது சூட்கேஸைத் திறந்து தனது மேக்கப் சாதனங்கள், சோப்பு டப்பா, டூத் பிரஷ் இவற்றை எல்லாம் எடுத்து அவற்றை அதனதன் இடங்களில் வைக்கத் துவங்கினாள்.

"என்ன நோக்கத்தோட நீ மறுபடி இங்கே வந்தே?" என்றான்.

"பொண்டாட்டி, புருஷன் வீட்டுக்கு வர்றதுக்கு நோக்கம் என்ன இருக்க முடியுங்க? குடித்தனம் பண்ணத்தான் வந்தேன்!"

"அந்தப் பேச்சு பேசினியே அன்னைக்கு?"

"மனசு நினைக்கற எல்லாத்தையும் வாய் பேசிடக் கூடாதுங்க. 'அன்னைக்கு தப்பிப் போய் வாய் பேசிடுச்சு' இனிமே அப்படி எல்லாம் பேசப் போறதில்லை!"

"வெரி குட்! இது தானா வந்த புத்தியா? சொல்லிக் கொடுக்கப்பட்ட புத்தியா?"

"இது புத்தி இல்லீங்க. பரிசோதனை என்னால பொறுமையா இருக்க முடியுமான்னு பார்த்துக்கப் போற பரிசோதனை!"

ராமச்சந்திரன் சிகரெட்டை நசுக்கி அறையின் மூலையில் எறிந்தான். தன் தாடையைத் தடவியபடி அவளை யோசனையாகப் பார்த்தான். வைதேகி துடைப்பம் எடுத்து வந்து கட்டில் அருகில் அவன் சிந்தின சிகரெட் சாம்பலை எல்லாம் கூட்டித் தள்ளி விட்டு, கை கழுவிக்கொண்டு வந்து, "ரயில்ல வந்த களைப்பு, எனக்கு தூக்கம் வருதுங்க. நான் படுத்துக்கறேன்!" என்று கட்டிலின் மறுபுறம் வந்து அமரச் சென்றவளை,

"இருடி" என்றான் ராமச்சந்திரன்.

"என்னங்க?" என்றாள் வைதேகி அப்பாவியாய்.

"எனக்கு தெரியும்டி, நீ எதுக்கு திரும்பி வந்தேன்னு. உன்னைப் பொறுத்தவரை என் மேல மதிப்பும் இல்லை, மரியாதையும் இல்லை, அன்பும் இல்லை, அபிமானமும் இல்லை. வண்டி வண்டியா கோபமும், எரிச்சலும் தான் இருக்கு. ஆனா அதையும் மீறி நாலே நாள்ல நீ திரும்பி வந்திருக்கேன்னா அதுக்குக் காரணம் நான் இல்லைடி... இந்த கட்டில்!" என்றான்.

அதிர்ந்து போய் பார்த்தாள்.

"ஆமாம், உனக்கு புருஷன் வேண்டாம். புருஷ சுகம் மட்டும் வேணும். அதுக்காகத்தான் வந்திருக்கே. சாரி டார்லிங். உனக்கு அது கிடைக்கப் போறதில்லை!"

கட்டில் மேல் உள்ள ஒரு தலையணையையும், போர்வையையும் எடுத்து கீழே போட்டான் ராமச்சந்திரன்.

அவமானத்தில் குன்றிப்போய் நின்றிருந்தாள் வைதேகி. 'நோ! நீ அழக்கூடாது. எதையும் சந்திக்க வேண்டும் என்கிற வைராக்கியத்துடன் தான் வந்திருக்கிறாய் என்பதை மறந்து விடாதே' என்று தனக்குத்தானே சொல்லிக்கொண்டாள் வைதேகி.

"இனிமே உனக்கு அங்கேதான் படுக்கை, போய் படுத்து தூங்கும்மா. ரயில்ல வந்த களைப்பு இருக்குமே?"

வைதேகி அந்த போர்வையையும், தலையணையையும் எடுத்துக்கொண்டு அறை வாசலை நோக்கி நடந்தாள்.

"எங்கேடி போறே?"

"தரையில தான் படுக்கைன்னு முடிவாய்டுச்சு. இங்கே படுத்தா என்ன? எங்கே படுத்தா என்ன? நான் கீழே ஹால்ல போய் படுத்துக்கறேன்!"

"இரு! உன்னை கட்டில்ல தான் படுக்கவேணாம்ன்னு சொன்னேன். இந்த ரூமுக்குள்ளேயே படுத்துக்கலாம்."

"இல்லை, வேணாங்க. - என்னை கட்டில்ல சேர்க்கறதில்லைங்கற உங்க விரதத்தை நானே கெடுத்ததாய்டும்!"

"புரியற மாதிரி சொல்லு..."

"தூங்கறப்ப அங்கங்க துணி விலகலாம். நீங்க புரண்டு படுக்கலாம் அப்புறம் அனாவசியமா தவிப்பீங்க. புருஷ சுகம் இல்லைன்னா பரவால்லைன்னு நான் இருந்தாலும், பொண்டாட்டி சுகம் உங்களுக்கு தேவைப்படும். ஆனா உங்க தன்மானமும், ரோஷமும் தடுக்கும். எதுக்குங்க உங்களுக்கு அவ்வளவு அவஸ்தை? நான் கீழேயே போய் படுத்துக்கறேன்."

"சரிதான் போடி! பெரிய அப்சரஸ்ன்னு நினைப்பு. துணி விலகுமாம். நான் தவிப்பேனாம். போய் கீழேயே படுத்துக்கோ, போ!"

வைதேகி அமைதியாய் படிகள் இறங்கி வந்து ஹாலில் பாய் விரித்துப் படுத்துக் கொண்டாள். இந்த மனிதரை எப்படி மாற்றுவது? மாறக் கூடியவரா இவர்?

வெற்றியோ, தோல்வியோ... அம்மா சொன்ன மாதிரி பத்திய வாழ்க்கையை பிடிவாதமாக வாழ்ந்தே பார்த்து விடுவது!

வைதேகி மனதில் தீர்மானமாக பதித்துக் கொண்டு உறங்கத் துவங்கினாள்.

★★★

காலையில் ராமச்சந்திரன் குளித்து உடுத்தி சென்ட் போட்டுக்கொண்டான். மணி பர்சைத் திறந்து பணம் எவ்வளவு இருக்கிறது என்று பார்த்தான்.

முன்னூறு ரூபாய் சொச்சம் இருந்தது. ரொக்கமாக உள்ள மொத்த கையிருப்பு இவ்வளவுதான். பேங்க் பேலன்ஸ் கணக்கில் நூற்றிப் பத்து ரூபாய் இருக்கிறது. இதை வைத்துக்கொண்டுதான் சமாளிக்க வேண்டும்.

ராமச்சந்திரன் யோசனையோடு கீழே இறங்கி வந்து சமையலறையில் டைனிங் மேஜையில் அமர்ந்துகொண்டு, "வைதேகி! எங்கேடி போனே? மனுஷனுக்கு பசிக்குதில்ல? வா சீக்கிரம்..." என்றான்.

வீட்டின் பின்புறம் இருந்த சிறிய சிமெண்ட் மேடையில் அமர்ந்து, பக்கத்து வீட்டின் தோட்டத்தில் திரியும் அழகழகான கோழிக் குஞ்சுகளை வேடிக்கை பார்த்துக் கொண்டிருந்த வைதேகி, அழைப்பு கேட்டு வீட்டுக்குள் வந்தாள்.

தலைக்கு குளித்து, கூந்தலின் ஈரம் போக துண்டு சுற்றியிருந்த வைதேகி, அவனிடம் வந்து நின்று, "என்னங்க, கூப்புட்டீங்களா?" என்றாள்.

"கூப்புட்டேனா? கத்தினேன்! டிபன் எடுத்து வைடி! வெளியே போகணும்..."

"சமையல் கட்டுல எல்லாம் காலி பாத்திரமாத்தான் இருக்கு. சப்பாத்தி செய்யலாம்ன்னு பார்த்தா கோதுமை மாவு இல்லை. உப்புமா கிண்டலாம்ன்னு பார்த்தா ரவை இல்லை. என்கிட்டே காசு இல்லை. இருந்தா மளிகைக் கடைக்குப் போய் வாங்கிட்டு வந்து செஞ்சு ரெடியா வெச்சிருப்பேன். பணம் கொடுங்க. ஓடிப் போய் வாங்கிட்டு வந்து, பத்தே நிமிஷத்துல உப்புமா பண்ணித் தர்றேன்!"

"வேண்டியதில்லை" விருட்டென எழுந்துகொண்டான். "நான் ஹோட்டல்ல போய் சாப்பிட்டுக்கறேன்" என்று வாசலுக்கு நடந்தான்.

செருப்பு அணிந்து கொண்டு பைக்கில் ஏறி அமர்ந்து, அதை ஸ்டார்ட் செய்தவன், திரும்பி அவளைப் பார்த்தான்.

"இங்கே வா..." என்றான்.

அருகில் வந்தாள்.

"நீ என்ன செய்யப் போறே டிபனுக்கு?"

''சமையல்கட்டுல மளிகை சாமான் தாங்க இல்லை. பானை நிறைய தண்ணி இருக்கு. நான் குடிச்சுக்கறேங்க. நீங்க போயிட்டு வாங்க!''

''என்னடி, கிண்டலா?'' என்றவன், மணிபர்சில் இருந்து பத்து ரூபாய் நோட்டை எடுத்து அவளிடம் நீட்டினான். ''பட்டினி போட்டு பொண்டாட்டியை கொன்னுட்டாங்கற கெட்ட பேரு எனக்கு வரணும்னு பார்க்கறியா? பிடி! பக்கத்து ஹோட்டல்லேர்ந்து வாங்கி சாப்பிட்டுக்கோ!''

அவள் பணத்தை வாங்கிக்கொண்டு, ''பொண்டாட்டிக்கும் பசிக்குமே, பாவமேன்னு நினைச்சீங்க பாருங்க... அதுலேயே எனக்கு வயிறு நிறைஞ்சிடுச்சுங்க. மத்தியானமும் ஹோட்டல்லேயே சாப்பிட்ருவீங்களா? நான் மத்தியானம் ஹோட்டல் சாப்பாடு வாங்கி சாப்பிடட்டுமா? எனக்கு ஒண்ணும் இல்லை. சாமான் வாங்கி வீட்டுல சமைக்கறதை விட ஹோட்டல் சாப்பாடு மூணு மடங்கு விலை அதிகம். வயித்தையும் கெடுக்கும். நீங்க எப்படி சொல்றீங்களோ, அப்படி செய்யறேன். வேளாவேளைக்கு ஹோட்டல்ல சாப்பிட்டுக்கலாம்னு நீங்க சொல்லிட்டீங்கன்னா எனக்கு ஜாலி தான். சமைக்க வேண்டியதில்லை. புஸ்தகம் படிக்கலாம். ரேடியோ கேக்கலாம். டி.வி. பார்க்கலாம். தூங்கலாம்!'' என்றாள் வைதேகி.

எரிச்சலுடன் அவளைப் பார்த்த ராமச்சந்திரன், மணிபர்சில் இருந்து தயக்கத்துடன் ஒரு நூறு ரூபாய் நோட்டை எடுத்துக் கொடுத்தான். ''வேணுங்கற மளிகை சாமான் எல்லாம் வாங்கிக்க. சமைச்சு வை. ரெண்டு மணிக்கு வர்றேன்!'' என்றான். புறப்பட்டான்.

ராமச்சந்திரன் பைக்கில் நேராக தன் நண்பன் வீட்டுக்கு வந்தான். ஏற்கனவே அந்த வீட்டு வாசலில் இரண்டு ஸ்கூட்டர்களும், ஒரு பைக்கும் நிற்க, இவன் பைக்கை நிறுத்தி, கதவு தட்டி... உள்ளே மாடி அறைக்கு வந்தான்.

தரையில் ஜமுக்காளம் விரித்து ஏழெட்டு பேர் சிகரெட் புகை மேகத்திற்கு நடுவில் அமர்ந்து சீட்டாடிக் கொண்டிருந்தார்கள்.

"வாய்யா ராமு..." என்று இவனை வரவேற்றார்கள். ராமச்சந்திரன் அங்கே கொடியில் கிடந்த ஒரு லுங்கியை உரிமையுடன் எடுத்து அணிந்து, பேண்டை கழற்றிப் போட்டு விட்டு அமர்ந்தான்.

"ஏன்டா, அம்மாவும் ஊருக்குப் போயிட்டாங்கன்னு சொன்னே... சீக்கிரம் எந்திரிச்சு வர்றதுக்கு என்ன? ஒரு நாக் அவுட் முடிச்சுட்டோம் தெரியுமா?" என்றான் ஒருவன்

"அம்மா ஊருக்கு போயாச்சு. ஒய்ஃப் வந்துட்டா. நேத்து அவங்கப்பா கொண்டு வந்து விட்டுட்டுப் போனாரு" என்றான் ராமச்சந்திரன்.

"ரொம்ப கோவிச்சுக்கிட்டு போனதா சொன்னியே?"

"பொட்டச்சிங்க கோபம் எத்தனை நாளைக்கு தாங்கும்? அதைவிடு. ஹையஸ்ட் பாயிண்ட் என்ன? ஜாயின் பண்ணலாமா?"

"எண்பது தான் ஹையஸ்ட்! தாராளமா ஜாயின் பண்ணலாம். த்ரீட்வெண்டி! நூறு ரூபா நாக் அவுட் மச்சி. பணத்தை எடு!"

"நூறு ரூபாயா? என்னங்கடா இது? ஐம்பதுன்னுதானே இத்தனை நாளா வெச்சு ஆடிட்டிருக்கோம்?"

"விலைவாசி எல்லாம் ஏறி போய்டுச்சுல்ல? அதனால நூறு ரூபாய்ன்னு ஏத்தி, இன்னைலேர்ந்து அமுலுக்கும் வந்தாச்சு."

ராமச்சந்திரன் நூறு ரூபாய் நோட்டை எடுத்துக் கொடுத்துவிட்டு, தனக்கு போடப்பட்ட கார்டுகளை எடுத்து அடுக்கியபடி சிகரெட் ஒன்றையும் பற்ற வைத்துக் கொண்டான்.

மதியம் மூன்று மணிக்கு வீட்டுக்கு வந்த ராமச்சந்திரனுக்கு சாப்பாடு பரிமாறி விட்டு அதன் பிறகு வைதேகி சாப்பிட்டு முடித்து பாத்திரங்களை கழுவி வைத்து விட்டு வந்தபோது...

“உனக்கு பிடிக்குமேன்னு வாங்கிட்டு வந்தேன் வைதேகி” என்று பாலிதீன் கவரில் உள்ள பீடாவை நீட்டினான் ராமச்சந்திரன்.

அவள் அதை மலர்ச்சியுடன் வாங்கிக்கொண்டு வாயில் போட்டு மெல்லத் துவங்கியதும் ராமச்சந்திரன், “உன்னை நேரா ஒரு கேள்வி கேக்கட்டுமா வைதேகி?” என்றான்.

“கேளுங்க!”

“நடந்ததை விட்டுடு. இப்போ நான் தனியா ஒரு தொழில் ஆரம்பிக்கணும்னு தீவிரமா இருக்கேன். உனக்கு சந்தோஷம்தானே?”

“நிச்சயமாங்க!”

“ஒரு பேங்குல ஒரு லட்சம் ரூபாய் லோன் ஏற்பாடு பண்ண முயற்சி பண்ணிட்டு இருக்கேன். அந்த லோனை சேங்ஷன் செய்யறதுக்கு ஒரு ஆபீசர் அஞ்சாயிரம் லஞ்சம் கேக்கறார் வைதேகி. இதை கொடுத்துட்டா ஒரு வாரத்துல லோன் கிடைச்சுடும். அதனால உன் வளையல் வேணும். விக்கப் போறதில்லை. அடமானம் தான் வெக்கப் போறேன் லோன் வந்ததும் முதல் வேலையா திருப்பிடலாம். என்ன சொல்றே வைதேகி?” என்றான் ராமச்சந்திரன்.

வைதேகி தன் கை வளையல்களை கழற்றினாள்.

✲ ✲ ✲

25

"இந்தாங்க..." என்று தன் கைகளில் அணிந்திருந்த நான்கு தங்க வளையல்களையும் கழற்றி புன்னகையுடன் அவனிடம் நீட்டினாள் வைதேகி.

மறுபேச்சில்லாமல், எந்தக் கேள்வியும் கேட்காமல் அவள் கழற்றியதில் ராமச்சந்திரனுக்கு ஆச்சரியமாக இருந்தது. சின்ன தயக்கத்துடன் வாங்கிக் கொண்டான்.

"ஒரு வளையல் எட்டு கிராம். மொத்தம் நாலு பவுனுங்க. இதை அடமானம் வெச்சா ஏழாயிரமோ, எட்டாயிரமோ தான் கொடுப்பாங்க. வித்தா இன்னைய விலைக்கு பனிரெண்டாயிரத்துக்கு மேல கிடைக்கும் அதனால இதை நீங்க அடமானம் வெக்க வேண்டாம். வித்து காசாக்கிடுங்க!"

"இல்லை வைதேகி. அடமானம் வைக்கறேன் ஒரே மாசத்துல திரும்ப மீட்டுடறேன். எனக்குன்னு ஒரு மரியாதை, கௌரவம் இல்லையா? நாளைக்கு உங்கப்பாவோ, அம்மாவோ பார்த்து வளையலைப்பத்தி கேட்கும் போது வித்தாச்சுன்னு சொன்னா என் ரெஸ்பெக்ட் குறையும்!"

"அடமானம் வெச்சிருக்கோம்ன்னு சொன்னா குறையாதா?"

ராமச்சந்திரன் மௌனமாக இருந்தான். அந்த வளையல்களை பேண்ட் பாக்கெட்டில் போட்டுக் கொண்டு வாசலை நோக்கி நடக்க,

"ஒரு நிமிஷங்க..." என்றாள் வைதேகி. நின்றான்.

அவன் அருகில் வந்து, "நீங்க தனியா தொழில் ஆரம்பிக்கறதுல எனக்கு ரொம்ப சந்தோஷங்க. ஆனா நீங்க அடகு வெச்சு வாங்கப் போற பணம் அந்த நோக்கத்துக்காகத் தானான்னு தெரியணும் எனக்கு..." என்றாள்.

"அதான் சொன்னேனே, ஒருத்தருக்கு லஞ்சம் தரணும்ன்னு!"

"கொஞ்சம் இருங்க நானும் புடவை மாத்திக்கிட்டு வர்றேன். ரெண்டு பேருமா சேர்ந்து போய் அடகு வைக்கலாம். பணம் வாங்கலாம். நீங்க சொல்ற ஆளைப் பார்த்து ரெண்டு பேருமா பணம் கொடுத்துட்டு வரலாம்!"

அவனுக்கு சுருக்கென்றது.

"உனக்கு என்மேல நம்பிக்கை இல்லையா?"

"நீங்க கொடுக்கப் போற பணம் லஞ்சம். அதுக்கு ஒருத்தருக்கு ரெண்டு பேரா போனா நாளைக்கு வாங்கவே இல்லைன்னு அந்த ஆள் மாத்திப் பேச முடியாதில்லே?"

"இந்தக் கதை எல்லாம் வேணாம். உனக்கு என் மேல நம்பிக்கை இல்லை. நான் சொன்ன விஷயத்தை நீ சந்தேகப்படறே. இந்த காசுல நான் குடிச்சு தீர்த்துடுவேன். இல்லைன்னா சீட்டாடி தோத்துடுவேன்னு நீ நினைக்கறே. அப்படித்தானே?"

வைதேகி தன் கைகளைக் கட்டிக்கொண்டாள்.

"ஆமாம். நான் சந்தேகப்படறேன். நான் சந்தேகப்படறதுல என்ன தப்பு?"

ராமச்சந்திரனுக்கு ரோஷம் தலைக்கேற, பேண்ட் பாக்கெட்டுக்குள் கை விட்டு, நான்கு வளையல்களையும் எடுத்தான்.

“உன்னைக் கேட்டு வாங்கினேன் பாரு... அது என் தப்பு. என் புத்தியை முதல்ல ஜோட்டால் அடிக்கணும் கேள்வியா கேக்கறே... கேள்வி? நான் யாருக்கும் பதில் சொல்ல வேண்டிய அவசியமில்லை. உன்கிட்டேர்ந்து ஒரு சின்ன திருகாணிகூட எனக்குத் தேவையில்லை. என்னால சமாளிச்சுக்க முடியும் கையில மாட்டிக்கிட்டு, உனக்கு நீயே ஆட்டி சத்தப்படுத்தி சந்தோஷப்பட்டுக்கோ!”

அந்த வளையல்களை, அவளை நோக்கி எறிந்துவிட்டு, வேகமாக வீட்டை விட்டு வெளியேறி பைக்கில் புறப்பட்டுப்போனான் ராமச்சந்திரன்.

தரையில் பட்டுச் சிதறி, திசைக்கொன்றாய் உருண்டோடிய வளையல்களை நிதானமாக எடுத்து தன் கைகளில் அணிந்து, புன்னகைத்துக் கொண்டாள் வைதேகி.

☆☆☆

ராமச்சந்திரன் புடவை மொத்த வியாபாரம் செய்யும் தனது நண்பன் சேகரின் வீட்டுக்கு வந்தபோது, சேகர் தன் வீட்டுக்கு பெயிண்ட் அடிக்கப்பட்டுக் கொண்டிருப்பதை மேற்பார்வையிட்டுக் கொண்டிருந்தான்.

“அடடே, வாய்யா ராமு! எப்படி இருக்கே? உக்காரு!”

உட்கார்ந்தான். சேகர், வேலைக்காரனிடம் இரண்டு காபிக்கு சொல்லிவிட்டு வந்து அமர்ந்தான்.

“என்னய்யா... டல்லா இருக்கே?”

“ஒண்ணுமில்லை. என்ன ஆச்சு? பெயிண்ட் அடிக்கறாங்க! ஏதாவது விசேஷமா?”

“அப்பா, அம்மா டெல்லியில் தம்பி வீட்டுல இருக்காங்கன்னு உனக்குத் தெரியுமே! அவங்களுக்கு சஷ்டியப்தப் பூர்த்தி வருது. மூத்த பையன் நான் இங்கே இருக்கறதால அறுபதாம் கல்யாணத்தை இங்கே இந்த வீட்டுலதான் வெச்சுக்கணும்ன்னு

கண்டிப்பா சொல்லிட்டேன். ரொம்ப தடபுடலா நடத்தலாம்ன்னு இருக்கேன். மொத்தம் அஞ்சு லட்ச ரூபாய் எஸ்டிமேட் போட்டிருக்கேன். சம்பாதிக்கறோம். நல்லா இருக்கோம். நம்ம அப்பா, அம்மாவுக்கு திருப்தியா செய்யாம வேற யாருக்கு செய்யறது? என்ன நான் சொல்றது?''

''நியாயம் தான்...'' என்றான் ராமச்சந்திரன்.

காபி வந்தது. குடித்தார்கள்.

''சேகர், நான் உன்கிட்டே கொஞ்சம் மனசு விட்டுப் பேசலாமா?'' என்றான் ராமச்சந்திரன்.

''சொல்லுப்பா, என்ன மேட்டர்?''

''என்னோட நிலைமை முழுக்க உனக்குத் தெரியும். ரோஷப்பட்டு கடையில் பார்ட்னர்ஷிப்லேர்ந்து விலகினேன். சீட்டாட்டம், அது இதுன்னு பணம் போன இடமே தெரியலை. இப்போ நான் தனி ஆள் இல்லை. என் பொண்டாட்டியை காப்பாத்தியாகணும். நிதி நிலைமை சரியா இல்லை சேகர். மாசம் ஏதாச்சும் நிரந்தரமா வருமானம் வர்ற மாதிரி ஏற்பாடு செய்தாகணும்...''

''சொல்லு...''

''பஜார்ல கடை பார்த்தேன். பதினைஞ்சாயிரம் பகடி, பத்தாயிரம் அட்வான்ஸ் கேக்கறாங்க. அப்புறம் கவுண்ட்டர், ராக் எல்லாம் இருபத்தஞ்சாயிரம் ஆகுது. ஆரம்ப கொள்முதலுக்கு அம்பதாயிரம். ஆக சின்னதா ஒரு ஜவுளிக்கடை வெக்க ஒரு லட்சம் தேவைப்படுது. பேங்க்ல லோன் தரப் போறாங்கன்னு என் பொண்டாட்டிகிட்டே சும்மா சொல்லி வெச்சிருக்கேன். எந்த பிடிமானமும் இல்லாம லட்ச ரூபாய் எந்த பேங்க்ல தருவாங்க? அதனால நீதான் கொஞ்சம் மனசு வெச்சு உதவணும் சேகர்...''

''உதவறதுன்னா? என்ன சொல்றே? தெளிவா சொல்லு.''

''கடனா கொடு. வட்டியோட திருப்பித் தர்றேன். ஒரு மாசத்துக்கு ஒரு தடவை கொஞ்சம் கொஞ்சமா அசலையும்

தந்து, ரெண்டு வருஷத்துல ஒரு லட்சத்தையும் திருப்பி தந்துடறேன். என் பொண்டாட்டிகிட்டேயும், என் மாமனார் சைடுலயும் நான் தலைநிமிர்ந்து நின்னாகணும் சேகர்!''

''அதெல்லாம் சரிதான். என்னால ஒரு லட்சம் தர முடியும், பணம் எனக்கு பிரச்சினை இல்லைப்பா. கொஞ்சம் வெளிப்படையா பேசலாமா?''

''சொல்லு...''

''உன்னோட முன்கோபமும், அனாவசிய தன்மானமும் எல்லாருக்கும் தெரிஞ்ச விஷயம். இது பத்தாதுன்னு உனக்கு சீட்டாடியாகணும். தினம் தண்ணி அடிச்சாகணும். இந்த நிலைமையில் எந்த நம்பிக்கையில என் பணம் திரும்பி வரும்ன்னு நான் எதிர்பார்க்க முடியும் ராம்?''

சவுக்கடிபட்டவனாக உணர்ந்தான் ராமச்சந்திரன்.

''நீ சீட்டு ஆடறதில்லை? நீ தினம் தண்ணி அடிக்கறதில்லை? வாரத்துக்கு ஒரு தடவை மெட்ராஸுக்கு போய் விதவிதமான பொண்ணுங்களோட ஜாலியா இருந்துட்டு வர்றதில்லை? எனக்குத் தெரியாதா இதெல்லாம்?''- கழுத்து நரம்புகள் புடைக்க கோபமாக கேட்டான் ராமச்சந்திரன்.

''இந்த வெட்டி ரோஷம்தான் உனக்குப் பகை! நான் செலவு பண்றேன்னா சம்பாதிக்கறதுக்கும் ஒரு பக்கம் வழி பண்ணிட்டு செலவு பண்றேன். எனக்கு வர்ற வருமானத்துல நான் நூத்துல ஒரு சதவீதம் தான் இந்த மாதிரி விரயம் பண்றேன். என்னால முடியும், செய்யறேன். இதனால நான் நொடிஞ்சுட மாட்டேன். ஆடறேன். உனக்கு என்ன தகுதி இருக்குன்னு நீயும் ஆட்டம் போடறே? கேட்டா ரோஷம் மட்டும் பொத்துக்கிட்டு வருது? ம்...?''

சட்டென்று எழுந்துகொண்டான் ராமச்சந்திரன். ''இதோ பாரு! உதவ முடியும், முடியாதுன்னு சொல்லிடு. நான் போயிடறேன், நீ என்னை விமர்சனம் பண்ண வேண்டியதில்லை!'' என்றான் சூடாக.

“ரைட்! நான் உனக்கு உதவணும்ன்னு உன் சூழ்நிலை சொன்னாலும், உனக்கு உதவறது பைத்தியக்காரத்தனம்ன்னு எனக்கு படுது. மன்னிச்சுடுப்பா!”

ராமச்சந்திரன் அவனை முறைத்துவிட்டு, “காலம் இப்படியே இருக்காதுப்பா. நான் மேல் தட்டுக்கு வருவேன். நீயும் கீழ்தட்டுக்கு வருவே!” என்றான்.

“நீ மேல் தட்டுக்கு வருவே, வரணும். ஆனா நான் கீழ்த் தட்டுக்கு வரமாட்டேன் ராம். அப்படியே வந்தாலும் என் நிலைமைக்குத் தகுந்தபடி என் குணம் மாறிடும். எனக்கு உதவி கிடைக்கலைன்னு யாருக்கும் சாபம் கொடுத்துட்டிருக்க மாட்டேன்” என்றவனை அலட்சியப்படுத்தி வாசலுக்கு நடந்தான் ராமச்சந்திரன்.

பிறகு நேராக சீட்டாட்டம் நடக்கும் வீட்டுக்கு வந்தான்.

வெறுப்பாக சிகரெட் பற்ற வைத்துக் கொண்டு, “எனக்கும் சீட்டு போடுங்கடா” என்றான்.

“முதல்ல நேத்து பாக்கியை செட்டில் பண்ணிட்டா தேவலாம்!” என்றான் ஒருவன்.

“நான் எங்கே போயிட்டேன்? இங்கே தானே இருக்கேன்?”

“அது சரிதான், ஏற்கனவே முன்னூறு ரூபா தரணுமே எனக்கு!”

“தர்றேன்ப்பா. இந்த ஆட்டத்துல சோல் அடிச்சு உன் கடனை செட்டில் பண்ணிடறேன். விட்டதுலதானே பிடிச்சாகணும்?”

அவனுக்கு போடப்பட்ட சீட்டுகளை எடுத்துக்கொண்டு ஒரு வெறியுடன் ஆடத் துவங்கினான் ராமச்சந்திரன்.

★★★

இரவு இரண்டு மணிக்கு பைக்கின் ‘தட தட’ சப்தத்தில் உறக்கம் கலைந்து எழுந்துகொண்டாள் ஹாலில் படுத்திருந்த வைதேகி.

தன் கணவனிடம் வீட்டின் மற்றொரு சாவி இருப்பது நினைவு வர, மறுபடி படுத்துக்கொண்டாள்.

வீட்டின் வாசல் கதவு திறந்து உள்ளே வந்தான் ராமச்சந்திரன். ஹாலின் விளக்கைப் போட்டு விட்டு அவளிடம் வந்தான்.

"ஏய் வைதேகி! எந்திரிடி! எந்திரிடின்னா!" என்றான்.

எதுவும் புரியாமல் போர்வையை விலக்கிவிட்டு எழுந்து நின்றாள் வைதேகி.

இரண்டு பேண்ட் பாக்கெட்டுகளிலும் கைகளை நுழைத்து ஐம்பது ரூபாய், இருபது ரூபாய் தாள்களை கத்தையாக எடுத்து அவள் முன்னே காட்டினான்.

"ரெண்டாயிரத்து நானூறு ரூபாடி! என்ன முழிக்கறே? இன்னைக்கு ஒரே நாள்ல சீட்டு விளையாடி சம்பாதிச்ச பணம்! ரிடையரான உங்கப்பன் இந்தப் பணத்தை சம்பாதிக்கறதுக்கு ஒரு மாசம் ஆபீஸ்ல லோல் பட்டிருப்பாரு. சீட்டு விளையாட்டுல கொஞ்ச நாளா என்னோட ராசி ஒர்க் அவுட் ஆகாம இருந்திச்சு. இப்போதான் ஒர்க் அவுட் ஆக ஆரம்பிச்சிருக்கு. இனிமே எவளோட தயவும் வேணாம். எந்த பொறுக்கிப் பய வீட்டு வாசலுக்கும் போய் நின்னு கெஞ்ச வேணாம். ரெண்டு மாசத்துல எனக்குத் தேவையான பணம் முழுக்க இந்த சீட்டுலேயே எடுத்துக் காமிக்கறேன் பாரு!" என்று கொக்கரித்தான் ராமச்சந்திரன். மது வாடை கும்மென்று அடித்தது.

"என்னங்க பேச்சு இது ஒரு நாள் ஏதோ ஜெயிப்பு வருதுங்கறதுக்காக சீட்டு விளையாடறதையே ஒரு தொழிலா ஒருத்தர் வெச்சுக்க முடியுமா?"

"நீ வாயை மூடு! உனக்கு வேண்டியது என்ன? அரிசி, பருப்பு, புளி வாங்கறதுக்கு காசு. அதை நான் தந்துடறேன். அந்தக் காசை நான் எப்படி சம்பாதிச்சா உனக்கென்ன? ஷேர் மார்க்கெட்டுல பணம் போட்டு ஷேர் வாங்கி, பின்னால விலை ஏறினப்போ விக்கறானே... லாபம் சம்பாதிக்கறானே... இது

சூதாட்டமில்லையா? அந்த சூதாட்டத்தை எத்தனை லட்சம் பேர் முழுநேர தொழிலா வெச்சிருக்காங்க தெரியுமா?''

கலங்கி நின்றாள் வைதேகி. 'இது என்ன வாதம்?'

''இதோ பாருங்க... இதெல்லாம் நல்லா இல்லை. என் வளையல் தர்றேன். உங்ககூட நானும் வர்றேன்னு அடம்புடிக்கலை. நீங்களே போய் அதை அடமானம் வெச்சு உங்க தொழிலுக்காக பயன்படுத்துங்க. இந்த குறுக்கு வழி வேணாங்க!''

ஒரு நிமிடம் யோசித்த ராமச்சந்திரன், ''அப்போ என்னை இனிமேல் சந்தேகப்படமாட்டியே?'' என்றான்.

''மாட்டேங்க!''

''இப்பவே கழட்டிக் கொடு. காலையில பேச்சு மாறிடுவே!''

வைதேகி வளையல்களை கழற்றிக் கொடுக்க, அதை பாக்கெட்டில் போட்டுக் கொண்டு மாடிக்கு வந்த ராமச்சந்திரன் தீர்மானித்தான்.

'இதை அடகு வைத்து வரும் பணத்தில் முதலில் பழைய சீட்டாட்டக் கடன்களை அடைத்து விட்டு, மிச்சத்தை சீட்டு விளையாட ஒரு முதலீடாகத்தான் பயன்படுத்தப் போகிறேன்!'

✲ ✲ ✲

26

மோட்டார் பைக்கை அந்த பெட்ரோல் பங்கில் நிறுத்தினான் ராமச்சந்திரன். சாவி போட்டு பெட்ரோல் டேங்கை திறந்து வைத்தான்.

"எத்தனை லிட்டர் சார்?"

"ரெண்டு லிட்டர்" என்று பாக்கெட்டில் கை விட ஐம்பது ரூபாய் நோட்டு ஒன்று வந்தது.

கொடுத்து பாக்கி வாங்கிக் கொண்டான். கடைசி ஐம்பது ரூபாய்!

வளையல்களை விற்ற பணத்தில் தினம் நண்பர்களோடு தண்ணி அடித்ததிலும், 'என்.வி.' சாப்பிட்டதிலும், சீட்டாட்டத்திலும் கரைந்து போனது போக, மீதம் இருக்கும் கடைசி ஐம்பது ரூபாய்!

ஒரே வாரம். பனிரெண்டாயிரம் ரூபாயை முதலாக வைத்துக்கொண்டு ஒரு லட்சம் சம்பாதித்துவிட வேண்டும் என்று எத்தனை வெறியுடன் விளையாடினேன்!

'சனியன்! நேரமே ஒர்க் அவுட் ஆகவில்லை. ரெண்டு ஆட்டத்தில் ஜெயிப்பது போலத்தான் இருந்தது. ஆனாலும் சூடான கடற்கரை மணலில் ஊற்றிய தண்ணீரைப் போல எல்லா நோட்டுகளையும் ஆட்டம் சர்ரென்று இழுத்துக் கொண்டுவிட்டது.'

பெட்ரோல் போட்டது போக மிச்சம் இருக்கும் சில்லறை சிகரெட்டுக்கு சரியாகப் போய்விடும். பிறகு?

ராமச்சந்திரன் எரிச்சலோடு பைக்கை உதைத்துக் கிளப்பி, வீடு வந்து சேர்ந்த போது வைதேகி கூடத்தில் 'உம்' மென்று உட்கார்ந்திருந்தாள்,

செருப்புகளைக் கழற்றிப் போட்டு விட்டு பின்பக்கம் சென்று கை, கால்களைக் கழுவிக் கொண்டு வந்து, "வா, சாப்பாடு எடுத்து வை. பசிக்குது" என்றான்.

அசையாமல் உட்கார்ந்திருந்த வைதேகி திரும்பி மட்டும் பார்த்தாள்.

"உன்னைத்தான் சொன்னேன்!"

"சமைக்கலைங்க!" என்றாள் மெதுவாக.

"மளிகை சாமான் எதுவும் இல்லை. அரிசியும் தீர்ந்துடுச்சு. எதை வெச்சு சமைக்கறது? நேத்தே உங்களை வீட்டு செலவுக்கு பணம் வேணும்னு கேட்டேன். 'நாளைக்கு தர்றேன்'னு சொன்னீங்க காலையில டிபன் சாப்பிட்டுட்டு பேப்பர் படிச்சுட்டு இருந்தீங்க. சாப்பிட்டு நான் தட்டு கழுவ பின்பக்கம் போயிட்டு வர்றதுக்குள்ள ஆளைக் காணோம். பைக்கும் இல்லை. இப்பல்லாம் வெளியில போனா சொல்லிட்டுக் கூட போறதில்லைன்னு வெச்சிருக்கீங்க. நான் யார்கிட்டே போய் காசு கேக்க முடியும்? கடன் வாங்கலாம்ன்னாலும் கூட எனக்கு யாரைத் தெரியும்?"

நாற்காலியை விட்டு எழுந்து அவளிடம் வந்தான்.

"அரிசி இல்லை, அது இல்லைன்னு எப்ப பார்த்தாலும் பஞ்சப்பாட்டே பாடிக்கிட்டிரு!" என்றான் எரிச்சலுடன்.

"என்னை என்னங்க பண்ணச் சொல்றீங்க? வீட்டுல ஆம்பளை நீங்க செலவுக்கான பணம் நீங்கதானே ஏற்பாடு செய்யணும்? நகை வித்த பணத்துல லஞ்சமா கொடுத்தது போக மிச்சத்தை பேங்குல போட்டு வெச்சிருக்கிறதா

சொன்னீங்க. செலவுக்கு அதுலேர்ந்து ஒரு முன்னூறு ரூபா எடுத்துட்டு வந்துடறீங்களா?''

''பேங்க்ல பணம் இல்லை!''

''என்னங்க சொல்றீங்க? போட்டதா சொன்னீங்களே?''

''சொன்னேன், போடலை'' என்றான் வேறு திசையைப் பார்த்துக்கொண்டு.

''ஏன் போடலை?''

எச்சில் விழுங்கினான்.

''செலவாகிப் போச்சு வைதேகி.''

''சீட்டாட்ட செலவுதானே?''

மௌனமாக இருந்தான்.

''லஞ்சம் கொடுத்ததா சொன்னீங்களே, அதுவும் பொய் தானே?''

''வைதேகி, எந்த பேங்குல நகையோ, வீட்டு பத்திரமோ எதுவும் இல்லாம லட்ச ரூபாய் கடன் கொடுப்பாங்க?''

''அப்போ, வளையல் வித்த காசு முழுக்க விட்டுட்டீங்களா?''

''எனக்கு டைம் சரியில்லை வைதேகி, வழக்கமா நான்தான் ஜெயிச்சுட்டு இருப்பேன். இந்த சீட்டாட்டமே இப்படித்தான். திடீர்னு கவுத்துடும். திடீர்னு தூக்கோ தூக்குன்னு தூக்கி விடும்?''

''தெரியுதுல்ல? நல்லா புரிஞ்சி வெச்சிருக்கீங்கதானே? அப்புறம் ஏங்க இப்படி பணத்தை அதுல கரைச்சு விட்டுட்டு இருக்கீங்க? இது பொறுப்பான வேலை தானா?''

''வைதேகி, ஒரு தடவை செம தூக்கு தூக்கறப்ப அப்படியே நைசா கழண்டுக்கிட்டு அன்னியோட ஆட்டத்தை நிறுத்திக்கணும்ன்னு வெச்சிருக்கேன்!''

அவனை வெறுப்புடன் பார்த்தாள் வைதேகி.

இவனை புரிந்தவன் கணக்கில் சேர்ப்பதா? புரியாதவன் கணக்கில் சேர்ப்பதா? ஒரு வாரத்தில் பனிரெண்டாயிரம் ரூபாய்க்கு மேல் தொலைத்து தலைமுழுகி விட்டு வந்து நின்று, இன்னும் பொறுப்பில்லாமல், உணராமல் பேசிக் கொண்டிருந்தால் என்ன அர்த்தம்?

"என்னோட வளையலுக்கு என்னங்க பதில்?"

"பொறுத்துக்கோ. நான் கூடிய சீக்கிரத்துல கைநிறைய சம்பாதிக்கப் போறேன். அப்போ நாலு வளையலுக்கு பதிலா கைக்கு நாலா மொத்தம் எட்டு வளையல் பண்ணிப் போடறேன்!"

"ஆகாசத்துலயே கோட்டை கட்டிட்டு இருந்தா எப்படிங்க?"

"ஒரு லட்ச ரூபாய் இருந்தா போதும். ஒரு வருஷத்துல சாதிச்சு காமிப்பேன். அந்த முதலுக்கு தான் அலையறேன்!"

"பின்னாடி எட்டு வளையல் போடறது இருக்கட்டுங்க. இப்போ எனக்கு பசிக்குதுங்க. முதல்ல வயித்துக்கு சாப்பாடு போட வழி என்னன்னு பாருங்க!"

அவள் வார்த்தைகளில் இருந்த நியாயம் அவனை சுருக்கென்று தைத்தது. வேகமாக வெளியே சென்றான்.

சற்று நேரத்தில் இரண்டு பொட்டலங்களுடன் வந்தான்.

"இது லெமன் ரைஸ். இது தயிர் சாதம். சாப்பிடு!" என்றான்.

"இந்த வேளைக்கு சமாளிச்சுடலாம். ராத்திரிக்கு? நாளைக்கு? ஹோட்டல்காரான் கடன் தருவானா? தர்றதா இருந்தாலும் எத்தனை நாளைக்கு தருவான்?"

"சும்மா 'நொய் நொய்'ன்னு கத்திட்டு இருக்காதே! ஏதாச்சும் ஏற்பாடு பண்ணுவேன். இப்போ பேசாம சாப்பிடு!"

"நீங்க?"

"நான் வெளியில் சாப்பிட்டுக்கறேன்." ராமச்சந்திரன் வெளியேறிச் சென்றான்.

'பிரச்சினைகளை தள்ளிப் போடுவதால் அவைகள் தீர்ந்து விடும் என்பது என்ன நம்பிக்கை? தானாக சரியாகி விடுமா எல்லாம்? கொஞ்சம் கூட பொறுப்பில்லாத இவரை எப்படி சரிசெய்யப் போகிறேன்?'

வைதேகி யோசனையுடன் சாப்பிடத் துவங்கினாள்.

***

இரவு தன் படுக்கையில் படுத்து சிகரெட் பிடித்துக்கொண்டிருந்த கணவனிடம் படியேறி அருகில் வந்தாள் வைதேகி.

பின்புறம் வைத்திருந்த இரண்டு கைகளையும் நீட்டினாள் இரண்டு கைகளிலும் பத்து ரூபாய், ஐந்து ரூபாய் கட்டுக்கள் இருந்தன!

ராமச்சந்திரன் திடுக்கிட்டு அவளைப் பார்த்தான். "என்ன இது?"

"என் கழுத்துக்கு அப்பா அஞ்சு பவுன்ல செயின் செஞ்சு போட்டிருந்தார். நம்ம வாழ்க்கைப் பிரச்சினை தான் இப்ப முக்கியமே தவிர என் கழுத்துல அது மினுக்கறது முக்கியமில்லை. வித்துட்டேங்க! பதினைஞ்சாயிரத்து சொச்சம் வந்தது. அந்தப் பணத்துல ஒரு மாசத்துக்கு வேண்டிய அரிசி, மளிகை சாமான் வாங்கிப் போட்டிருக்கேன். இந்த பதினைஞ்சாயிரத்தை நீங்க சொன்ன கடை சொந்தக்காரன்கிட்டே அட்வான்ஸ் கொடுக்க பயன்படுத்துங்க. முதல்ல தொழில் ஆரம்பிக்க கடை வேணும். அதைப் பிடிங்க!"

"மிச்சப் பணம் உங்கப்பனா தருவான்?"

"ஆமாங்க. மிச்சப் பணம் எங்கப்பாவைத்தான் கேக்கப் போறேன். மெட்ராஸ் வீட்டுல எனக்கும் உரிமை இருக்கு. பங்கு இருக்கு. அந்த அடிப்படையில் பணம் கேட்டு வாங்கிட்டு வரப் போறேன்!"

அவளை ஆச்சரியத்துடன் பார்த்தான் ராமச்சந்திரன். "நானே உன்கிட்டே சொல்லலாம்ன்னு இருந்தேன். தயக்கமா இருந்துச்சு வைதேகி. நிஜமாதான் சொல்றியா? உங்கப்பா தருவாரா? வாங்கிட்டு வர்றியா? அவர் ஒண்ணும் இனாமா தர வேண்டாம். கடனா தரட்டும். வேணும்ன்னா 'புரோ நோட்டு' எழுதி கையெழுத்து போட்டுத் தர்றேன். ஒரே வருஷத்துல அவர் கடனை அசல், வட்டியோட தீர்த்துடறேன்!"

"கேட்டுப் பார்க்கறேங்க. இதை வாங்கி பீரோவுல வைங்க முதல்ல."

பணத்தை வாங்கிக் கொண்டதும், சொன்னாள்.

"ஒரு பழமொழி சொல்வாங்க – 'ஒருத்தன் கொஞ்ச நாள் முட்டாளா இருக்கலாம். ஆனா எப்பவுமே முட்டாளா இருக்க மாட்டாங்க'ன்னு! அந்த மாதிரி இந்த பணத்தையும் நீங்க சீட்டாட்டத்துல தொலைக்க மாட்டீங்கன்னு நம்பித்தான் கொடுத்திருக்கேன். மறுபடி வேதாளம் முருங்கை மரம் ஏறினா, இதுக்கு மேல உதவறதுக்கு என்கிட்டே நகை இல்லைங்க!"

வைதேகி சொல்லிவிட்டு நகர...

"நில்லு வைதேகி" என்றான்.

அவள் அருகில் வந்தான். "இந்த சந்தர்ப்பத்தையும் நழுவவிட நான் தயாரா இல்லை. சத்தியமா நாளைக்கு காலையில் முதல் காரியமா கடைக்கு அட்வான்ஸ் கொடுத்துடறேன். நீ எப்போ மெட்ராஸ் போறே? நாளைக்கு ரயில் ஏத்திவிடட்டுமா?" என்றான்.

"நான் ஒண்ணு சொன்னா பொறுமையா கேட்டுக்குவீங்களா?"

"சொல்லு..."

"எங்கப்பாவுக்கும், அம்மாவுக்கும் உங்க மேல கொஞ்சம் கோபதாபம் இருக்கு. இருக்கத்தானே செய்யும்? இந்த நிலைமையில் நான் மட்டும் தனியா போய் பணம் கேக்கறதை விட, நீங்களும் கூட வந்தா நல்லா இருக்கும்ன்னு

நினைக்கறேன். அவங்களுக்கும் மனசுக்கு ரொம்ப ஆறுதலா இருக்கும்!''

''புரியுது. பணம் கேக்கறதை சாக்கா வெச்சு உங்கப்பா, அம்மாகிட்டே என்னை மன்னிப்பு கேக்க வைக்கறது தான் உன் திட்டம் அப்படித்தானே?''

''ஏங்க அப்படி எல்லாம் சொல்றீங்க?''

''தெரியும்டி! உன்னைப்பத்தி தெரியும்.''

''நான் அப்படி நினைச்சு சொல்லலை. சரி, அப்படியே வயசுல மூத்த அவங்ககிட்டே நீங்க மன்னிப்பு கேக்கறதுல என்ன தப்பு?''

சுர்ரென்று கோபம் தலைக்கேற ''எனக்கு ஒண்ணும் அவசியம் இல்லை. நம்ம புருஷன் தொழில் ஆரம்பிக்கணும், நல்ல வாழ்க்கை நமக்கு அமையணும்ன்னு உனக்கு ஆசை இருந்தா நீ போய் கேட்டு சாதிச்சுட்டு வா! 'நம்ம பொண்ணு வாழ்க்கையும், எதிர்காலமும் நல்லா இருக்கணும்'ன்னு உங்கப்பாவுக்கு அக்கறை இருந்தா பணம் கொடுக்கட்டும். நான் வரமாட்டேன். பல் இளிக்கவும் மாட்டேன்'' என்றான் கராறாக.

'இந்த வறட்டு ஜம்பத்துக்கும். வீராப்புக்கும் ஒண்ணும் குறைச்சல் இல்லை...' என்று சொல்ல வந்த வைதேகி, எச்சரிக்கையாக தொண்டைக்குள்ளேயே வார்த்தைகளை நிறுத்தி வைத்துவிட்டு, படியிறங்கி கீழே வந்து கூடத்தில் படுத்துக்கொண்டாள்.

***

நள்ளிரவில் தன் கன்னத்தில் மூச்சுக் காற்றின் வெப்பத்தை உணர்ந்து சட்டென்று வைதேகி விழித்துக் கொள்ள...

அருகில் படுத்திருந்த ராமச்சந்திரனின் கை அவளை அணைத்துக் கொண்டிருந்தது.

சட்டென்று எழுந்து அமர்ந்து, ''என்னங்க இது?'' என்றாள்.

''சரிதாண்டி! ஏதோ கோபத்துல ஒரு வார்த்தை சொல்லிட்டா நீயும் கீழே வந்து தனியா படுக்கறதையே வழக்கமா வெச்சுக்கணுமா? ம்?'' என்று அவள் கன்னத்தில் முத்தமிட வந்த அவன் முகத்தை விலக்கினாள்.

''இதோ பாருங்க. எல்லாத்துக்கும் மழுங்கிப் போற ஜடமா என்னை நினைக்காதீங்க. நானும் ஒரு மனுஷி. எனக்கும் கொஞ்சமாவது ரோஷமும், தன்மானமும் இருக்குமா இல்லையா? 'கட்டில் சுகத்துக்காகத்தானே திரும்பி வந்தே?'ன்னு நெருப்பால சுட்ட மாதிரி கேட்டது நீங்கதானே? தயவுசெஞ்சு கையை எடுங்க. எனக்கு சுகம் வேணாம். மனைவிங்கற மரியாதையும், அந்தஸ்தும் முதல்ல வேணும்!'' என்றாள் வைதேகி.

''ரொம்பதான் அலட்டறியே! நீ இப்ப என்ன தாண்டி சொல்றே?'' என்றான் ராமச்சந்திரன் கோபமாக.

✲ ✲ ✲

27

"புருஷன், தன் பொண்டாட்டியை தொடறதுல தன்மானம் என்ன கெட்டுப் போகுது? ம்...?" என்றான் ராமச்சந்திரன்.

"எனக்குப் பிடிக்கலைங்க" என்றாள் பட்டென்று.

"என்னைப் பிடிக்கலையா? நான் தொடறது பிடிக்கலையா?"

"உங்களோட குணங்கள் பிடிக்கலை. ரோட்டுல எதையாச்சும் மிதிச்சுட்டா அப்படியேவா வீட்டுக்குள்ள வர்றோம்? காலை சுத்தமா கழுவிக்கிட்டு அப்புறம் தானே உள்ளே வருவோம்? அந்த மாதிரி உங்ககிட்டே இருக்கற கெட்ட குணங்களை எல்லாம் கழுவிக்கிட்டு வாங்க. தாம்பத்திய உறவுங்கறது வெறும் உடம்புகளோட சங்கமம் மட்டும் இல்லீங்க. மனசும் கலக்கணும். என் மனசு நிறையற மாதிரி முதல்ல நீங்க ஒரு பொறுப்புள்ள புருஷனா நடந்துக்கங்க. அதுக்கப்புறம் என்னைத் தொடுங்க!"

"ஏய்! நீ அனாவசியமா என்னை உசுப்பேத்தறே! ஏன்டி, நீ என்ன பெரிய பலசாலியா? இப்ப உன்னை வலுக்கட்டாயமா என்னால அனுபவிக்க முடியாதுன்னு நினைச்சியா?"

"சபாஷ்! சொந்த மனைவியையே கற்பழிப்பு! அது ஒண்ணுதான் பாக்கி வெச்சிருக்கீங்க. நடத்துங்க. ஆனா அதுல என் மனசை உங்களால வசப்படுத்த முடியுமா? உங்களுக்கு

என் மனசு முக்கியமில்லைன்னா, உடம்புதான் வேணும்னா சொல்லிடுங்க. பலாத்காரம் எல்லாம் வேண்டாம். நான் தயார்!''

ராமச்சந்திரனுக்கு ஒவ்வொரு வார்த்தையும் ஊசியாய் குத்தியது. அவள் தோளில் வைத்திருந்த கை, அனிச்சையாக விலகியது. எழுந்து மௌனமாக மாடிக்கு நடந்தான்.

வைதேகிக்கு மகிழ்ச்சியாக இருந்தது. இந்த பதில் பேசாத மௌனமே ஒரு சிறிய வெற்றிதான்.

தன் குறைபாடுகளை உணர்வதால் வந்த மௌனம் சுட்டிக்காட்டப்படுவதில் நியாயம் இருப்பதை அறிவதால் வந்த மௌனம்.

மௌனம் ரொம்ப பலம் வாய்ந்தது. நிறைய யோசிக்க வைக்கும் அப்படி யோசிக்கும்போது குறைகள் விசாலமாகத் தெரியும். வெளிச்சம் போட்டது போல பளிச்சென்று புரியும். புரியட்டும். விரைவில் புரியட்டும்.

★★★

ஆட்டோவில் வந்து வைதேகி இறங்கும் போது அவள் அப்பா சைக்கிளில் வீட்டை விட்டுப் புறப்பட இருந்தவர், இவளைப் பார்த்ததும், சந்தோஷத்தில் சைக்கிளை நிறுத்தினார். வீட்டுக்குள்ளே திரும்பி குரல் கொடுத்தார்.

''நாகு... வைதேகி வந்திருக்கா!''

ஆட்டோவில் இருந்து, அவளது சூட்கேஸை எடுத்தபடி, ''நீ உள்ளே போம்மா. நான் பணம் கொடுத்துடறேன். எவ்வளவுப்பா ஆச்சு?'' என்று மீட்டரைப் பார்த்தார்.

கிரைண்டரிலிருந்து மாவு வழித்து பாத்திரத்தில் போட்டுக் கொண்டு இருந்த அவள் அம்மா நாகேஸ்வரி, அப்படியே மாவுக் கையுடன் வாசலுக்கு ஓட்டமாய் ஓடி வந்தாள்.

''வாடி! நீ மட்டும் தான் வந்திருக்கியா?''

"நான் மட்டும் தான் வந்தேன். ஆனா சண்டை எதுவும் இல்லைம்மா. சாதாரணமாத்தான் வந்தேன். ஸ்டேஷனுக்கு அவரே வந்து வழியனுப்பி வெச்சார்..." என்று செருப்புகளை விலக்கி விட்டு உள்ளே நுழையச் சென்றவள், ஒரு ஜோடி ஷூ கிடப்பதைப் பார்த்து, "யார் வந்திருக்காங்க?" என்றாள்.

"சுதர்சனம் வந்திருக்காம்மா. குளிச்சுட்டிருக்கான்" என்றாள் அம்மா. "உத்தியோக வேலையா வந்திருக்கான். நாளைக்கு ஊருக்குப் போறானாம்!"

விஸ்வநாதன் உள்ளே வந்து, "என்ன வைதேகி, எப்படி இருக்கே?" என்றார் உவகையுடன்.

"சந்தோஷமா இருக்கேன்ப்பா. இப்போ எங்க ரெண்டு பேருக்குள்ள எந்த பிரச்சினையும் இல்லை. அவரு ரொம்ப மாறிட்டார். வீட்டை விட்டு அந்தப் பக்கம், இந்தப் பக்கம் நகர்றதில்லை. தொழில் ஆரம்பிக்கறதைப் பத்தி சீரியஸா யோசிச்சுக்கிட்டிருக்கார்!"

'எத்தனை பொய்கள் - இவர்களை சந்தோஷப்படுத்த என் அந்தரங்கங்களின் விரிசல்களை மூடி மறைப்பதற்காக! சரியோ, தவறோ! இது என் வாழ்க்கை. பொறுப்புள்ளவரோ, பொறுப்பில்லாதவரோ! என் கணவர்! உண்மை நிலையை அசடு மாதிரி கொட்டுகிற காரியத்தை இனி செய்யப் போவதில்லை! மறைக்க வேண்டிய விஷயங்களை மறைத்து, சாதித்தாக வேண்டும் முதலில். அதுதான் முக்கியம்!'

இவள் சொன்னதைக் கேட்டதும் அப்பா, அம்மா இரண்டு பேருக்கும் முகத்தில் பிரகாசம் வந்தது.

"குளிச்சுட்டு சாப்பிடு வைதேகி! நான் கொஞ்சம் பேங்க் வரைக்கும் போக வேண்டியிருக்கு. வந்து பேசலாம்" என்று விஸ்வநாதன் புறப்பட்டுச் சென்றார்.

அம்மா அவள் அருகில் வந்து, "நீ சொன்னது நிஜம் தானா வைதேகி?" என்றாள்.

"ஆமாம்மா. அனுசரிச்சுப் போறதில ஒரு சுகம் இருக்கும்மா. விட்டுக்கொடுக்கறதுல ஒரு பெருமை இருக்கு. கர்வம்கூட வருது. அதனால லாபம்தான். அவர், நடந்த தப்புகளுக்காக ரொம்ப வருத்தப்படறார்ம்மா. அவரும் என் கூட வர்றதாத்தான் இருந்தாரு. அவருக்கு மனசு கேக்கலை. ஒரு தொழில் ஆரமபிச்சப்புறம்தான் உங்க முகத்துல முழிப்பேன்னு ரோஷமா சொன்னார். அந்த ரோஷத்துலயே இருக்கட்டும்ன்னு நானும் சரின்னு தனியாவே புறப்பட்டு வந்துட்டேன்" என்றாள் வைதேகி. பின்புறம் குளியலறையிலிருந்து இடுப்பில் ஈரத்துண்டுடன் உள்ளே கூடத்திற்கு வந்த சுதர்சனம், "அடடே! வைதேகி! இதுதான் 'தாட் கோயின்சிடென்ஸ்'ன்னு சொல்றது. நான் மெட்ராஸ்ல வேலையை முடிச்சுட்டு மதுரைக்கு வந்து உன்னை பார்த்துட்டுப் போகணும்ன்னு நினைச்சேன். நீயே இங்கே வந்துட்டே" என்றான்.

"உனக்கு செலவு மிச்சம்!"

"நேரம் மிச்சம்ன்னு சொன்னா ஒத்துக்குவேன். மச்சான் வரலையா?"

"இல்லை."

"இரு சட்டை மாட்டிக்கிட்டு வந்துடறேன்." அவன் அறைக்குள் சென்றான்.

வைதேகி குளித்து விட்டு உடை மாற்றி தலை சீவிப் பின்னலிட்டுக் கொண்டதும், சமையலறையில் தடுக்கு போட்டுக்கொண்டு இவளும், சுதர்சனமுமாக அமர, அம்மா பரிமாறினாள்.

"வைதேகி, அம்மா எல்லாம் சொன்னாங்க. எனக்கு ஒரே ஷாக்!" என்று துவங்கினான் சுதர்சனம். "நீ எனக்கு ஒரு தந்தி அடிச்சிருக்கக் கூடாதா?"

"எதுக்கு?" என்றாள் வைதேகி சாப்பிட்டுக் கொண்டே!

"இந்த மாதிரி மாப்பிள்ளை ஒரு பக்கா ஃப்ராடுன்னு தெரிஞ்சதும் நீ என்னை கான்டாக்ட் பண்ணியிருக்கணும்!"

''பண்ணியிருந்தா?''

''வந்து செவுட்டுல நாலு தாக்கு தாக்கிட்டு, 'நீ என்னடா என் தங்கச்சியை வெளியில போகச் சொல்றது?'ன்னு உன்னை நான் அழைச்சுட்டு வந்திருப்பேன். சரி, விடு. இப்ப மறுபடி சமாதானமா போனியே... எதுக்காக? இவ்வளவு பெரிய ஃப்ராடுன்னு தெரிஞ்சும் எதுக்காக சமாதானமா போகணும்?''

''வேற என்ன பண்றது?''

''வேற என்ன பண்றதா? வழியா இல்லை? வைதேகி போலீஸ்ல ஒரு கம்ப்ளெயிண்ட் கொடுத்தா போதும். இப்படி பொய் சொல்லி கல்யாணம் செய்ததுக்காக அவனை கம்பி எண்ண வைக்கலாம்.''

''சரி, அப்புறம்? என் நிலைமை?''

''உன் நிலைமைக்கு என்ன? ரொம்ப சுலபமா விவாககரத்து வாங்கலாம்!''

''வாங்கிட்டு?''

''வாங்கிட்டு... ஒரு பெட்டர் சாய்ஸ் செலக்ட் பண்ணி, மறுபடி கல்யாணம் பண்ணிக்கலாம். இது ஒண்ணும் இப்ப நடக்காத விஷயமில்லை. நடக்கறது நைன்டீன் நைன்ட்டி டூ! உன்னோட தன்மானத்தை எல்லாம், தாலி கட்டிக்கிட்டாச்சுங்கற ஒரே காரணத்துக்காக விட்டுக்கொடுத்து சகிச்சுக்கிட்டு மனசைப் போட்டு தொல்லை பண்ணிக்கிட்டு வலுக்கட்டாயமா ஒரு வாழ்க்கை வாழ வேண்டிய அவசியமே இல்லை!''

''பேசி முடிச்சுட்டியா? அவர் சொன்னது ரெண்டே பொய். ஒண்ணு, தனக்கு ஜவுளிக் கடையில் பங்கு உண்டுன்னு சொன்னது. ரெண்டு, தான் இருக்கிற வீடு சொந்த வீடுன்னு சொன்னது. அதுக்காக இப்ப அவர் ரியலைஸ் பண்றார். சொன்ன பொய்களை உண்மையாக்கிக் காட்டணும்கற தீவிரத்தோட இப்ப இருக்கார். அதனால நீ சொல்ற எந்த பேச்சுக்கும் இப்ப அவசியமில்லை!''

''அவர் சொன்ன பொய் அவ்வளவுதானா? நல்லவர் மாதிரி வேஷம் போட்டதே கூட ஒரு பொய்தானே? சிகரெட் பிடிக்கறார். தண்ணி அடிக்கறார். சீட்டாடறார். எல்லாம் அம்மாகிட்டே சொல்லியிருக்கியே! அதையும் நிறுத்திட்டாரா இப்போ?''

திடீரென்று தன் அண்ணன் மேல் வைதேகிக்கு எரிச்சலும், கோபமும் பொங்கியது. இது குத்தலா, இல்லை அக்கறையா? உண்மையான பரிதாபமா, இல்லை பரிகாசமா!?

'அவர் என் கணவர். எப்படியோ இருந்துவிட்டுப் போகிறார். உன் வேலையைப் பார்த்துக் கொண்டு போ! என்னால் சமாளித்துக்கொள்ள முடியும். இது என் பிரச்சினை. நான் பார்த்துக் கொள்கிறேன்' என்று சொல்ல வேண்டும் போலிருந்தது.

''இப்போ எப்படின்னு கேட்டேன் வைதேகி?''

''எல்லா கெட்ட பழக்கங்களையும் இப்போ விட்டுட்டார்.''

''நிஜமா?''

''நிஜமாத்தான்.''

''அதெல்லாம் அவ்வளவு சுலபமா விட்டுட முடியுமா? எங்க மனசு கஷ்டப்படும்னு நீ பொய் சொல்றேன்னு நினைக்கறேன்.''

''நினைச்சுக்கோ. நீ கேக்கறதுக்குதான் பதில் சொல்ல முடியும். நீ நினைச்சுக்கறதுக்கு எல்லாம் நான் பதில் சொல்ல முடியாது'' என்றாள் வெடுக்கென்று.

''சுதர்சன், விடுப்பா. அவளுக்கு நான் ஏகப்பட்ட புத்தி சொல்லி, அவளும் உணர்ந்து மறுபடி போனா. இப்போ திருப்தியா இருக்கறதா அவளே சொல்றா. இனிமே பழசைப் போட்டு கிண்டி கேள்வி கேக்கறது அநாகரீகம்'' என்றாள் அம்மா.

விஸ்வநாதன் உள்ளே வந்து கைகளைக் கழுவிக்கொண்டு, அவர்களுக்கு அருகில் அமர்ந்தார். ''என்ன சொல்றான் அண்ணன்?''

“அவர் சொல்றது இருக்கட்டும்ப்பா. நான் சொல்றதை கேட்டுக்கங்க, நான் ஒரு காரியமாதான் வந்திருக்கேன்” என்றாள் வைதேகி.

“என்னம்மா?”

“அவர் தனியா தொழில் ஆரம்பிக்கறதுக்கு விரும்பறார். அதுக்கு ஒரு லட்சம் ரூபாய் தேவைப்படுது. என்னோட செயினையும், வளையலையும் வித்து, அந்தப் பணத்துல கடைக்கு அட்வான்ஸ் கொடுத்தாச்சுப்பா!”

அம்மா சட்டென்று திரும்பி அவளைப் பார்த்தாள்.

“கையிலேயும், கழுத்துலயும் கவரிங் நகையை நீ போட்டுக்கிட்டு இருக்கறதைப் பார்த்ததுமே சந்தேகமா இருந்தது. கேக்க வேணாம்னு அடக்கிட்டேன். விக்கவே வித்தாச்சா?”

“ஆமாம்மா.”

“நாங்க நகைன்னு உனக்கு போட்டதே அது ரெண்டுதானேம்மா?”

“நகையை விட தொழில் அவசியமாபட்டது. கழட்டிக் கொடுத்துட்டேன். சம்பாதிக்க ஆரம்பிச்சதும், ஒண்ணுக்கு ரெண்டா வாங்கிக்கலாம். இப்போ நேரா சொல்லிடறேன். ‘இந்த வீடு மூணு பொண்ணுங்களுக்கும் தான்’னு அடிக்கடி சொல்வீங்களேப்பா! இப்போ என் பங்குலேர்ந்து ஒரு எண்பதாயிரம் ரூபாய் ஏற்பாடு பண்ணித் தர முடியுமாப்பா? கடனா கொடுத்தாலும் சரி. என் பங்கு எண்பதாயிரம் தேறுமில்லே?” என்றாள் வைதேகி.

சாப்பிட்டுக் கொண்டிருந்த விஸ்வநாதனும், சுதர்சனமும் அவளின் கோரிக்கையால் அதிர்ந்து போனார்கள். “இது யார் யோசனை? உன் யோசனையா? இல்லை, போய் பணம் வாங்கிட்டு வான்னு அவர் சொல்லி அனுப்பினாரா?” என்றான் சுதர்சனம்.

"என் யோசனைதான்!"

"மாப்பிள்ளை மேல எனக்கு நம்பிக்கை இல்லைம்மா. நீ நினைக்கிற கணக்கு தப்பா போயிடும். எனக்கு இதுல சம்மதமே இல்லை" என்றார் விஸ்வநாதன் ஆணித்தரமாக.

* * *

28

விஸ்வநாதன் கை கழுவிவிட்டு மேல் துண்டில் ஈரம் துடைத்தபடி கூடத்திற்கு வந்து ஈஸிசேரில் அமர்ந்து, வெற்றிலைப் பெட்டியைத் திறந்தார்.

"நல்லா யோசனை பண்ணிதான் பேசறியா வைதேகி?" என்றார்.

வைதேகி அவர் அருகில் கீழே அமர்ந்துகொண்டு, முழங்கால்களைக் கட்டிக்கொண்டு சொன்னாள்.

"யோசனை பண்ணிதான் கேட்டேன்ப்பா!"

சுதர்சனம் தனது லுங்கியை மடித்துக் கட்டிக்கொண்டு, மூங்கில் மோடாவை உருட்டி வந்து போட்டு அமர்ந்து, "எனக்கு என்னவோ இது பைத்தியக்காரத்தனமான முடிவாபடுது" என்றான்.

"எந்த விதத்துல?" என்றாள் வைதேகி.

"வைதேகி, உன் புருஷனைப் பத்தி சொல்றேனேன்னு நீ தப்பா நினைக்கக் கூடாது. உள்ளதைத்தான் பேசறேன். ஓப்பனா பேசிக்கலாம். ஒரு சின்ன வீடியோ கவரேஜ் மேட்டர்லேயே அவரோட மெண்டாலிட்டி தெரிஞ்சு போச்சு. அதுக்கப்புறம் வரிசையா பொய்யான கௌரவம் தேடிக்கிட்டதெல்லாம் தெரிஞ்சது. உன்கிட்டேயும் இல் ட்ரீட்மெண்ட்! ஜவுளிக்

கடையில் தன் கணக்குல இருந்த பணத்தை எல்லாம் கொஞ்சம் கொஞ்சமா வாங்கி, சீட்டாட்டத்துல விட்டிருக்கார். இப்படிப்பட்ட மனுஷனை எப்படி நீ நம்பறே? இப்போ நீ கேக்கற எண்பதாயிரம் ரூபாய் பணத்தை அப்பா எப்படியோ புரட்டிக் கொடுத்துடறார்ன்னே வெச்சுக்கலாம். இந்த பணத்தையும் கரைச்சு விட்டுட மாட்டார்ன்னு என்ன நிச்சயம்? பொண்டாட்டிக்கு மாமனார் வீட்டுல போட்டு அனுப்பிச்ச நகைகளை வெச்சுதான் அட்வான்ஸே கொடுத்திருக்கார்ன்னா, கொஞ்சம்கூட தன்மானம் இல்லாதவர்ன்னு புரிஞ்சு போயிடுச்சா இல்லையா?'' என்றான் சுதர்சனம். பதில் சொல்லாமல் அவன் முகத்தையே அமைதியாகப் பார்த்தாள் வைதேகி.

'திருமணத்திற்கு முன்பாக அவர் சிகரெட் பிடிக்கிறார் என்பதை நான் உன்னிடம் சொன்னபோது 'இது சாதாரண விஷயம்' என்று சமாதானப் படுத்தியவன் நீ தானே அண்ணா? ஏதோ அப்பா பார்த்து ஏற்பாடு செய்திருக்கிறார். அண்ணன் என்கிற பெயருக்காக கொஞ்சம் கூடமாட இருந்து, ஓடியாடி கல்யாணத்தை நீயே முடித்தது போல பாவ்லா செய்த நீ, கொஞ்சம் முன்னாலேயே வந்து மதுரைக்குச் சென்று, அப்பா பார்த்த மாப்பிள்ளை நல்லவர்தானா என்று உன் பங்குக்கு நாலு பேரை அக்கறையுடன் விசாரிக்க ஆர்வம் காட்டினாயா அண்ணா? வீடியோ கவரேஜ் விஷயத்தில் சொன்னபடி அவர் பணம் தரவில்லை என்கிற நிமிடத்தில் இருந்து அவர் மேல் மனதில் ஒரு வெறுப்பை ஏற்றிக்கொண்டு அதே வெறுப்புப் பார்வையுடன் தங்கையின் இல்லறப் பிரச்சினையை நோக்குவது எந்த வகையில் நியாயம் அண்ணா?'

வைதேகி எப்போதும் போல கேள்விகளை உள்ளுக்குள்ளேயே தேக்கிக் கொண்டாள்.

விஸ்வநாதன் வெற்றிலையை மென்றபடி, ''வைதேகி, உங்க அண்ணன் கொஞ்சம் ஸ்ட்ராங்கா கேக்கறான். உன் புருஷன் மேலே அதே அவநம்பிக்கை எனக்கும் இருக்கும்மா. உனக்கு

சேர வேண்டிய பங்கைக் கொடுக்கறதுல எந்த பிரச்சினையும் இல்லை. ஆனா...'' என்றார்.

''இருங்கப்பா. அதுலேயே பிரச்சினை இருக்கு'' என்றான் சுதர்சனம்.

''என்ன பிரச்சினை?''

''சரி, வைதேகிக்கு இந்த வீட்டுல மூணுல ஒரு பங்கைக் கொடுத்துடறதாவே வையுங்க. எப்படி தருவீங்க?''

''ஏற்கனவே வீட்டு மேலே கொஞ்சம் கடன் இருக்குப்பா. வீட்டை வித்து கடனை அடைச்சுட்டு, மிச்சத்தை மூணு பொண்ணுகளுக்கும் பிரிச்சுக் கொடுத்துட்டு நாங்க ரெண்டு பேரும் ஒரு வாடகை வீட்டுக்கு போயிட்டாப் போச்சு. எங்க ரெண்டு பேருக்கு இவ்வளவு பெரிய வீடும் தேவையில்லை. என்ன நாகு?'' என்றார்.

நாகேஸ்வரி தூண் மேல் சாய்ந்து நின்றபடி, ''ஆமாங்க. வீடு பெரிசா இருக்கறப்பதான் ரொம்ப வெறிச்சுன்னு யாரும் இல்லாதது தெரியும். எல்லோரோட ஞாபகமும் வந்துட்டே இருக்கு'' என்றாள்.

''அதெல்லாம் சரிதான்ப்பா. ஆனா வீட்டை இப்போ விக்கறதுக்கு உங்க புது மாப்பிள்ளை சம்மதிப்பார். அவருக்கு பணம் தேவை. மிச்ச ரெண்டு மாப்பிள்ளைகளும் சம்மதிப்பாங்களா?''

''என்னோட வீடு. நான் விக்கறதுல யாரோட சம்மதத்தைக் கேட்கணும் சுதர்சனம்?'' என்றார் விஸ்வநாதன்.

''வீடு உங்களோடது தான்ப்பா. ஆனா மூணு பொண்ணுகளுக்கும் தான் இந்த வீடுன்னு சொல்லிட்டீங்க. அதனால விக்கறதுன்னு வர்றப்ப அவங்களை ஒரு வார்த்தை கேக்காம இருக்க முடியுமா?''

''சரி, கேட்டுகிட்டா போச்சு!''

''விக்கலாம்ன்னு மத்த ரெண்டு பேருக்குமே தோணணுமேப்பா? மெட்ராஸ்ல லேண்ட் விலை விஷம் மாதிரி வருஷத்துக்கு வருஷம் ஏறுது. நம்ம வீடு நல்ல சென்டர்! நல்ல விலை போகும். இன்னும் ரெண்டு மூணு வருஷம் கழிச்சு வித்தா இன்னும் பெரிய விலைக்குப் போகும்ன்னு அவங்க நினைக்கலாமே...''

''அவங்க நினைக்கலைன்னாக் கூட நீ போய் சொல்லிக் கொடுத்து நினைக்கச் சொல்வே போலிருக்கு'' என்று வெடுக்கென கேட்டாள் வைதேகி.

''ஏய்... வார்த்தையை யோசிச்சுப் பேசு'' என்றான் சுதர்சனம் குரலை உயர்த்தி.

''சரிண்ணா. வீட்டை மெதுவா வித்துக்கலாம். ஆனா எனக்கு இப்ப எண்பதாயிரம் ரூபாய் தேவைப்படுது. நீ ஏற்பாடு செய்து தர்றியா? நாளைக்கு வீடு வித்து, பணம் என் கைக்கு வர்றப்போ வட்டியோட திருப்பித் தந்துடறேன்'' என்றாள் வைதேகி.

''என்கிட்டே ஏது அவ்வளவு பணம்?''

''பணம் இல்லாமதான் பெங்களூர்ல எட்டு லட்ச ரூபா எஸ்டிமேட் போட்டு வீடு கட்டிட்டு இருக்கியா?''

''அர்த்தமில்லாம பேசாதே. பேங்க் லோன் போட்டிருக்கறதும், பொண்டாட்டி ஒட்டியாணத்தை அடகு வெச்சிருக்கறதும் உனக்குத் தெரியுமா?''

''இன்கம்டாக்ஸ்காரனுக்கு வீடு கட்ட பணம் ஏதுன்னு கணக்கு காட்டறதுக்காக பேங்க் லோன் போட்டிருக்கிறதா நீயே ஒரு நாள் சொன்னியே?''

''சரி, அதுக்காக ஒரு உருப்படாத உதவாக்கரை மச்சானுக்கு எண்பதாயிரம் தாரை வார்த்துக் கொடுக்க முடியுமா?''

''அதான் திருப்பித் தர்றேன்னு சொன்னேனே?''

"எப்படி நான் நம்பறது? நாளைக்கு எல்லாத்தையும் தோத்துட்டாருன்னு கண்ணை கசக்கிக்கிட்டு வந்து நின்னா உன் மேலே கேஸா போட முடியும்?"

"அப்போ நான் வாழாவெட்டியா வீட்டுல வந்து உக்காந்துட்டா உனக்கு சந்தோஷம். அப்படித்தானே?" என்றாள் வைதேகி சூடாக.

"இப்படி அர்த்தம் கெட்டதனமா பேசினா என்ன பதில் சொல்றது?"

"எனக்கு அமைஞ்ச புருஷன் மோசமானவரா இருந்தாலும் இடிஞ்சு போயிடாம, அவரை சரி பண்ணி குடித்தனம் பண்ண முடியும்ன்னு நம்பிக்கையில் பணம் கேட்டு வந்திருக்கேன். அப்பா வீட்டை வித்துக் கொடுக்கறேன்னு சொல்றார். அதுக்கும் முட்டுக்கட்டை போடறே 'சரி, நீ கடன் கொடுத்து உதவு'ன்னா எப்படி நம்பறதுன்னு கேக்கறே? உன் தங்கச்சியை ஒரு தப்பான மாப்பிள்ளைக்கு கல்யாணம் பண்ணிக் கொடுத்ததுல உனக்கும் பங்கு இருக்கு. இப்போ அவ நல்லா வாழணும்ன்னு நினைக்க வேண்டிய பொறுப்பும் உனக்கு இருக்கு அதை யோசிக்காம, எல்லாத்துக்கும் நழுவலா பேசிக்கிட்டே இருந்தா என்ன அர்த்தம்?"

என்ன பதில் பேசுவது என்று புரியாமல் சில வினாடிகள் தவித்தான் சுதர்சனம்.

விஸ்வநாதன் எழுந்துசென்று வாய் கொப்புளித்துவிட்டு வந்து அமர்ந்து, "போதும். ரெண்டு பேரும் அடிச்சுக்க வேணாம். வைதேகி ஏதோ ஒரு நம்பிக்கையில வந்திருக்கா. அந்த நம்பிக்கையை கலைக்க நான் விரும்பலை. நான் உனக்கு எண்பதாயிரம் பணத்துக்கு ஏற்பாடு பண்றேம்மா. இந்த வீட்டை விக்கறதுக்கு ஏற்பாடு பண்றேன். அதேசமயம், உங்கண்ணன் சொல்றதும் ஒரு பாயிண்ட்தான் மத்த ரெண்டு மாப்பிளைங்களையும் லெட்டர் போட்டு வர வழைச்சு, நேர்ல ஒரு வார்த்தை பேசிடறது நல்லதுன்னு படுது" என்றார்.

"தேங்க்ஸ்ப்பா" என்று எழுந்து உள்ளறைக்குச் சென்றாள் மேற்கொண்டு வாக்குவாதத்தைத் தொடர விரும்பாத வைதேகி. 'கூடப் பிறந்த சகோதரன் ஆகட்டும், பணத்துக்கு அப்புறம் தான் பாசம்!' 'கேஸா போட முடியும்?' என்று கேட்கிறான். 'எந்த நம்பிக்கையில் பணம் தருவேன்?' என்கிறான்! நான் யார்? சகோதரி! சின்ன வயதில் இருந்து கூடவே வளர்ந்து, சிரித்துப் பேசி, விளையாடி, ஊர் சுற்றி, சினிமா போய், அரட்டை அடித்து, கதை பேசி, கிண்டல் செய்து, விமர்சித்து... எவ்வளவு சம்பவங்கள்! ரத்த சம்பந்தமும் ஒரு ரயில் சிநேகம் மாதிரி தானா? வளர்ந்ததும், தன் நிலை அமைந்ததும் எல்லாவற்றையும் மறந்து ஒரு வேற்று மனுஷியாக பாவிக்க எப்படி மனசு வருகிறது?'

'உருப்படாத உதவாக்கரை மச்சான்!'

'என் கணவரை இப்படிச் சொல்லும் போது உண்மையிலேயே அவர் இருந்தாலும் எனக்கு கஷ்டமாக இருக்கும் என்று தோன்றாதா? அதிராமல், வலிக்காமல் பேசிக் கொண்டிருந்த அண்ணன் எப்போது தொலைந்து போனான்?' வைதேகி கட்டிலில் படுத்திருக்க, மனம் இடைவிடாமல் புழுங்கிக் கொண்டிருந்தது.

'அண்ணா... உன் கேள்விகளுக்கு பதிலை இனி நான் வாயால் சொல்லப் போவதில்லை. வாழ்க்கையில் தான் சொல்லப் போகிறேன்! என் எதிர்கால வாழ்க்கையில்!'

★★★

ஞாயிற்றுக் கிழமையன்று சேலத்தில் இருந்து ரேவதி அக்காவும், அவள் கணவன் கோபாலனும், கோவையில் இருந்து கல்பனா அக்காவும், அவள் கணவன் சந்தானமும் வந்து சேர்ந்தனர்.

'வீடு விற்பது சம்பந்தமாக முக்கியமாக பேச வேண்டும் ஞாயிறன்று வரவும்' என்று விஸ்வநாதன் அவர்களுக்கு

கடிதம் எழுதியிருந்தார் அவர்கள் இருவரும் ஒருவருக்கு ஒருவர் தொலைபேசியில் தொடர்புகொண்டு, 'என்ன மேட்டர் என்று தெரியவில்லையே' என்று பேசிக்கொண்டு புறப்பட்டு வந்திருந்தனர்.

சுதர்சனம், "எப்படி முடிவு எடுத்தாலும் எனக்கு எதுவும் இல்லை. 'வீட்டைப் பொறுத்தவரை எனக்கு பாத்தியதை இல்லை' என்று ஏற்கனவே விடுதலைப் பத்திரத்தில் எழுதிக்கொடுத்து செட்டில் ஆகிவிட்டபடியால் நான் இந்த ஆலோசனைக் கூட்டத்தில் கலந்து கொள்ளவில்லை" என்று அப்பாவிடம் சொல்லி விட்டு பெங்களூர் புறப்பட்டுச் சென்றிருந்தான்.

எல்லாரும் குளித்து டிபன் சாப்பிட்டு முடித்ததும் ஹாலில் சபை கூடியது. எல்லாரும் அமர்ந்திருந்தார்கள்.

விஸ்வநாதன், வைதேகியின் நிலைமையையும், கோரிக்கையையும் கொஞ்சம் விரிவாகவே சொல்லி, "அதனால வீட்டை வித்துடலாம்ன்னு நினைக்கிறேன்" என்றார்.

"இப்போ என்ன விலை போகும்ன்னு புரோக்கரை விசாரிச்சீங்களா மாமா?" என்றார் கோபாலன்.

"விசாரிச்சேன். வீடு பழைய வீடுதான்னாலும், கிரவுண்ட் விலை ஏறிக் கிடக்குது. அதனால ஒம்போது லட்ச ரூபா மதிப்பு போடறாங்க!"

"போன வருஷம் இதே மாதிரி பேச்சு எதுக்கோ வந்து விசாரிச்சப்போ ஏழு லட்ச ரூபா போகும்ன்னு சொன்னதா ஞாபகம். ஒரே வருஷத்துல அது ஒம்போது லட்ச ரூபாய் ஆயிடுச்சு. இது சென்டரான இடம். விலை ஏறிக்கிட்டே தான் இருக்கும். அவசரப்பட்டு இப்போ விக்கறது தப்புன்னு எனக்கு படுது. ரெண்டு மூணு வருஷம் கழிச்சு வித்தா மூணு பேருக்குமே அதிக பங்கு கிடைக்கும். அதனால எல்லாரோட நன்மைக்கும் தான் சொல்றேன்... இப்போ விக்க வேணாம்" என்றார் சந்தானம்.

"நீங்க எல்லாம் லைஃப்ல செட்டில் ஆயிட்டீங்க. இதுல வர்ற பணம் அதிக வரவு. ஆனா எனக்கு? இதை வெச்சுதான் வாழ்க்கையே துவங்கணும்ன்னு திட்டம் போட்டிருக்கேன். விலை ஏறும்... நியாயம் தான். ஆனா எனக்கு இப்போ பணம் தேவைப்படுதே" என்றாள் வைதேகி.

"வைதேகி... சொன்னா கோவிச்சுக்காதே. பிறந்த வீட்லேர்ந்து பணம் வாங்கிட்டுப் போய் புருஷன் தொழில் ஆரம்பிக்கணும்ன்னு துடிக்கறியே, இது கேவலமா படலையா உனக்கு? உன் புருஷன் சைடுல சொந்தக்காரங்களே இல்லையா? அவருக்கு கூடப் பிறந்த தம்பி இருக்காரே, அவங்களை எல்லாம் பார்த்து உதவி கேட்டு தொழில் ஆரம்பிக்க நினைச்சா அது நியாயமான துடிப்பு" என்றாள் அக்கா ரேவதி.

அதிர்ச்சியுடன் தன் சகோதரியை திரும்பிப்பார்த்தாள் வைதேகி.

'அக்காவா? அக்காவா இப்படிப் பேசுவது?'

✯ ✯ ✯

29

மதுரை ரயில்வே ஸ்டேஷனில் சூட்கேஸுடன் இறங்கி வெளியே வந்தாள் வைதேகி. ஒரு ரிக்ஷா அமர்த்திக்கொண்டு தன் தெருவைச் சொன்னாள். ரிக்ஷா குலுக்கலுடன் ஓடத் துவங்கியது.

நேற்று சென்னையில் அம்மா வீட்டில் நடந்த குடும்ப மீட்டிங்கில் தெறித்த நிறைய வார்த்தைகள், புராண யுத்த அம்புகளாய் மனதில் இன்னும் குத்திக் கொண்டு நின்றிருந்தன.

'ச்சே! அக்காவாவது... தங்கையாவது! எல்லாருமே சுய நலமிகள்! தன் சுகம், தன் நலம்தான் முக்கியம். தான் இம்மியளவும் பாதிக்கப்படக் கூடாது. கருணையோ, இரக்கமோ, பரிவோ, பச்சாதாபமோ எல்லாமே தன்னை பாதிக்காத வரையில் தான்!'

'உன் நிலை இப்படியாகிப் போனதே' என்கிற அக்கறையான அங்கலாய்ப்பும், விழிகளில் துளிர்க்கும் கண்ணீரும் வெறும் நாடக அங்கங்கள்தாம். அடி அந்தரங்கத்தில் ஏதோ ஒரு வகையில் மிருகத்தனமான சந்தோஷம் தித்திக்கிறது இவர்களுக்கு.

''சரி, வீட்டை விக்கறதுல யாருக்கும் சம்மதம் இல்லைன்னா வைதேகிக்கு யாராவது ஒரு வழி சொல்லுங்க. அவ கேக்கற பணத்துக்கு யாராவது பொறுப்பு எடுத்துக்கிட்டு ஏற்பாடு

பண்ணுங்க!'' அப்பாவின் ஓங்கின குரலுக்கு அமைதிதான் பதிலாக வந்தது.

இரண்டு அக்காக்களும் சரி, இரண்டு மாப்பிள்ளைகளும் சரி... வாயைத் திறக்க வேண்டுமே!

''அப்படியே யாராச்சும் பொறுப்பு எடுத்துக்கிட்டு பணம் ஏற்பாடு செஞ்சு கொடுத்தாலும், இவ புருஷன் அந்த பணத்தை தொலைச்சுக் கட்டிடுவான்...'' என்று முனகலாகத் துவங்கினாள் கல்பனா.

அதுவரையில் பொறுமையாக இருந்த என்னால், அதற்குப் பிறகும் இருக்க முடியவில்லை.

''எனக்குச் சேர வேண்டிய பங்குப் பணத்தை யாராச்சும் பொறுப்பு எடுத்துக்கிட்டு கொடுங்க. அதை வெச்சு நாங்க தொழில் ஆரம்பிக்கறோம், இல்லை... வரட்டி அடுக்கி, அள்ளிப் போட்டுக் கொளுத்தி குளிர் காயறோம். அது எங்க இஷ்டம். இன்னொரு வார்த்தை யாரும் என் புருஷனைப் பத்தி பேச வேணாம்!''

ரேவதி அக்காவுக்கு ரோஷம் பொத்துக்கொண்டு வந்தது.

''என்னடி வாய் ரொம்ப நீளுது? உன் புருஷனைப் பத்தி அவ என்ன கட்டுக் கதையா சொன்னா? உள்ளதைத்தானே சொன்னா! ஊர் பூரா தெரிஞ்ச கதையைத்தானே சொன்னா! அன்னைக்கு விருத்தாசலத்துல இருந்து என் நாத்தனாரோட ஒர்ப்படியா வந்திருந்தா வீட்டுக்கு. அவ கேக்கறா, 'உன் தங்கச்சியை கட்டிக்கொடுத்த மதுரை மாப்பிள்ளை பக்கா ஃப்ராடாமே? குடிகாரராமே?'ன்னு.''

பற்களை கடித்துக்கொண்டு அமைதியாய் நின்றேன். வேகமாக அப்பா பக்கம் திரும்பினேன்.

''அப்பா... எனக்காக யாரும் பொறுப்பு எடுத்துக்க வேணாம். வீட்டை விக்கவும் வேணாம். எனக்கு இந்த வீட்டுல பங்குப் பணமும் வேணாம். ஒரு பேப்பர் கொண்டாங்க. கையெழுத்து

போட்டுத் தர்றேன். இந்த வீட்டை எப்போ வித்தாலும் சரி, ரெண்டு அக்காவுக்கும் பிரிச்சுக் கொடுத்துடுங்க. எனக்கு சல்லிக் காசுகூட வேணாம். என்னோட வாழ்க்கையை நான் பார்த்துக்கறேன். என் புருஷனைப் பத்தி இனிமே யாரும் விமர்சனம் பண்ண வேணாம். நாளைக்கு காலையில நான் மதுரை போறேன்!''

வெடுக்கென்று சொல்லிவிட்டு தனியறைக்குள் ஓடினேன்.

அப்புறம் அப்பா எழுந்து வெளியே சென்றுவிட்டார். அம்மா என்னிடம் ஏதோ பரிவாகப் பேச வந்தவளை, 'யாரும் எதுவும் என்னோட பேசத் தேவையில்லை' என்று விரட்டியடித்தேன்.

இரண்டு அக்காக்களும் கூடத்தில் உட்கார்ந்து குசுகுசுவென்று ரொம்ப நேரம் பேசிக்கொண்டு இருந்தார்கள்.

காலையில் ரயில்வே ஸ்டேஷனுக்கு அப்பா என்னை ஏற்றிவிட வந்தார்.

''வைதேகி, என்கிட்டே இருக்கற ஒரே சோர்ஸ் வீடு தான். ஏற்கனவே கொஞ்சம் கடன் வாங்கிட்டேன். வித்துட்டா அவங்கவங்க பங்கை கொடுத்துடலாம்ன்னு நினைச்சேன். உங்க அக்காங்க இடம் தர மாட்டேங்கறாங்க. அதே வீட்டு மேல மேற்கொண்டு நீ கேட்ட பணம் கடன் வாங்க முடியுமான்னு முயற்சி பண்ணிப் பார்க்கறேன்ம்மா'' என்றார் அனுசரணையாக.

''வேணாம்ப்பா. சிரமப்படாதீங்க, நான் கோபத்துல சொல்லலை. யோசிச்சுதான் சொல்றேன். நாளைக்கு எந்த காலத்துலேயும் எனக்கு பங்குப் பணம் வேணாம்ப்பா. வேற வழி பிறக்கும்ன்னு நம்பிக்கை இருக்கு. நான் பார்த்துக்கறேன். இனிமே பணம்ன்னு கேட்டு உங்க வீட்டுக்கு வர மாட்டேன்ப்பா!'' என்றேன்.

''புரியாம பேசறியேம்மா... 'உங்க வீடு'ன்னு சொல்லி பிரிக்கறியே! 'நம்ம வீடு'ன்னு சொல்லு வைதேகி!''

"இல்லைப்பா. என் வீடு மதுரையில இருக்கு. அவர் என்னை எத்தனை எடுத்தெறிஞ்சு பேசினாலும் சரி, அலட்சியப்படுத்தினாலும் சரி, ஊதாரித்தனமாவே நடந்துக்கிட்டாலும் சரி, அவரோடதான் என் வாழ்க்கை. இனிமே செத்தாலும் அந்த வீட்டுலதான் சாகறதுன்னு தீர்மானமா இருக்கேன்ப்பா" என்று நான் சொன்னபோது...

அப்பா மேல் துண்டால் கசிகின்ற கண்களைத் துடைத்துக்கொள்ள... ரயில் புறப்பட்டது!

பயணம் முழுக்க யோசனைகள்... சில தீர்மானங்கள்.

வைதேகி தன் வீட்டை சுட்டிக்காட்டி ரிக்ஷாவை நிறுத்தச் சொல்லி இறங்கினாள். வீட்டு வாசலில் பைக் இருந்தது. கதவு சாத்தியிருந்தது.

ராமச்சந்திரன் அழைப்பு மணி ஒலித்ததும் வந்து திறந்து ஆச்சரியப்பட்டான்.

"என்ன வைதேகி, இன்னும் ஒரு வாரமாகும்ன்னு நினைச்சேன். அதுக்குள்ளே வந்துட்டே?" என்றான்.

லுங்கி கட்டி, பனியன் அணிந்திருந்த அவன் நெற்றியில் விபூதியைப் பார்த்த வைதேகிக்கு வியப்பாய் இருந்தது.

"கோயிலுக்கு போயிட்டு வந்தீங்களா என்ன?" என்றாள் உள்ளே வந்து.

"ஆமாம். மனசே சரியில்லை வைதேகி. காலையில் ஏழு மணிக்கு மீனாட்சியம்மன் கோயிலுக்குப் போய் உட்கார்ந்தேன். மத்தியானம் கூட சாப்பிடலை. இப்பதான் கொஞ்ச முன்னாடி வந்தேன். அந்தக் கடைக்கு அட்வான்ஸ் கொடுத்தோமே, முந்தா நாள் முறையா இடத்துக்காரரோட அக்ரிமெண்ட் போட்டுட்டு வந்துட்டேன். நீ போன காரியம் என்ன ஆச்சு வைதேகி?"

வைதேகி சூட்கேஸை எடுத்துக்கொண்டு மாடிப்படி ஏற, அவன் தொடர்ந்தபடி கேட்டான்.

வைதேகி அறைக்கு வந்து கட்டிலில் சூட்கேஸை வைத்துத் திறந்து உடைகளையும், பொருட்களையும் எடுத்து அதனதன் இடத்தில் வைக்கத் துவங்கினாள்.

"ஒரு கஷ்டம்னு வர்றப்பதான் கூடப் பொறந்தவங்களோட உண்மையான முகமே தெரியுதுங்க!"

"ஏன், என்ன ஆச்சு?"

நிதானமாக விவரித்து எல்லாம் சொல்லி, "இனிமே எவளும் என் புருஷனைப் பத்தி எதுவும் பேச வேணாம். நான் பார்த்துக்கறேன். எனக்கு ஒரு பைசாகூட வேணாம்னு வேகமா சொல்லிட்டு புறப்பட்டுட்டேன்" என்றாள்.

அவளையே இமைக்காமல் பார்த்துக் கொண்டிருந்தான் ராமச்சந்திரன்.

"ஏன் வைதேகி, என்னைப்பத்தி தப்பா சொல்றப்போ உனக்கு கோபமும், ரோஷமும் வர்ற அளவுக்கு நான் உன்கிட்டே நடந்துக்கிட்டிருக்கேனா?"

அவனுடைய இதமான கேள்வி வைதேகிக்கு வியப்பளித்தது.

'சரிதான்... சொல்றவங்க சொல்லிட்டுப் போறாங்கன்னு விட்டுட்டு எப்படியாவது பணம் கிடைக்க வழியைப் பார்ப்பியா? அதை விட்டுட்டு பங்குப் பணமே வேணாம்னு ரோஷமா சொல்லிட்டு வந்திருக்கியே, என்ன திமிருடி உனக்கு?' என்றுதான் தன் கணவனிடமிருந்து பதில் வரும் என்று எதிர்பார்த்துக் கொண்டிருந்த வைதேகியை, அவன் மெதுவான குரலில் இப்படி இதமாகக் கேட்டது நிஜம்தானா என்று தடுமாற வைத்தது.

'இவ்வளவு மென்மையான குரலில் கூட தன் கணவனால் பேச முடியுமா?'

"வைதேகி, 'மனசுல நிறைவு வர்ற மாதிரி முதல்ல ஒரு பொறுப்பான புருஷனா நடந்துக்கங்க... அதுக்கு அப்புறம்

என்னை தொடுங்க'ன்னு ஒரு வார்த்தை சொன்னே பாரு. அது சவுக்கடி மாதிரி இருந்துச்சு. நீ ஊருக்குப் போன இந்த நாலைஞ்சு நாளும் அந்த வார்த்தை என்னை சுத்திச் சுத்தி வந்து நின்னு விரல் நீட்டி கேள்வி கேட்டுது. உட்கார்ந்து யோசிச்சா தன் குறைகள் ரொம்ப விசாலமா தெரியும். என் குறைகள் தெரியுது வைதேகி. எனக்கு எதிரி வெளியில இல்லை. என் குணம்தான் எனக்கு எதிரி. கட்டின பொண்டாட்டியே 'தொடாதே'ன்னு சொல்றது கேவலம் வைதேகி அதைவிட ஒரு மரண அடி ஒரு மனுஷனுக்கு வேற இருக்க முடியாது!''

''உங்களுக்கு புரியணும்ன்னுதான் நான்...''

''புரியுது வைதேகி. உன்னோட உண்மையான அன்பும், அக்கறையும் புரியுது. நான் மோசம் பண்ணிட்டேன்னு தெரிஞ்சதும் ஊருக்கு புறப்பட்டுப் போனியே, நீ திரும்ப வருவேன்னு நான் எதிர்பார்க்கலை. வக்கீல் நோட்டீஸைத் தான் எதிர்பார்த்தேன். எவ்வளவு நம்பிக்கையோட திரும்ப வந்தே! அப்பவும் இந்த குரங்கு புடிச்ச மனசுக்கு அனுசரணையா நடந்துக்கத் தெரியலைம்மா...'' அவன் குரல் தழுதழுத்தது.

''என்னங்க ரொம்ப ஃபீல் பண்ணிக்கிட்டு... விடுங்க! இனிமே என்ன செய்யலாம்ன்னு யோசிக்கலாம். இவ்வளவு தூரம் நீங்க உணர்ந்து பேசறதே எவ்வளவு சந்தோஷமா இருக்கு தெரியுமா?'' என்றாள் வைதேகி.

''முந்தா நாள் என் தம்பி வந்திருந்தான் வைதேகி. வேற வேலையா வந்தானாம். 'பார்த்துட்டுப் போகலாம்ன்னு வந்தேன்'னான் உக்கார வெச்சு நிதானமா ஒரு மணி நேரம் நிலைமையை விளக்கினேன். அவன் இப்போ நல்லா வசதியா இருக்கான். ரெண்டு மூணு தொழில் செய்யறான். கார் எல்லாம் வெச்சிருக்கான். 'கடன் கொடுத்து உதவி பண்ணுப்பா'ன்னு கேட்டேன். அவன் காலைப் பிடிச்சு கேக்கலை. மத்தபடி அந்த அளவுக்கு இறங்கி நிலைமையை விளக்கி

கெஞ்சினேன். ஒரே ஒரு வார்த்தை சொன்னான். 'இப்படின்னு தெரிஞ்சிருந்தா நான் வீட்டுக்கே வராம என் வேலையை முடிச்சுக்கிட்டு போயிருப்பேன்'னு சொன்னான். அக்கறையா கேட்டுக்கவும் இல்லை. ஆலோசனைகூட சொல்லலை. மென்மையா மறுத்திருந்தா கூட எனக்கு காயமாயிருக்காது. என்னமோ ரேடியோ நாடகம் கேட்டுக்கிட்டு இருந்தவன் மாதிரி இருந்துட்டு அப்படி சொன்னான். மறுபடி கெஞ்சிப் பார்த்தேன்.

'அப்படி பணம் என்கிட்டே எதேஷ்டமா இருந்தா கோயில் திருப்பணிக்கு கொடுப்பேன். அது புண்ணியத்துல சேரும். உனக்கு கொடுத்தா அது தண்டச் செலவுல போகும்'ன்னான். விட்டேன் ஒரு அறை. 'வெளியில போடா நாயேன்'னு தள்ளிவிட்டு கதவை சாத்தினேன். கூடப் பிறந்த தம்பி வைதேகி!''

ராமச்சந்திரன் முகம் உணர்ச்சிக் குமுறலில் சிவந்து போயிருந்தது.

வைதேகிக்கு கண்கள் கலங்கிப்போயிருந்தன.

''எவ்வளவு ஃப்ரெண்ட்ஸைப் பார்த்தேன் தெரியுமா? யாருமே உதவ முன் வரலை. பல வருஷம் பழகினவங்க... எவ்வளவோ தடவை நான் அவங்களுக்காக செலவு செஞ்சிருக்கேன். எல்லாருக்கும் என் மேலே நம்பிக்கை இல்லை. இனிமே பொறுப்பா குடித்தனம் பண்ண ஒரு வருமானம் வேணும். இனிமே தப்பா போகப் போறதில்லை'ன்னு எவ்வளவோ சொன்னாலும் எவனும் நம்பறதா இல்லை. நடந்துபோன தப்புகளையே குத்திக் குத்தி காட்டறாங்க வைதேகி. இதுல நீ ஒருத்தி மட்டும் என் மேல நம்பிக்கை வெச்சு நிக்கறியே... ஏன்ம்மா? உன் வீட்டுல எந்த நம்பிக்கையில போராடினே? பணம் கிடைக்குது, கிடைக்கலை... அது வேற விஷயம். என்னை நம்பிதானே நீ முயற்சியில இறங்கினே? உன்கிட்டே நான் தப்பா நடந்துக்கிட்டதுக்கு அப்புறமும் நீ என் மேல

அக்கறையும், நம்பிக்கையும் வெச்சிருக்கியே... அந்த நல்ல மனசை இன்னும் நான் புரிஞ்சிக்கலைன்னா நான் மனுஷனே இல்லை வைதேகி!''

ராமச்சந்திரன் இப்போது அவளின் கைகளைப் பிடித்துக்கொண்டு வாய் விட்டு அழத் துவங்க...

இப்படி திருந்தின நிலையில் அவனைப் பார்த்த உணர்ச்சித் தவிப்பில் அவளுக்கும் விம்மல்கள் வெளிப்பட, அவனை தன் மார்போடு சாய்த்துக் கொண்டு சொன்னாள்.

''உங்க மேலே நம்பிக்கை இல்லைன்னு சொன்னவங்களுக்கு உங்களை நிரூபிக்கணும். வாழ்ந்து காமிக்கணும். நான் ஒரு யோசனை சொல்றேன்... கேப்பீங்களா?''

''வைதேகி, நீ எது சொன்னாலும் நான் இனிமே கேக்கறேன். சொல்லு, நான் என்ன செய்யணும்?'' என்று தீர்மானமான குரலில் கேட்டான் ராமச்சந்திரன்.

✲ ✲ ✲

30

'நீ எது சொன்னாலும் செய்யறேன்' என்று பவ்யமாக சொன்ன கணவனைப் பார்த்து பெருமையாக இருந்தது வைதேகிக்கு.

இவர்தானா அவர்? அவர்தானா இவர்?

குருவி சிந்தும் ஒரு கொட்டை, வேர் பிடித்து மரமாவது போல, என்னுடைய ஒரு வார்த்தையும், நடுவில் கிடைத்த தனிமையும், நண்பர்களின் நிராகரிப்பும், சொந்த சகோதரனின் உதாசீனமும்... இவையெல்லாமாக சேர்ந்து பரவி, உள்ளுக்குள் பெரிய புரட்சி நடத்தியிருக்கிறது!

சிந்தனைப் புரட்சி! விளைவு - தன் குணம் உணர்தல்! விளைவு - குறை களையெடுப்பு துவக்கம்!

"என்ன வைதேகி அப்படி பார்க்கறே?" என்றான் ராமச்சந்திரன்.

"சந்தோஷமா இருக்குங்க உங்களைப் பார்க்க" என்றாள்.

"வைதேகி, உக்காந்து எதையும் யோசிக்காம திமிர்தனமாவே எல்லாத்துக்கும் முடிவெடுத்து பொழுதை ஜாலியாவே ஓட்டிப் பழகிட்டது தான் என் பெரிய தப்பு. நினைச்சுப் பார்க்கறப்போ எனக்கு என் மேலேயே அருவருப்பா இருக்கு. என்னை எப்படிம்மா உன்னால பிடிவாதமா ஏத்துக்க முடிஞ்சுது?"

‘என்ன சொல்வது? உங்களை உங்கள் குறைகளோடு நான் நேசிக்கிறேன் என்று சினிமா வசனம் சொல்வதா? விளைவுகளை சந்திக்க விரும்பவில்லை. ஏனென்றால் முறிவினால் வரும் விளைவுகள் ரசிக்கக் கூடியவை அல்ல என்பதை உணர்ந்தேன். போராடிப் பார்ப்போமே என்று வைராக்கியம் பிறந்தது’ என்று நிஜம் சொல்வதா?

“பிடிவாதமான பொறுமைக்கு எப்பவும் தோல்வி இல்லைங்க. ஏசுவோட தத்துவமே அதுதானே? மறு கன்னத்தை காட்டச் சொன்னாரே! மேலோட்டமா யோசிச்சா அபத்தமாபடும். ‘மறு கன்னத்துலயும் அடிச்சு, அதுவும் வீங்கிக்கறதுக்கா?’ன்னு குதர்க்கம் தோணும். ஆனா நிஜமா மறு கன்னத்தை காட்டிப் பாருங்க. எதிரியால அடிக்க முடியாதுங்க. ஓங்கின கை அப்படியே நிக்கும். யோசிக்கும். ருத்ரம் வடியும். மனசு இளகும்.”

ராமச்சந்திரன் அவளின் இரண்டு கைகளையும் எடுத்து தன் முகத்தை அவற்றில் புதைத்துக் கொண்டான்.

“ஊர்ல பணம் கொடுத்திருந்தா அதை எந்த கேள்வியும் கேக்காம உங்க கையில கொடுக்கறதா இருந்தேன். பொண்டாட்டி வீட்டு பணம்னு உங்க மனசுல உக்கார்ற உறுத்தலே உங்களை அந்த பணத்தை விரயம் செய்ய விடாதுன்னு நம்பினேன்.”

“வைதேகி... அந்தப் பணம் வேண்டாம். கடைக்காக அட்வான்ஸ் தந்த பணத்தை திருப்பி வாங்கிட்டு வந்துடறேன். அதை பேங்க்ல நீயே கொண்டு போய் போடு. வட்டி வரட்டும். நான் ஏதாவது ஒரு கடைசில வேலைக்கு சேரலாம்னு நினைக்கறேன். அப்புறம் கொஞ்ச நாள் கழிச்சு, முதல் போட்டு தொழில் ஆரம்பிக்கற அளவுக்கு கையில பணம் சேர்ந்ததும் ஜவுளிக் கடை வெச்சுக்கலாம். என்ன சொல்றே?”

“அதைப் பத்தித்தாங்க சொல்ல வந்தேன். நம்ம பிடிச்சிருக்கறது பஜார்ல சென்டரான இடம். இப்போ

கடையை விட்டுட்டா நாளைக்கு நமக்கு தேவைப் பட்றப்போ கிடைக்காதுங்க!''

“அதனால? தண்டமா பூட்டி வச்சு வாடகை தர முடியுமா வைதேகி?''

“அப்படி சொல்லலைங்க, நான் பொழுது போக்கா டெய்லரிங் கத்துக்கிட்டிக்கேன். ஒரே ஒரு தையல் மெஷின் மட்டும் வாங்கிக் கொடுங்க. அந்த கடையில தொழில் ஆரம்பிச்சுடலாம்!''

“வைதேகி... நீ உழைச்சு என்னை உக்காந்து சாப்பிடச் சொல்றியா?''

“அப்படி சொன்னேனா நான்? நீங்களும் உழைங்க, நானும் உழைக்கறேன். ரெண்டு பேரும் உழைச்சா ரெட்டை வருமானம். சீக்கிரமே ஜவுளிக் கடை வைக்க பணம் சேருமில்லையா?''

ராமச்சந்திரனுக்கு சமாதானமாகவில்லை.

“இல்லை வைதேகி. உன் யோசனை எனக்கு பிடிக்கலை. உன்னை வீட்டுல உக்கார வெச்சு நான் சம்பாதிச்சுட்டு வர்றதுதான் முறை!''

“அப்படியா? சரி. நீங்க சம்பாதிக்கறதுக்கு என்ன செய்யறதா உத்தேசம்?''

“அதான் சொன்னேனே, ஏதாச்சும் ஒரு கடையில சேல்ஸ் மேனா சேர்ந்து...''

“அந்த வேலை தான் சீக்கிரம் கிடைச்சுடுமா?''

“நிச்சயமா கிடைச்சுடும்.''

“இந்த பேச்சு வேணாம். இப்பவே புறப்படுங்க. ஏதாச்சும் ஒரு கடையில வேலைக்கு சேர்ந்துட்டு திரும்ப வாங்க. மிச்சத்தை அப்புறம் பேசிக்கலாம்...'' என்றாள் வைதேகி.

''நான் வேலையில சேர்ந்துட்டா நீ தையல் கடை வெக்கறதைப் பத்தி பேசக்கூடாது. அது எனக்குப் பிடிக்கலை வைதேகி. என்ன சொல்றே?''

''முதல்ல வேலையோட வாங்க, பேசிக்கலாம்.''

ராமச்சந்திரன் பேண்ட், சட்டை மாற்றிக்கொண்டு வெளியே புறப்பட்டுச் சென்றான். மாலை ஏழு மணிக்கு மேல பைக்கில் வந்து இறங்கி உள்ளே வந்தவன் முகம் சோர்ந்திருந்தது.

''என்னங்க ஆச்சு?'' என்றாள் வைதேகி.

பதில் எதுவும் சொல்லாமல் சோர்ந்து போய் தரையில் அமர்ந்தான் அவன். வைதேகி வந்து அவன் அருகில் அமர, நிமிர்ந்து அவள் கண்களை நேரடியாய் அதிக நேரம் பார்க்க இயலாமல் பார்வையை தாழ்த்திக்கொண்டான்.

''வைதேகி, இந்த சமுதாயத்தை பொறுத்தவரைக்கும் நமக்குன்னு ஒரு இமேஜை ஒரே ஒரு தடவைதான் உருவாக்க முடியும். அந்த ஒரே சந்தர்ப்பத்துல நல்லவிதமா உருவாக்கத் தவறிட்டா அப்புறம், உருவான அந்த மோசமான இமேஜை சரிசெய்யறது ரொம்ப சிரமம்.''

''ஏன் ஏதேதோ பேசறீங்க?''

''நான் இப்போ குடிக்கறதை விட்டுட்டேன். சீட்டாடறதை விட்டுட்டேன். ஆனா 'நான் குடிக்கறவன், கையில காசு பார்த்தா அதை சீட்டாடித் தோக்கறவன்'னுதான் அபிப்பிராயம் விழுந்திருக்கு. நான் எவ்வளவு எடுத்துச் சொன்னாலும் யாரும் நம்ப மாட்டேங்கறாங்க வைதேகி!''

ராமச்சந்திரனின் கண்களில் துளிர்த்த கண்ணீரை தன் முந்தானையால் துடைத்த வைதேகி, ''இது இயல்புங்க. யாரைச் சொல்லியும் தப்பில்லை ஆனா மத்தவங்களைப் பத்தி நீங்க கவலைப்படாதீங்க. நான் உங்களை நம்பறேன். என் நம்பிக்கைதான் உங்களுக்கு முக்கியம். ஒரு குடும்பத்துல ஆம்பளைதான் சம்பாதிக்கணும்ன்னு சட்டம் இல்லைங்க.

ஆனா நான் தைக்கற வேலை பார்க்கறதுல கௌரவக் குறைச்சல் எதுவும் இல்லைங்க. ஒரு தையல் மெஷின் வாங்கறதுக்கு மட்டும் வழி பண்ணுங்க. படிப்படியா நிமிர்ந்துடலாங்க'' என்றாள்.

''இருந்த பணத்தை கடைக்கு அட்வான்ஸா கொடுத்தாச்சு. வீட்டுல வேற நகை இல்லை. உன் கிட்டேயும் தாலியைத் தவிர சொல்லிக்க எதுவுமில்லை. நான் எப்படிம்மா ஏற்பாடு பண்ணுவே...'' என்று திரும்பிய ராமச்சந்திரன், வாசலில் நின்ற தன் மோட்டார் பைக்கைப் பார்த்தான்.

எழுந்தான்.

''இதோ வந்துட்டேன்!''

பைக்கில் தன் வழக்கமான மெக்கானிக் கடைக்கு வந்தான்.

''மாணிக்கம், சேல்ஸ் டாக்ஸ் ஆபீசர் நம்ம வண்டியை அடிக்கடி கேட்டுக்கிட்டிருப்பாரே, வேற வண்டி வாங்கிட்டாரா?'' என்றான்.

''இல்லைண்ணே! முந்தா நாள்கூட இந்த வண்டி பத்தி பேசினார்.''

''சரி, நான் வித்துடறேன் மாணிக்கம். இன்னைக்கு மார்க்கெட்டுல இந்த வண்டிக்கு நியாயமா என்ன விலை கிடைக்குமோ, அதை வாங்கித் தந்தால் போதும். இந்தாங்க சாவி. உங்க கமிஷன் போக மிச்சத்தை நாளைக்கு கொண்டு வந்து கொடுங்க...''

ராமச்சந்திரன் மெக்கானிக் கடையிலிருந்து தன் வீட்டுக்கு நடந்து வந்தான்.

☆☆☆

அடுத்த வாரத்தில் 'வைதேகி லேடீஸ் டெய்லர்' என்ற போர்டு கடையில் ஏறியது. புதிய தையல் மெஷினுக்கு

பூ போட்டு, சுவாமி படத்துக்கு கற்பூரம் காட்டி தொழில் துவங்கப்பட்டது.

அன்று மாலை வீட்டுக்கு வந்த வைதேகிக்கு ஹாலின் ஓரத்தில் நின்ற அந்த கவர் போட்டு மூடிய பெரிய பீரோ போன்ற பொருள் ஆச்சரியத்தைத் தந்தது.

"என்னங்க இது?"

ராமச்சந்திரன் அந்த உறையை நீக்க, அது பாப்கார்ன் தயாரிக்கும் மெஷின்!

அப்போதும் விளங்காமல் அவனைப் பார்த்தாள்.

"வைதேகி... இது பாப்கார்ன் மெஷின். செகண்ட் ஹாண்ட்ல வாங்கினேன். பைக் வித்த பணத்துல தையல் மெஷின் வாங்கினது போக நிறைய மிச்சமிருந்தது. அதனால வாங்கினேன்."

"எதுக்குங்க?"

"நான் மட்டும் வீட்டுல சும்மா எப்படி இருக்க முடியும் வைதேகி? எனக்கு வேலை தர எல்லாரும் தயங்கறதால சுயமா இந்த தொழிலை துவங்கப் போறேன். ரசிகர் மன்றத்துல தீவிரமா இருந்ததாலே மதுரையில் இருக்கற அத்தனை சினிமா தியேட்டர் ஸ்டால் ஓனர்ஸும் எனக்கு நல்ல பழக்கம். பாப்கார்ன் போட்டு எல்லா தியேட்டர்ஸுக் கும் எடுத்துட்டுப் போய் சப்ளை பண்ணப் போறேன்."

தன் கணவனை கட்டி அணைத்துக் கொள்ள வேண்டுமென தோன்றியது வைதேகிக்கு.

"என்னோட வாங்க" என்றாள்.

"எங்கே?"

"வாங்க, சொல்றேன்."

மாடிப்படிகளில் ஏறிச் சென்ற அவளை காரணம் புரியாமல் அவன் தொடர்ந்தான். அறைக்கு வந்து நின்று திரும்பினாள்.

"என்ன வைதேகி?"

"எனக்கு உங்களைப் பார்க்க ஆனந்தமா இருக்குங்க. மனசெல்லாம் நிறைவா இருக்குங்க. பணம், வசதி இதெல்லாம் வேணாங்க. இந்த நிறைவு போதுங்க. இத்தனை நாள் பிடிவாதமா இருந்த விரதம் போதுங்க!"

வைதேகி அவனை நெருங்கி கட்டிக்கொள்ள, அவளை மெதுவாக அணைத்துக் கொண்ட ராமச்சந்திரன், அவள் உதடுகளில் முத்தமிட்டான்.

மறுநாள் கடையில் உட்கார்ந்து அம்மாவுக்கு கடிதம் எழுதினாள் வைதேகி.

அன்புள்ள அம்மாவுக்கு,

வைதேகி எழுதிக் கொண்டது. நான் இப்போது மிக மிக சந்தோஷமாக இருக்கிறேன். என் கணவரைப் பார்ப்பதற்கே எனக்கு பெருமிதமாக இருக்கிறது. 'ஒரு நல்ல மனிதனை விட, மோசமாக இருந்து திருந்தியவன் இரண்டு மடங்கு நல்ல மனிதனாக செயல்படுவான்' என்று எங்கள் தமிழ் ஆசிரியர் சொல்வார். அதை அனுபவபூர்வமாக உணர்கிறேன்.

சரியான கணவன் அமையவில்லையே என்று எனக்கும் வெறுப்பு வந்தது. கோபம், ரோஷம் எல்லாம் வந்தது. பெட்டியைத் தூக்கிக் கொண்டு அங்கே வந்தேன். வந்த இடத்தில் என் கோபத்திற்கு எல்லோரும் கொம்பு சீவி விட்டிருந்தால் இன்னும் மூர்க்கமாகி விவாகரத்து, அது இதுவென்று இறங்கி, என் நிம்மதியைத் தொலைத்திருப்பேன்.

ஆனால் நீ எனக்கு கோவிலில் வைத்து பொறுமையாகச் சொன்ன அறிவுரைகள் என் மனதில் கல்வெட்டுக்களாக விழுந்தன. ஒரு வைராக்கியம் கொள்ளச் செய்தன.

பிடிவாதமாக பொறுமை பேணி, ஆக்கபூர்வமான முயற்சிகளை மட்டுமே மேற்கொள்ள தீர்மானம் பிறந்தது. அதனால் எனக்கு வெற்றி கிடைத்தது.

நினைத்தது நடக்கவில்லை என்றால், கிடைத்ததை நினைத்த அளவுக்கு மாற்றிக்கொள்ள முயற்சிக்கிற மனதை எனக்கு ஏற்படுத்திய அம்மா, உனக்குத்தான் நான் நன்றி சொல்ல வேண்டும்.

இல்லறத்தில் வெற்றி என்பது காசு சம்பாதிப்பதிலோ, வசதிகளை பெருக்கிக் கொள்வதிலோ, வீடு கட்டுவதிலோ, நகை வாங்கி மாட்டிக் கொள்வதிலோ இல்லை அம்மா. மனநிறைவு தான் வெற்றி. அந்த வகையில் இப்போது எனக்கு இல்லறத்தில் வெற்றி கிடைத்துவிட்டது. இனி மற்ற வெற்றிகள் தானே வரும்.

வெளிச்சமான எதிர்காலம் தூரத்தில் தெரிகிறது. அதை நோக்கி எங்களின் நிதானமான - ஆனால் உறுதியான பயணம் துவங்கியிருக்கிறது, சீக்கிரம் சென்றடைய வாழ்த்துங்கள் அம்மா!

உங்கள் மகள்
வைதேகி.

முற்றும்

www.ingramcontent.com/pod-product-compliance
Lightning Source LLC
LaVergne TN
LVHW101422051026
849519LV00005BC/1852
* 9 7 8 9 3 5 6 9 5 7 8 5 5 *